எதிர்ப்புக் குரல்கள்

எதிர்ப்புக் குரல்கள்
ரொமிலா தாப்பர் (பி. 1931)

இந்தியாவின் முக்கிய வரலாற்றாசிரியரில் ஒருவரான ரொமிலா தாப்பர் தில்லி ஜவகர்லால் நேரு பல்கலைக் கழகத்தின் வரலாற்று ஆய்வு மையத்தில் பல ஆண்டுகள் பணியாற்றியவர். தற்போது அதில் கௌரவப் பேராசியராக விளங்குகிறார். இவரது முக்கிய நூல்கள்: 'Asoka and the Decline of the Mauryas', 'Ancient Indian Social History', 'Early India: From the Origins to AD 1300', 'From Lineage to State'.

தி.அ. ஸ்ரீனிவாஸன் (பி. 1966)
மொழிபெயர்ப்பாளர்

துளுவைத் தாய்மொழியாகக் கொண்ட ஸ்ரீனிவாஸன் பிறந்ததும் வளர்ந்ததும் நாகர்கோவிலுக்கு அருகிலுள்ள திருப்பதிசாரம் கிராமத்தில். மத்திய அரசு நிறுவனம் ஒன்றில் பணிபுரிந்து விருப்ப ஓய்வு பெற்றுத் தற்போது தனது சொந்த கிராமத்தில் வசிக்கிறார். அகமத் ஹம்தி தன்பினாரின் துருக்கிய நாவலான 'நிச்சலனம்', சீர்ஷேந்து முகோபாத்யாயின் வங்கக் குறுநாவலான 'அத்தைக்கு மரணமில்லை' இவரது மொழிபெயர்ப்புகள்.

ரொமிலா தாப்பர்

எதிர்ப்புக் குரல்கள்

தமிழில்
தி.அ. ஸ்ரீனிவாஸன்

காலச்சுவடு பதிப்பகம்

அன்பார்ந்த வாசகருக்கு,

வணக்கம்.

காலச்சுவடு நூலை வாங்கியமைக்கு நன்றி.

நூலின் உள்ளடக்கம், உருவாக்கம், அட்டைப்படம் இன்ன பிற அம்சங்கள் பற்றிய உங்கள் கருத்துகளையும் ஆலோசனைகளையும் காலச்சுவடு வரவேற்கிறது. தகவல், எழுத்து, வாக்கியப் பிழைகள் தென்பட்டால் கட்டாயம் தெரிவித்து உதவுங்கள். நூல் தயாரிப்பில் கடும் குறைபாடு இருப்பின் மாற்றுப் பிரதி உங்களுக்குக் கிடைக்கக் காலச்சுவடு ஏற்பாடு செய்யும்.

மின்னஞ்சல்: **publisher@kalachuvadu.com**

காலச்சுவடு நாகர்கோவில் தலைமையகத்துக்கும் கடிதம் அனுப்பலாம்.

தங்கள்
எஸ்.ஆர். சுந்தரம் (கண்ணன்)
பதிப்பாளர் – நிர்வாக இயக்குநர்

Voices of Dissent: An Essay

Originally published by Seagull Books as *Voices of Dissent: An Essay*

© Romila Thapar, 2020

Translation published in arrangement with Seagull Books

எதிர்ப்புக் குரல்கள் ◆ கட்டுரை நூல் ◆ ரொமிலா தாப்பர் ◆ தமிழில்: தி.அ. ஸ்ரீனிவாஸன் ◆ முதல் பதிப்பு: டிசம்பர் 2022 ◆ வெளியீடு: காலச்சுவடு, 669, கே.பி. சாலை, நாகர்கோவில் 629001

காலச்சுவடு பதிப்பக வெளியீடு: 1151

etirppuk kuralkaL: ◆ An Essay ◆ Romila Thapar ◆ Translated by T.A. Srinivasan ◆ Language: Tamil ◆ First Edition: December 2022 ◆ Size: Demy 1x8 ◆Paper: 18.6 kg maplitho ◆ Pages: 160

Published by Kalachuvadu,669, K.P. Road, Nagercoil 629001, India ◆ Phone: 91-4652-278525 ◆ e-mail: publications@kalachuvadu.com ◆ Printed at Mani Offset, Chennai 600077

ISBN: 978-93-5523-303-5

பொருளடக்கம்

முன்னுரை	*9*
முன்னோட்டம்	11
1. தஸ்யபுத்திர பிராமணன் அல்லது தாசிபுத்திர பிராமணன்	29
2. சிரமணர்கள்	38
3. பிறன்மையின் வெளிப்பாடு	61
4. பக்தி ஞானிகளும் சூஃபி ஞானிகளும்	67
5. விவாதத்தின் சுருக்கம்	87
6. இக்காலத் தேசியவாதத்தின் பின்னணியில் நவீன எதிர்ப்பு இயக்கம்	108
7. காந்தியின் சத்தியாக்கிரகம்	114
8. எதிர்ப்பின் சமூக வெளிப்பாடு	124
9. பொதுமக்களிடமிருந்து சத்தியாக்கிரகத்துக்குக் கிடைத்த வரவேற்பு...	127
முடிவாக...	139
உதவிய நூல்கள்	153

முன்னுரை

தில்லியில் 2019இல் நான் அளித்த இரண்டு நினைவுச் சொற்பொழிவுகளிலிருந்து தோற்றம் கொண்டது இந்த நூல். முதல் சொற்பொழிவு, 2019 ஆகஸ்ட் 16இல் நேமி சந்த் நினைவாக 'The Presence of the Other: Religion and Society in Early India' என்ற தலைப்பில் அளித்தது. இரண்டாவது, 2019 டிசம்பர் 6இல் வி.எம். தார்குண்டே நினைவாக அளித்த 'Renunciation, Dissent and Satyagraha' என்ற சொற்பொழிவு.

இரண்டு சொற்பொழிவுகளின் பொருளும் ஒன்றுபோல இருப்பதால் இரண்டையும் இணைக்கலாம் என்று நண்பர் ஒருவர் ஆலோசனை தந்தார். அவற்றை மீண்டும் படித்துப் பார்த்தபோது, ஒரு பரந்த வரலாற்றுப் பின்னணியில் இரண்டையும் கோத்தெடுக்க முடியும் என்று எனக்குத் தோன்றியது. ஒருவிதத்தில் முதலாவது பேச்சு இரண்டாவதற்கு ஒரு வரலாற்றுப் பார்வையை அளிப்பதாக இருந்தது. எனவே இரண்டையும் ஒன்றிணைத்து அவற்றிற்குரிய பின்னணியோடு அளித்தேன். எனது முதல் சொற்பொழிவு இந்த நூலின் முற்பகுதியாக அமைகிறது; இரண்டாவது சொற்பொழிவு இதன் பிற்பகுதியில் சேர்க்கப்பட்டுள்ளது. இதன் மூலமாக இந்தியாவின் கடந்த காலத்தின் வெவ்வேறு கால கட்டங்களில் பல்வேறு வடிவங்களில் வெளிப்பட்ட எதிர்ப்பை ஒரு பரந்த வரலாற்றுப் பின்னணியில் அளிக்க முயன்றிருக்கிறேன். நான் இங்கு தந்திருப்பவை ஒருசில உதாரணங்களே.

தேவகி ஜெயினும் தீபக் நய்யாரும் ஆளுக்கொன்றாக இந்தச் சொற்பொழிவுகளைப் படித்துப் பயனுள்ள ஆலோசனைகளைத் தந்தார்கள். இந்த நீண்ட நூலைப் படிக்கும் தொல்லையில் என்னிடம் மாட்டிகொண்டவர்கள் ஷிரீஷ் படேல், குணால் சக்ரவர்த்தி, நவீன் கிஷோர் ஆகியோர். இவர்களின் ஆலோசனைகளாலும் நான் பலனடைந்தேன்.

பண்டைய இந்தியாவிலிருந்த எதிர்ப்பின் அம்சங்களைப் பற்றி முன்பும் நான் எழுதியிருக்கிறேன்; என்றாலும் இன்றையச் சூழல் இந்த விஷயம் பற்றிய என் பார்வையை நான் மேலும் முறைப்படுத்தி அளிக்க வேண்டிய தேவையை எனக்கு உணர்த்தியது. இந்த நூலின் பிற்பகுதியில் நான், கடந்த காலத்தை நிகழ்காலத்தோடு தொடர்புபடுத்திக் காண்பிப்பதோடு நில்லாமல், எதிர்ப்பின் சில வடிவங்களுக்குக் கடந்த காலத்தின் தொடர்ச்சி உண்டு என்பதைக் குறிப்புணர்த்தவும் முயன்றிருக்கிறேன். வரலாற்றுப் பின்னணியில் பருந்துப் பார்வையாக இந்தப் பொருளை வைத்து ஆராய்ந்திருக்கிறேன். இவ்வாறு செய்யும்போது எதிர்ப்பை அறியத் தந்தால் மட்டும் போதாது, ஒரு வரலாற்றாசிரியர் அந்த எதிர்ப்பு ஏன் ஏற்பைப் பெற்றது, யாரால் ஏற்கப்பட்டது என்பதையும் சுட்டிக்காட்ட வேண்டும் என்ற வாதத்தையும் முன்வைக்கிறேன். இதை அறிந்துகொள்ள மக்களால் வரவேற்கப்பட்ட எதிர்ப்பின் வடிவங்களை நோக்க வேண்டும் என்பதுதான் இதன் உள்ளார்ந்த பொருள். எனவே, எதிர்ப்பின் சில விதமான வெளிப்பாடுகளுக்கு மக்களிடம் ஓரளவு தொடர்ச்சியான ஆதரவு இருந்ததா என்பதில் என் கவனம் குவிகிறது.

நாகரிகங்கள் எவ்வாறு உருப்பெற்றன என்பதைப் புரிந்து கொள்வதற்கு எதிர்ப்பைப் பற்றிய ஆராய்ச்சி முக்கியமாகும். ஏனென்றால் நாம் வாழும் உலகத்தைக் கேள்வி எழுப்பாமல் அறிவு வளர்ச்சி சாத்தியமில்லை.

இந்த நூல் கடந்த ஆறு மாதங்களில் எழுதப்பட்டது. எதுவுமே நிச்சயமில்லாமல் இருந்த காலகட்டம் அது. ஆனாலும் இந்த நிச்சயமின்மை என்னை ஆட்கொண்டுவிடக் கூடாது என்பதில் நான் கவனமாக இருந்தேன்.

தில்லி,   ரொமிலா தாப்பர்
செப்டம்பர் 2020.

முன்னோட்டம்

எதிர்ப்பு என்பது, சாராம்சத்தில், ஒரு தனிமனிதரோ அல்லது மனிதர்களோ பிறரோடு கொள்ளும் அல்லது அவர்களின் வாழ்க்கையை வழிநடத்தும் சில நிறுவனங்களோடு வெளிப்படை யான விதத்தில் கொள்ளும் கருத்து மாறுபாடு ஆகும். மனிதர்கள் தொன்றுதொட்டே கருத்து மாறுபாடு கொண்டிருந்திருக்கிறார்கள்; இதற்காக வாதம்செய்து, கருத்து மாறுபாடு கொள்ளலாம் என்பதில் கருத்திசைவு கொண்டு, இறுதியில் கருத்தொற்றுமையை எட்டியுமிருக்கிறார்கள். இவையெல்லாம் வாழ்வின், வாழ்தலின் பகுதி. நமது அன்றாட வாழ்க்கையில் தாக்கத்தை ஏற்படுத்தும் நிறுவனங்களில் பெரும்பாலானவை நீண்ட வரலாற்றைக் கொண்டவை; அவற்றில் பல பல்வேறு விதங்களில் உருவானவை. அவற்றின் செயல்பாட்டைக் கேள்வியெழுப்புவது, நாம் கற்பனை செய்திருந்ததுபோல ஏதோ சமீபகாலமாக ஏற்பட்டதல்ல, உண்மையில் பல நூற்றாண்டுகளாக நடந்துவருவதுதான் என்பதை இப்போதுதான் உணரத் தொடங்கியுள்ளோம்.

எதிர்ப்பு என்பது, கேள்வியெழுப்புதல், விமர்சனப்பூர்வமான விசாரணை இவற்றிலிருந்தும் அல்லது வேறு அனுபவத்தை வெளிப்படுத்தும் முனைப்பிலிருந்தும் எழுகின்ற பலவித கருத்து மாறுபாடுகளைக் கொண்ட ஒரு பெரும் தொகுதி யாகும். இதைப்பற்றி எழுதும்போது நான் பிற வடிவங்களைக் குறைத்து மதிப்பிடவில்லை; மாறாக, பாரம்பரியமாகப் பெற்றுள்ளதாக

அறிவித்துக்கொண்டு, இன்றும் நாம் பெருமையோடு பேசுகின்ற நம் கடந்த காலத்தையும் பண்பாட்டையும் கட்டமைத்தபோது புறக்கணித்தவற்றை மிக நெருங்கி நின்று நோக்க முயன்றிருக்கிறேன். கடந்த காலத்தை நாம் தொடர்ந்து கட்டமைத்துக் கொண்டிருப்பதால் அதற்காக பயன்படுத்தும் கருத்துகளும் அதே போன்ற கட்டமைப்புக்கு உள்ளாகிக் கொண்டிருக்கின்றன. இவற்றைக் கண்டுணர்வதற்கு, பழைய, புதிய சிறுதடயங்களைப் பிடித்துக்கொண்டு செல்வது அவசியமாகிறது. எதிர்ப்பு குறித்த முழு ஆய்வு, அது எந்தச் சந்தர்ப்பங்களில் வன்முறை வழியிலும் சமாதான வழியிலுமான போராட்டங்களுக்கு வழியமைத்தது என்பதைப் பரிசீலனைச் செய்தாக வேண்டும். எனது நோக்கம் அகிம்சை வழியிலான எதிர்ப்பின் குரல்களை, உவமானமாகச் சொன்னால், காதில் ஒலிக்கச் செய்வதுதான்.

எதிர்ப்பு ஒரு நவீன கருத்தாக்கம் அல்ல. ஆனால் அதை அதன் பல்வேறு வடிவங்களோடு புரிந்துகொள்வது என்பது புதியது; உண்மையாகவே சுதந்திரமான, ஜனநாயக சமூகத்தில் இதுபோன்ற கேள்வியெழுப்புதல் வெறுப்புடன் பார்க்கப்படாமல், விவாதங்களின் வழியாக ஊக்குவிக்கப்பட்டு மேலும் விவாதங்கள் தூண்டப்படும் என்பதும் உண்மை. கேள்வியெழுப்பும் உரிமை இப்போது எல்லோருக்கும் பொதுவானது; வெளிப்படை யானது; எந்தக் குடிமகனும் கைக்கொள்ளக்கூடியது. முந்தைய காலங்களில் அதிகாரம் படைத்தவர்களுக்கே இந்த உரிமை இருந்தது; ஆனால் இப்போது இது குடிமக்கள் அனைவருக்கும் விரிவுபடுத்தப்பட்டுள்ளது – குறைந்தபட்சம் கோட்பாட்டளவிலாவது. முந்தைய காலங்களில் இந்த உரிமைபற்றி அவ்வப்போது விவாதங்கள் நடந்தன; ஆனால் இன்றுபோல அது பொதுப் பிரச்சினையாக மாறவே இல்லை. எனவே, எதிர்ப்பின் முக்கியத்துவத்தைக் கண்டறிந்து புரிந்துகொள்ள வேண்டிய பொறுப்பு நமக்கு இப்போது ஏற்பட்டிருக்கிறது. இந்த உரிமை அளிக்கப்பட்டிருப்பதன் உள்ளார்ந்த நோக்கம், எதிர்ப்பு தேவை என்று நாம் கருதும் சந்தர்ப்பங்களில் அதை வெளிப்படுத்தவேண்டும் என்பதுதான். இதன் வடிவங்கள் மாற்றம் பெற்றிருந்தாலும்கூட இதற்கு ஒரு வரலாற்றுத் தொடர்ச்சி உண்டு. இந்தத் தொடர்ச்சியைச் சில எடுத்துக்காட்டுகள் மூலமாக நான் இங்கே ஆய்ந்துரைக்க விரும்புகிறேன்.

ஒவ்வொரு நவீன சமூகத்திலும் பேச்சுரிமையின் ஒரு பகுதியாகக் குடிமகனுக்கு எதிர்ப்பைத் தெரிவிக்கும் உரிமையும் நிச்சயம் இருந்தாக வேண்டும். இந்த உரிமை சர்ச்சைக்குரியதாக இருந்தாலும் சமூகங்களின் தொடர்ச்சிக்கு இது மிக முக்கியமானது. இந்தியச் சமூகம்பற்றி நம் கற்பனை

என்னவாக இருந்தாலும், உண்மையில் இந்தியச் சமூகமும் பிறச் சமூகங்களைப்போலவேதான்; அது, சிறிதளவு முரண்கள் மட்டுமே கொண்டிருந்த அல்லது முரண்களே கொண்டிராத, தடைகளேயற்ற இசைவான சமூகமாக இருக்கவில்லை. நாமும் நம் பங்குக்குச் சகிப்பின்மையையும் வன்முறையையும் கருத்துமோதல்களையும் கொண்டிருந்தோம். எதிர்ப்புக் குரல்கள் ஏராளம் இருந்தன; நாம் இன்று ஏற்றுக்கொண்டிருப்பதைக் காட்டிலும் அவற்றின் வெளிப்பாடு பரந்து விரிந்து இருந்தது.

வரலாற்றுரீதியாகப் பார்க்கும்போது சமூக உறவின் சாரம்சம், அதிகாரத்தையும், நிலம், சொத்து, சடங்குகள் அல்லது அதிகாரம் அளிக்கும் பிற உடைமைகளையும் கொண்டிருந்தவர்கள் – இவற்றைக் கொண்டிராதவர்கள் என்ற இருமையில் இருந்தது; இன்றும் இருக்கிறது. அரசன் – பிரஜை, நிலப்பிரபு – அடிமை, முதலாளி–பணியாளன், காலனிய ஆட்சியாளன் – காலனிய அடிமை என்ற பதங்களின் மூலமாக இந்த உறவை நாம் அறிகிறோம். சில நூற்றாண்டுகளுக்கு முன் இந்த உறவு, ஒரு மாபெரும் வரலாற்று மாற்றங்களின் ஊடாகத் தொழில்மயமாக்கம், முதலாளித்துவம், புதிய தொழில்நுட்பத்தின்மீதான நடுத்தரவர்க்கத்தின் கட்டுப்பாடு, உழைப்பை அளிக்கும் தொழிலாளர்கள், வேளாண்மையின் ஆதாரமான விவசாயிகள் ஆகியவற்றைக் கொண்டிருக்கும் ஒரு சமூகம் உருவாக வழிவிட்டது. இந்தப் புதிய சமூகத்தை ஒருங்கிணைக்கும் நோக்கத்திற்காக உருவான காரணிகளில் ஒன்று, தேசியவாதம் – அதாவது, மக்கள் எல்லோரும் ஒரே தேசத்தைச் சேர்ந்தவர்கள் என்னும் உணர்வு. இதன் உட்கிடையாக புதுவிதமான ஓர் உறவுமுறை உருவாகும், சமூகச் செயல்படும்விதத்தை அது தீர்மானிக்கும் என்று கருதப்பட்டது. ஒரு தேசத்தின் செயல்பாட்டில், குடிமக்களாகிய அதன் மக்களுக்கும் அவர்கள் இணைந்து உருவாக்கியதான அரசுக்கும் உள்ள உறவுதான் முக்கியமானது. எனவே குடிமக்களுக்கு அரசோடு உள்ள உரிமை மையத்துக்கு வந்தது.

இந்த வரலாற்றுக் கட்டத்தில் அரசாட்சி வடிவங்களும் மாற்றம்பெற்றன – முந்தைய முடியாட்சியின் இடத்தில் ஜனநாயக ஆட்சியின் வரவு நிகழ்ந்தது. ஜனநாயகத்தில் ஒவ்வொரு குடிமகனுக்கும் சமமான அந்தஸ்து இருப்பதால் அது சமயச்சார்பற்றதாகத்தான் இருக்கமுடியும். அதன் நிறுவனங்கள் சமூகத்தின் எல்லா பிரிவினரையும் பிரதிநிதிகளாகக் கொண்டிருக்கும்; ஒவ்வொருவரும் சமமான அந்தஸ்துள்ள உரிமைகளைக் கொண்டிருப்பார்கள். இது சமயச்சார்பின்மை, ஜனநாயகம், தேசியம் இவற்றை ஒருங்கிணைத்துச் செல்வதற்கு

உதவிபுரியும். உண்மையான ஜனநாயகத்தில், எதிர்ப்பைத் தெரிவிப்பதற்கான உரிமையும் சமூகநீதிக்கான கோரிக்கையைப் பூர்த்திசெய்ய வேண்டிய தேவையும் மையமான கருத்தாக்கங்கள் ஆகும். இது குடிமக்கள் அனைவரையும் உள்ளடக்கியது என்பதாலும் சட்டப்படி அவர்கள் சமமான அந்தஸ்து உள்ளவர்கள் என்பதாலும் ஜனநாயகம் சமயச்சார்பற்றதாக மட்டுமே இருக்கமுடியும்.

இந்தப் பரந்த வரலாற்று மாற்றங்கள் நவீனகாலகட்டத்தின் பல்வேறு அறிகுறிகளில் சில எனக் கொள்ளப்படுகின்றன. எதிர்ப்பை, அதன் பொதுவான அம்சங்களைப் பிரித்தறிவதன் மூலம் எவ்வாறு அறிந்துகொள்ளலாம் என்பதிலிருந்து நான் தொடங்க விழைகிறேன். எதிர்ப்பைத் தெரிவிப்போர் எல்லா சந்தர்ப்பங்களிலும் தங்களை எதிர்ப்பாளர்கள் என்று சொல்லிக் கொள்வதில்லை; சில நேரங்களில் அவர்களுக்கே தாங்கள் எவ்வளவு தூரம் எதிர்ப்பைக் கொண்டிருக்கிறோம் என்பது முழுமையாகத் தெரிவதில்லை. எதிர்ப்பை அறிந்துகொள்வதற்கான மிகத் தெளிவான வழிகளில் ஒன்று, சமூகத்தில் 'பிற'னின் *(Other)* இருப்பைப் பிரித்தறிந்து அடையாளமிடுவது. இது எதிர்ப்பை அறிந்துகொள்ள உதவிபுரிந்து, அதைப் பிற எதிர்ப்புகளோடு அடுத்ததாக வைத்திடச் செய்கிறது.

இதைப் பற்றித் தொடர்ந்து பேசுவதற்கு முன்னால், ஜனநாயகத்துக்கு எதிரானவர்கள் – ஆனால் அதை வெளிப்படையாக ஒத்துக்கொள்ளாதவர்கள் – இப்போது அடிக்கடி சொல்லும் ஒரு கருத்திலிருந்து நான் ஏன் மாறுபடுகிறேன் எனபதைத் தெளிவுபடுத்த விரும்புகிறேன். எதிர்ப்பு என்பதே மேற்கிலிருந்து இந்தியாவுக்கு இறக்குமதி செய்யப்பட்டது என்று சொல்லப்படுகிறது. இந்த வாதத்தை முன்வைப்போரின் கற்பனையின்படி, இந்தியாவின் கடந்த காலம் களங்கமற்றது; எனவே எதிர்ப்பு என்பதற்குத் தேவையே இருக்கவில்லை. இம்மாதிரியான எண்ணங்கள் ஆசையின் வெளிப்பாடு. இதைப் போலவே, நாகரிகங்கள் என்றும் 'மேலோரின் பண்பாடுகள் *(High Cultures)*' என்றும் அழைக்கப்படுபவை குறித்த விவரணைகளும் மிகைப்படுத்தப்பட்டவையாக இருந்தன, இப்போதும் மிகைப்படுத்தப்படுகின்றன. அதாவது – இவை அபாரமான சாதனைகள்; குறைகளேயற்றவை; இவை உருவாகக் காரணமான அனைவராலும் முழுமையாக ஏற்றுக்கொள்ளப்பட்டவை.

நாகரிகம் என்பது, ஒரு சமூகம் பல நூற்றாண்டுக்காலம் குறிப்பிட்ட பாதைகளிலேயே காத்திரமான வடிவங்களை யெடுத்துப் பயணித்து, சாதனையின் உச்சத்தில் தன்னையே விஞ்சி நிற்கும் அரிய சிறப்புகளை அடைந்த ஒரு கணமாகக்

குறிப்பிடப்படுகிறது. நாகரிகத்தின் எடுத்துக்காட்டாகச் சொல்லப் படும் ஆதிக்கத்திலுள்ள பண்பாடு, அதற்கு முந்தையகாலப் பண்பாடுகளிலிருந்து மேன்மையானதாக எண்ணப்படுகிறது. மேலும், இந்தப் பண்பாடு எல்லோராலும் ஏற்றுக்கொள்ளப் பட்டது, எனவே இந்தக் காலகட்டம், கருத்துகளின் தளத்திலும் சமூகச் செயல்பாட்டுத் தளத்திலும் இசைவான, எதிர்ப்பே இல்லாத ஒரு காலகட்டம் என்பதான கருத்தே பேணப்படுகிறது. ஒரு குறிப்பிட்ட நாகரிகத்தின் சிறப்பியல்புகளாக அது வேர்கொண்ட பிரதேசம், அதன் சிறந்த இலக்கியமும் சிந்தனையும் எழுதப்பட்ட ஒரு முன்னிலை மொழி, அதற்கான அடையாளத்தை வழங்கிய ஒற்றைச் சமயம், அதன் செயல்பாட்டிற்கு ஒரு கட்டமைப்பை அளித்த விதிமுறைகள் ஆகியவை பார்க்கப்பட்டன. உலக நாகரிகங்கள்பற்றிப் பத்தொன்பதாம் நூற்றாண்டும் இருபதாம் நூற்றாண்டும் சித்தரித்த இன்பம்தரும் ஓவியம் இது.

இது சரியான சித்திரமல்ல என்று சாடையாகக் குறிப்புணர்த்தி யவர்களும் உண்டு. ஆதர்சமான நாகரிகங்கள் இருந்தன என்பதை அவர்கள் ஏற்றுக்கொண்டாலும், நாகரிகங்களை உருவாக்கி நிலைநிறுத்திய சவால்கள், அதற்கான எதிர்வினைகள் இவை குறித்தும் அவர்கள் எழுதினார்கள். சிலர், வரலாற்றுச் சுழற்சியில் தவிர்க்கவியலாததான நாகரிகங்களின் எழுச்சியும் வீழ்ச்சியும் பற்றி எழுதினார்கள். இது எதிர்ப்பையும் கருத்து வேறுபாட்டையும் குறித்ததல்ல என்றாலும் அவைபற்றிய சிறு குறிப்புணர்த்தல்கள் இதில் இருக்கத்தான் செய்தது. வேறுசிலர், ஒரு பண்பாடு அதன் வெளிப்பாட்டின் உச்சம் என்று கருதப்பட்ட நிலையை எட்டியதும், அதன் அடிப்படை அம்சங்கள் குறித்த மாற்றான பார்வைகள் எழும் என்று குறிப்பிட்டார்கள். மாற்றுப் பார்வைகள், இருப்பவற்றோடு மறைமுகமாகச் சிலவற்றைக் கூடுதலாகச் சேர்க்கும் ஒரு வடிவத்தை எடுக்கலாம் அல்லது அதனைக் கேள்வியும் எழுப்பலாம். இரண்டாவது நிலையில், அவை இருக்கும் மரபுகளோடு கருத்து மாறுபாடு கொள்ளலாம் அல்லது அவற்றை எதிர்த்து நிற்கலாம். ஒரு பண்பாட்டைப் பற்றி நமது விளக்கம் என்னவாக இருந்தாலும், அதனுள் 'பிற'னது பார்வையாக எதிர்ப்பின் இருப்பை ஏற்றுக்கொள்வது அந்தப் பண்பாட்டை அசலாகப் புரிந்துகொள்வதற்கு மிக அத்தியாவசியமாகும்.

இந்தியா நவீன காலகட்டத்தில் பிரிட்டிஷாரால் காலனியாதிக்கத்துக்கு உள்ளாக்கப்பட்டு, ஒரு காலனி என்பதாக அதன் அந்தஸ்து குறுகிப்போனாலும், அது கடந்த காலத்தில் ஒரு நாகரிகத்தை அதற்குரிய சகல குணாம்சங்களோடும் கொண்டிருந்தது என்று வரலாற்றாசிரியர்கள் கூறினார்கள். இந்தக் காலகட்டமாகக் குப்தர்களின் ஆட்சிக் காலமும் அதைத்

தொடர்ந்துவந்த காலமும் முதன்மைப்படுத்தப்பட்டன. இந்திய நாகரிகம், அமைதியை விரும்பும் அஹிம்சாவாதிகளான, எல்லாவற்றின்மீதும் சகிப்புத்தன்மையுடைய, உயர்ந்த இலட்சியங்களுக்காகவே வாழ்ந்த மக்களைக் கொண்டிருந்த சமூகம் என்று விவரிக்கப்பட்டது. எதிர்ப்புக் குரல்கள் பற்றிய பேச்சே இல்லை. ஆனால், இந்தியாவின் கடந்த காலத்தில் அகிம்சையையும் சகிப்புத்தன்மையையும் கடைபிடிக்கும்படி பல சந்தர்ப்பங்களில் வேண்டுகோள்கள் விடுக்கப்பட்டத்தை வைத்துப்பார்த்தால், இந்தியச் சமூகமும் பிறச் சமூகங்களைப் போல தன்னளவிலான வன்முறையையும் சகிப்பின்மையையும் கொண்டிருந்தது என்பதை நாம் ஏற்றுக்கொண்டேயாக வேண்டும். கடந்த காலம் குறித்த இந்த நேர்மறையான சித்திரம் உலகெங்குமுள்ள தேசியவாதிகளிடையே அவரவர்களின் சொந்த நாட்டைப் பற்றிப் பொதுவாக இருப்பதுதான். அல்லது, ஒரு குறிப்பிட்ட இனக்குழு தனது பண்பாட்டை விளக்கும்போது அதன் விசேஷ குணமாக எடுத்துக்காட்டுவதுதான் – ஆரம்பகால ஆப்பிரிக்க தேசியவாதங்களுக்குத் திசைவழி அளித்த நீக்ரோகுணம் *(Negritude)* என்ற கருத்தாக்கத்தைப் போல.

எந்த அறிவின் அடிப்படையில் ஒரு நாகரிகம் உருவாக்கப் படுகிறதோ அந்த அறிவே அடிக்கடி கேள்விக்குள்ளாக்கப் படுவதுதான் இதில் சுவாரஸ்யம். எது மரபானதோ, எது கட்டிக்காக்கப்படுகிறதோ அது கேள்விக்குள்ளாகிறது; இதன் தொடர்ச்சியாகப் பல்வேறு விதமான பார்வைகள் வெளிப்படு கின்றன. இந்தியாவின் ‘பொற்கால’ங்களில் அக்காலகட்ட நாகரிகத்தின் சாதனைகளோடு சேர்த்துச் சொல்லப்படும் வேறுவேறான சிந்தனைப் பள்ளிகளை அருகருகில் வைத்துப் பார்த்தாலே இது தெளிவாகிவிடும். இது செவ்வியல் காலகட்டம் என்று அழைக்கப்படலாம். ஆனால் செவ்வியல் என்பது ஒரு திடீர் வருகையல்ல; உண்மையில், அது முந்தைய காலத்தில் துவங்கும் ஒரு செயல்முறையின் உச்சம்தான்; ஆனால் அதன் விளைவு மேல்பரப்பில் தெரியவரும் பின்னருள்ள காலம், செவ்வியல் காலகட்டமாகச் சொல்லப்படுகிறது. இது (செவ்வியல்தன்மை) பிற காலங்களிலோ பிற பின்னணிகளிலோ முற்றிலும் இல்லாதிருப்பதல்ல; ஒரு குறிப்பிட்ட காலகட்டமும் அதுவும் கூடிவரும் சந்தர்ப்பம் நிகழ்கிறது அல்லது அந்த இணைவு ஒரு குறிப்பிட்ட காலகட்டத்தில் பெரிதாக வெளித்தெரிகிறது. எதிர்ப்புத் தெரிவிப்போருக்கும் அதிகாரத்திலிருப்போருக்கும் இடையே உரையாடல் நடந்தது என்பதை இந்தக் காலகட்டத்தின் குணாம்சமாகக் கொள்ளலாமா என்று ஒருவர் கேட்கலாம். இந்த உரையாடல் குறித்த அறிவை

முன்னெடுத்துச் சென்று, நாகரிகம் என்று ஒன்றை அழைப்பதற்கான அடித்தளத்தை அளிப்பதுதான் உண்மையில் தேவைப்படுகிறது.

எனவே நான் எதிர்ப்பின் வெளிப்பாடுகளை நோக்க விரும்புகிறேன்; எல்லாச் சமூகங்களுக்கும் முக்கியமானதான எதிர்ப்பை, இந்திய வரலாற்று அனுபவத்தின் வெவ்வேறு காலகட்டங்களின் பலவிதப் பின்னணிகளில் வைத்துப் பார்க்கவிருக்கிறேன். இந்திய சமூகத்தில் 'பிறன் *(Other)*' என்பது 'நிலைபெற்றச்' சமூகத்தோடு—எட்வர்ட் செய்தின் கருத்தாக்கத்தில் சொல்வதானால் 'தான் *(Self)*' என்பதோடு – கொண்டிருந்த தொடர்பை எவ்வாறு வெளிப்படுத்தி அதன் இருப்பைக் காண்பிக்கிறது, இந்த உலகைக் குறித்த பிறனின் பார்வை எப்படி இருந்தது என்பதையும் நாம் கேட்க வேண்டும். நான் இதை ஒன்றோடொன்று பின்னிப் பிணைந்த விஷயங்களின் தொகுப்பாகத்தான் கருதுகிறேன்: முதலாவது, பிறன் என்று நாம் அழைப்பதை அறிந்துகொள்வது; இரண்டாவது, அதற்கும் நிலைபெற்ற சமூகத்தோடும் சமயத்தோடும் – இதில் பின்னது 'தான்' – இவற்றோடுள்ள உறவாடல். பின்னது 'தான்' என்று அழைக்கப்படுவதற்குக் காரணம், சமூகத்தில் இது ஆதிக்கம் செலுத்தும் இடத்தை எடுத்துக்கொள்வதால்தான். அந்தச் சமூகத்திற்கு வடிவம்கொடுப்பது தான்தான் என்று இது பிரகடனப்படுத்திக்கொள்கிறது. சமூகத்தோடுள்ள இதன் உறவாடல் பலதரத்திலான செயல்பாடுகளை உள்ளடக்கியதாக இருந்திருக்கும்; ஆனால் நான் இங்கே ஒரு சில எடுத்துக்காட்டுகளை மட்டும் எடுத்துக்கொண்டு, சமூகத்திற்கும் சமயத்திற்குமான பரஸ்பர உறவையும் தானுக்கும் பிறனுக்குமான பலவகைப்பட்ட உறவுநிலைகளையும் கவனப்படுத்துகிறேன்.

'பிறன்' என்று நான் எதை / எவற்றைக் குறிப்பிடுகிறேன் என்பதை விளக்க வேண்டியிருக்கிறது. எளிமையாகச் சொன்னால்: 'தானி'ன் சில பார்வைகளைக் கேள்வியெழுப்புவதால் வேறானவர்களாகக் கருதப்படும் அல்லது கருத வேண்டியவராகக் கூறப்படும் ஒரு தனிமனிதரோ அல்லது ஒரு மக்கள்குழுவோ 'பிறன்' என்று அழைக்கப்படுவர். 'பிறன்' அல்லது 'பிறன்கள்' 'தானி'லிருந்து வேறுபட்டவர்கள். தானுக்கும் பிறனுக்கும் இருக்கும் வேற்றுமையின் அளவு மாறுபடலாம் – அது தற்காலிகமாகத் தென்படும் வேறுபாடாக இருக்கலாம்; அல்லது பிரக்ஞைபூர்வமான நிராகரித்தலாகவும் இருக்கலாம்.

வேற்றுமையின் அளவு எதுவானாலும், பிறன் என்பது ஒவ்வொருச்சமூகத்திலும்இருப்பதுஎன்பதைஏற்றுக்கொள்ளத்தான் வேண்டும். இது 'தானை' வரையறுக்கவும் உதவியாக இருக்கும்.

‘தானை’ப் போலவே ‘பிற’னுக்கும் பல திறத்திலான அம்சங்கள் உண்டு. ஆக, ‘பிறன்’ எதை எதற்காக எதிர்க்கிறோம் என்பதை, அதாவது ‘தான்’ எது என்பதை ஒருவிதத்தில் விளக்கவும் செய்கிறது. உண்மையில் நாம் நம்மை – தனிநபராகவும் சமூகமாகவும் – வரையறுத்துக்கொள்வதற்கு நம்மிலிருந்து வேறானவர்கள் என்று பார்க்கப்படுவோர் பலசமயங்களில் உதவுகிறார்கள்.

மக்களைப் ‘பிறன்’ என்று அடையாளம் காண்பது பலவழிகளில் பயன்படுகிறது: சமுதாயத்தின் ஒரு பிரிவை விளிம்பு நிலையில் வைக்கலாம் அல்லது ஒதுக்கிவைக்கலாம்; ஏன் நாடுகடத்தக்கூடச் செய்யலாம். நமது காலத்தில் உலகம் முழுவதும் பல்வேறு குழுவினர் குடியுரிமை மறுக்கப்பட்டோ அல்லது நாட்டிலிருந்து வெளியேற்றப்பட்டோ அகதிகளாக ஆகியுள்ளார்கள். கடந்த காலத்தில் குடிமக்களின் உரிமைகள் என்பது கிடையாது; ஆனால், இன்று அவை நமது சமூகங்கள் செயல்படுவதற்கு மிக முக்கியமானவையாக இருக்கின்றன. மக்களைப் பிறனாகக் கருதுவது கடந்த காலத்தில் முற்றிலும் அறியப்படாமலிருந்த ஒன்றல்ல; வரலாற்றுரீதியாக இது அவ்வப்போது புதிய பண்பாடுகளையும் அம்சங்களையும் கொண்டுவந்திருக்கிறது. நாம் நாகரிகங்கள் என்று குறிப்பிடுபவை எல்லாம் சாராம்சத்தில் நாகரிகத்திற்கான அனைத்தையும் உள்ளிழுத்துக்கொள்பவையாகவும் பலவித இழைகள்சேர்ந்து நெய்யப்பட்டவையாகவும் இருந்தன என்பதை வரலாற்றாசிரியர்கள் ஏற்றுக்கொள்கிறார்கள். இந்த இழைகள் உள்ளூர் அளவிலான முற்றிலும் வேறான பண்பாடுகளாக இருக்கலாம்; அல்லது பண்பாடுகளுக்குள்ளிருந்தே பரிணாமம் பெற்றவையாகவும் இருக்கலாம். அதைப் போலவே, குடிபெயர்ந்து வருவாரோடு வரலாம்; ஓரளவுக்கு ஒரு பகுதி மக்கள் வேறு பகுதிகளுக்குச் சென்று குடியேறி ஒருவிதமான குடியிருப்பு விரிவாக்கத்தையோ சில சந்தர்ப்பங்களில் ஒரு காலனியையோ ஏற்படுத்தும்போதும் இது நிகழலாம். மேல்தட்டுச் சமூகத்துக்கும் சாதாரண சமூகத்துக்கும் இடையேயான சமூக இடைவெளி, சமுதாயத்தில் எவையெவை யார்யாருக்குரியவை என்பதைப் பிரித்து வரையறைசெய்து வைத்திருப்பதன்மூலமாக கடைபிடிக்கப்படுகிறது; ஆனாலும் கருத்துகள் சுழன்று சுழன்று சென்றுவிடுகின்றன; அல்லது சிறிதுசிறிதாகக் கசிந்துசெல்கின்றன. இருக்கும் பண்பாடுகள் மாற்றமுறுகின்றன அல்லது புதிதாகச் சில உருக்கொள்கின்றன. இதனால், ‘தான்’, ‘பிறன்’ என்ற அடையாளங்களும் மாறலாம். ஆனால் இவ்விரண்டின் இருப்பு ஒவ்வொரு சமூகத்திலும், மறைமுகமாகவோ அல்லது வேறு எவ்வாறேனும், ஏற்றுக்கொள்ளப்படுகிறது.

அப்படியானால், பிறன்மையைச் (Otherness) சேர்ந்தவர்கள் எவரெவர் என்று தீர்மானிப்பது யார்? அதிகாரத்திலிருப் பவர்கள்தான் வழக்கமாகத் தங்களை நிலைபெற்றுவிட்ட 'தான்' என்று கருதுபவர்கள்; 'தானு'க்குத் தொடர்புடைய 'பிறன்' என்னும் எதிர்நிலை அடையாளத்தை உருவாக்குவதும் அவர்கள்தான். பொதுவாக யார் 'தானை'க் கேள்வி கேட்கிறாரோ அவர் 'பிறன்' என்று வரையறுக்கப்படுவார். இருகூறுபடுத்தும் இந்தத் தன்மை 'பிறன்மை'யைத் தீர்மானிக்கிறது; அந்தஸ்துக்கும் அதிகாரத்துக்கும் தெளிவான வடிவம்கொடுத்து அவற்றை உறுதிப்பட உதவுகிறது; இவ்விரண்டும் இல்லாதவரைத் தூர விலக்கிவைக்கிறது. பெரும்பான்மையான சமூகங்களில் இந்த இருமை கடைப்பிடிக்கப்படுகிறது. ஆனால் இவை நிரந்தரமான முத்திரைகளாக இருப்பதில்லை; தானுக்கும் பிறனுக்குமான உறவு காலப்போக்கில் மாறிக்கொண்டே இருக்கிறது; மிகத் தொலைவில் நின்றவை அருகே நெருங்கிவருகின்றன; அல்லது அருகில் இருப்பவை தூரவிலகிப் போகின்றன. பிறனை அறிந்துகொள்வது என்பது, கடந்த இரு நூற்றாண்டுகளாக, சமூகச் செயல்பாட்டைக் குறித்த கோட்பாடுகளாக உருவாகி யிருந்தது. இந்திய நாகரிகம் பற்றிய காலனிய விளக்கங்களால் அதன் புரிதல் மாற்றம்பெற்றது; தற்போது பின்காலனிய நோக்கி லிருந்து அது மீண்டும் மாறிக்கொண்டிருக்கிறது. எனவே, 'தான்', 'பிறன்' இவற்றின் உறவுநிலையை ஆராயும்போது வரலாற்றுப் பின்னணியை உதறிவிட முடியாது.

வேறு புவிப்பரப்பைச் சேர்ந்தவர்கள், வேறு பண்பாடுகளைச் சேர்ந்தவர்கள் மட்டுமே பிறனாக எண்ணப்படுகிறார்கள் என்ப தில்லை. உண்மையில், பிறன்கள் அதிகமும் – திகைப்பளிக்கும் அளவுக்கு – ஒரே சமுதாயத்துக்குள்ளிருந்தே உருவாகிறார்கள். சமுதாயங்கள் சமூகரீதியாகவும் பண்பாட்டுரீதியாகவும் அடுக்குகளாகப் பிரிக்கப்பட்டுள்ளதால் வேறுபாடுகள் இருக்கத்தான் செய்கின்றன – வாழ்நிலம் மற்றும் இருப்பிடம் சார்ந்த, பொருளாதாரம் மற்றும் தொழில்நுட்பம் சார்ந்த, உறவுமுறை மற்றும் மரபுரிமை சார்ந்த, நம்பிக்கைகள் மற்றும் வழிபாட்டுமுறைகள் சார்ந்த வேறுபாடுகள் – இவற்றோடு சில இடங்களில், உடல் சார்ந்தவையுமான வேறுபாடுகள். நாம் பண்பாடு என்றழைப்பதிலுள்ள இந்தக் கூறுகளைத்தான் வாழ்வியல் முறை என்று வரையறுக்கிறோம்.

இந்த வேறுபாடுகளின் காரணமாகப் பிறனின் இருப்பு தவிர்க்க முடியாததாக இருந்தது; இருந்துவருகிறது. இந்த வேறுபாடுகள் எவ்வாறு தானையும் பிறனையும் உருப்பெற

வைத்தன என்பதை நோக்குவதுதான் வரலாற்றுரீதியாகப் பயனுள்ளதாக இருக்கும். இவற்றுக்கு இடையேயான உறவு அடிப்படையிலேயே எதிரெதிராக இருக்கவில்லை; நடைமுறையில் அப்படித் தோன்றலாம்; அதுபோல அவை பரஸ்பரம் ஒத்துப்போவதாக இருக்க வேண்டும் என்பதும் இல்லை. ஆனால், போட்டி என்று வரும்போது, வலியது எளியதைப் பிறன் என்று பிரித்துவைக்க முற்படுகிறது.

முந்தைய சமூகங்களில் – குறிப்பாக அறிவுக்கான புதிய தேட்டங்கள் இருந்தவற்றில் – பல நூற்றாண்டுகளுக்கு முன்பே பிறன் என்று ஒன்று இருப்பது ஒப்புக்கொள்ளப்பட்டது. சில நேரங்களில், மந்திரவாதியின் உருவில் இது வெளிப்பட்டது – ஒரு புதிர் மனிதரான இவர் ஒரே நேரத்தில் சமுதாயத்தின் உறுப்பினராகவும் அந்நியராகவும் இருந்தார். விண்டிடவோ, அறிந்திடவோ இயலாத ஒரு 'உலக'த்தைப் பற்றிய அறிவு தனக்கு இருப்பதாக அவர் கூறிக்கொண்டார். சிலர் இதை ஏற்றுக்கொண்டனர்; பிறரோ சந்தேகப்பட்டனர்.

ஆனால் நுட்பமான, அதேநேரம் புரிந்துகொள்ளும்விதங்களில் பிறனின் இருப்பு ஏற்றுக்கொள்ளப்பட்டதும் உண்டு. அவற்றில் ஒன்று விவாதம்– நம் அனைவரையும் மகிழ்விப்பது இது. அனைத்துத் தத்துவ மரபுகளும் அறிந்திருந்ததான இந்த முறை, ஒருவிதத்தில் இயங்கியல் முறையை ஒத்திருப்பதாகத் தோன்றுகிறது. எதிர்த் தரப்பின் பார்வை முதலில் தரப்படும்; பின்னர் அதை மறுப்பவரின் வாதம் முன்வைக்கப்படும். இவ்வாறு இரண்டையும் முரண்படுத்திக்காட்டுவது ஒரு தீர்வைத் தரலாம்; தராமலும் போகலாம். இந்த முறையியல், இந்தியத் தத்துவ மரபில் பூர்வபக்ஷம், பிரதிபக்ஷம், சித்தாந்தம் என்ற பெயர்களில் அறியப்பட்டிருக்கிறது. சமணம் போன்ற பிற சிந்தனைப் பள்ளிகளில், இவை ஒவ்வொன்றும் மேலும் நுட்பமாக வேறுபடுத்தப்படுகிறது – அனைத்துமே 'தான்', 'பிறன்' இவற்றின் பார்வைகளை மையம்கொண்டே சுழலுகின்றன.

இந்தச் சட்டகத்திலான விவாதத்திற்கு மிக நுட்பமான பயன்களும் இருக்கின்றன. எதிரான பார்வையை முன்வைப்பதன் மூலம், பதில் எதற்கானது என்பது சுட்டப்படுவதோடு, பதிலளிக்கப்படுவதற்கான சாத்தியப்பாட்டையும் அது அறியத்தருகிறது; அதாவது, எதிராளியின் வாதம் எப்போதும் ஒதுக்கிவைக்கப்படவேண்டியது அல்ல என்பதை. பூர்வபக்ஷ வாதங்களின் மாதிரிகள் தொகுக்கப்படுமானால், எதிர்ப்புப் பார்வைகள் பற்றிய சிறப்பான சித்திரம் நமக்குக் கிடைக்கலாம். அறிவானது மாறாமல் நிலையாக ஒருபோதும் இருக்க

முடியாது; ஏனெனில் புதிய சான்றுகளும் ஆய்வுமுறைகளும் அதில் மாற்றத்தை உருவாக்குவது தவிர்க்க முடியாததாகும். எனவே தொடர்ந்து கேள்வியெழுப்புவதென்பது அவசியமாக இருந்தது; இருக்கிறது. அறிவுத் துறையில் – புராதன அறிவியல் என்றழைக்கப்படக்கூடிய துறை, தத்துவம் ஆகிய இரண்டிலும் – அடைந்திருந்த அபாரமான முன்னேற்றத்தை வைத்துப் பார்த்தால், கடந்த காலத்தில் மிகவலுவான ஆக்கபூர்வமான கேள்வியெழுப்புதல் இருந்திருக்க வேண்டும்.

பௌத்த நூல்கள் விவாதா, அதாவது போட்டி, குறித்துப் பேசுகின்றன; மலிவான குணங்களான சுயநலம், கோபம், பொறாமை, உலகப்பற்று, இழிநோக்கங்கள் இவற்றினால் அது வெளிப்படுவதாக அவை கருதின. ஆனால், பனுவலொன்றின் ஆழ்ந்த நோக்குகொண்ட ஒரு பகுதி, இந்த விவாத குணம் புத்தரின் போதனைகளான தம்மத்தையும் விநயத்தையும் பற்றிய அறியாமையால் வருவதாகக் கூறுகிறது. மேலோட்டமாகப் பார்க்கும்போது இது அவற்றிலுள்ள விதிகளைப் பின்பற்றாததைக் குறிப்பதாகத் தோன்றலாம். ஆனால், ஆழமாகப் பார்த்தால் இதை தம்மம் விநயம் இவற்றைக் கேள்வியெழுப்புவது அல்லது எதிர்ப்பது என்பதாகக் கொள்ளமுடியும். நாம் வாழும் உலகைக் கேள்வியெழுப்புவதைத் தனது நோக்கமாகச் சொல்லும் தத்துவத்தில் எதிர்க்கேள்வி இல்லாதிருக்கும் சாத்தியம் இல்லை,

பண்டைய உலகின் மற்றொரு பகுதியிலிருந்த சாக்ரடீஸின் முறை சொல்வதும் இதை ஒத்ததே. அபிப்பிராயத்தையும் விவாதத்தையும் உள்ளடக்கியதுதான் அறிவு; அது வேற்றுப் பார்வைகளை எதிர்நோக்கித் தொடர்ந்து விழிப்போடு இருக்கும். இது முரண்களை ஆய்ந்தறிவதற்கும் உண்மையைக் கண்டடையக் காரண அறிவைப் பயன்படுத்துவதற்கும் வழிகோலுகிறது. மத்திய காலத்தைச் சேர்ந்த தத்துவவாதியான அக்யூனாஸ் அளித்துள்ள முறை இதைக் கோடி காட்டுகிறது. ஆதாரக் கேள்வியானது சார்பானதும் எதிரானதுமான வாதங்களுக்கு உட்படுத்தப்பட வேண்டும்; அப்போதுதான் பதிலிறுப்பதற்கு முன்னர் கேள்வியை முழுமையாக மறுபரிசீலனை செய்ய முடியும். நவீன காலகட்டத்தில் தத்துவவாதிகள், இந்த வரிசையை ஓரளவு மாற்றி, முதலில் கருத்து, அதைத் தொடர்ந்து எதிர்க்கருத்து இவற்றின் முடிவாக இணைக்கருத்து என்ற வரிசையை அளித்தனர். இதுதான் இயங்கியல் முறை என்பதாக அறியப்படுகிறது.

பிறனின் இருப்பு – ஒரு மனிதரின் வடிவிலோ அல்லது வேறுபட்ட சிந்தனையின் வடிவிலோ – எந்தச் சமுதாயத்தின்

வாழ்விலும் சிந்தனையிலும் இயல்பானதுதான். வாதங்கள், விவாதங்களின் வழியாகப் பிறனுக்கு இடமளிக்க முடியும்; தீர்வு எட்டப்படாமல் போனாலும்கூடச் சேர்ந்து வாழலாம் என்று உடன்பாடாவது கொள்ளமுடியும். இப்போதெல்லாம் நாம் பிறனிடம் பொறுமைகாட்டுவதில்லை. மாறாக, வன்முறையால் எதிர்கொள்கிறோம். நமது பொறுமையின்மை பலவிதங்களில் நம்மீது படர்ந்திருக்கிறது; பலநேரங்களில் சமய அடையாளத் திற்கும் சமுதாய அடையாளத்திற்கும் இடையிலான உறவாடல் மூலமாக. இப்போது இந்தியாவில் இதைச் சமூக, சமய விஷயங் களில் மட்டுமல்ல, அரசியலிலும் தெளிவாகக் கேட்கவும் பார்க்கவும் முடிகிறது.

இந்த இடத்தில் வரலாற்றாசிரியர்களான எங்களில் சிலர் சமூகத்திற்கும் சமயத்திற்குமான உறவாடலை எப்படிப் பார்க்கிறார்கள் என்பதைச் சுருக்கமாகத் தெளிவுபடுத்த விரும்புகிறேன். இந்த உறவாடலைக் குறித்துச் சிந்திப்பது முக்கியம்; ஏனென்றால், நமது சமுதாய அமைப்பும் நமது சமயங்களின் வடிவமும் உலகம் முழுவதும் ஒருபோதும் தற்செயலாக உருவானதாக இருந்திருக்க முடியாது; இருக்கவும் முடியாது. அவை பிரக்ஞைபூர்வமாகத் தெரிவுசெய்யப் பட்டவை, எனவே அவை பகுப்பாய்வுக்கு உட்பட்டவை; இவ்வடிவத்தை ஏன் தெரிவுசெய்தோம், செய்கிறோம் என்பதை நாம் அறிந்துகொண்டாகவேண்டும்.

சமயமானது சம்பிரதாயமற்றது, சம்பிரதாயமானது ஆகிய இரண்டு தளங்களில் வெளிப்படுகிறது. சம்பிரதாயம் சாராத நிலையில், சமயம் என்பதன் மைய விஷயங்களான யாரை வணங்க வேண்டும்? என்ன விதமான நம்பிக்கைகளை எதற்காகப் பின்பற்ற வேண்டும்? போன்றவை ஒரு தனிமனிதனின் தெரிவாகவே இருக்கும். ஒப்பீட்டளவில் இது ஒருவரின் தனிப்பட்ட சுதந்திரமான தெரிவுதான். நான் ‘முழுமையாக’ என்று சொல்லாமல் ‘ஒப்பீட்டளவில்’ என்று சொல்வதற்குக் காரணம், பெரும்பாலான நேரங்களில் நமக்கான தெரிவுகள் சமய, சமூக அடையாளங்களுக்கிடையிலான தொடர்பின்வழியே செய்யப்படுவதுதான். ஒருவர் பிறந்திருக்கும் குடும்பத்தின் சாதி, பிரிவு இவைதான் அவரது சமய அடையாளத்தைத் தீர்மானிக்கிறது – குறைந்தபட்சம் ஆரம்ப காலகட்டத்திலாவது.

ஒரு நம்பிக்கையையும் நடைமுறையையும் அவற்றோடு தங்களை அடையாளப்படுத்திக்கொள்வோர் ஒருமித்து பின்பற்றும்போது சமய எண்ணங்கள் முறைப்படுத்தலுக்கு உள்ளாகின்றன. அப்போதுதான் சமூகச் சிக்கல்களும் தொடங்கு

கின்றன. ஒவ்வொருச் சமயப் பிரிவினைத் தோற்றுவிப்போரும் அந்தந்தப் பிரிவுகளின் அடையாளத்தை வரையறுப்பதற்காக நம்பிக்கை விதிகளையும் சமூக நடவடிக்கைகளையும் திணிக்க வேண்டிவருகிறது; தர்ம சாஸ்திரங்களையும் ஷரியா விதிகளையும் இதற்கு எடுத்துக்காட்டுகளாகக் கொள்ளலாம். எதற்காக இந்த விதிகளைப் பிரிவுகள் புகுத்துகின்றன, அவற்றை ஒழுக வேண்டும் என்பதற்காகவா அல்லது அவற்றை எதிர்ப்பதற்காகவா? வெற்றிபெற்ற சமயமானது தனக்கு அதிகாரம் வழங்கவும் ஆதரவாளர்களைப் பெருக்கவும் சமுதாயத்தில் நிறுவனங்களை ஏற்படுத்துகிறது. மிகவும் வெளிப்படையான நிறுவனங்கள் பூசகர்களையும் துறவிகளையும் பயில்வித்து தயார் செய்கின்றன; புனித நூல்களில் எவை இடம்பெற வேண்டும் என்பதைத் தீர்மானிக்கின்றன; வழிபாட்டுத் தலங்களை நிர்வகிக்கின்றன; நன்கொடைகள் பெற ஏற்பாடுகள் செய்கின்றன; நம்பகமான ஒரு புரவலரைத் தேடுகின்றன; சம்பிரதாயமான சடங்குகள், பனுவல்கள் இவற்றைப் பேணுகின்றன; சம்பிரதாயப் பற்றாளர்கள் சிதறாமல் உருக்கொள்ள ஊக்கமளிக்கின்றன. இறுதியாகச் குறிப்பிட்டவர்கள்தான் ஒரு சமயத்தினதும் அது உருவாக்கும் நிறுவனங்களினதும் அடித்தளமாக ஆகிறார்கள். சமுதாயமும் இவர்களை அங்கீகரிக்கிறது.

இந்த நிலையில் சமயம் தனிமனித அனுபவம் சார்ந்தாகப் பார்க்கப்படுவதில்லை; ஒரு சமுதாயத்தின் அனுபவ வெளிப்பாடு அல்லது ஒரு இனக்குழுவின் வெளிப்பாடு என்பதாகவே அதிகமும் பார்க்கப்படுகிறது. தனிப்பட்ட நம்பிக்கையானது சமுதாயத்தோடு இயைந்து செல்வதற்கு பாதைவிடுகிறது. சமுதாயத்தோடு இயைந்து செல்வதென்பதோ எந்தக் கேள்வியும் எழுப்பாமல் ஆதரவளிப்பதைக் கோருவது. இந்தப் புள்ளியில், தனிமனிதர்களின் ஆதர்சங்களுக்கும் சமுதாயத்தின் தேவைகளுக்குமிடையில் சில வேறுபாடுகள் உருவாகலாம். இந்தக் கணமே மாற்றத்தை ஏற்றுக்கொள்ளாதோர் தங்களின் எதிர்ப்பைத் தெரிவிப்பதற்கான சரியான சந்தர்ப்பமாக இருக்கக்கூடும். இது சம்பிரதாயமான சமயங்கள் ஒவ்வொன்றின் வாழ்விலும், ஏன் மிகப்பெரிய சமயப் பிரிவுகளின் வாழ்விலும்கூட இது தொடர்ந்து நடந்துவருவதாகும்.

சமயங்கள் சில மாற்றங்களும் சில புத்துருவாக்கங்களும் கொண்ட பல கட்டங்களினூடாகக் கடந்துவருகின்றன. தன்விருப்பம் காரணமாக சிலர், தங்கள் சமயம் ஒருசில நேரங்களில் தடுமாற்றங்களுக்கு ஆளானாலும், பெரும்பாலும் சீரான வரலாற்றின் வழியே மலர்ந்ததாகப் பார்க்கக்கூடும். உண்மையில், எது மாற்றமடைய வேண்டும் என்பதை அந்தந்தக் காலகட்டத்தின்

பின்னணிதான் தீர்மானிக்கிறது; நுட்பமான மாற்றத்திலிருந்து வெளிப்படையான மாற்றம்வரையிலான மாற்றங்களை இந்தக் காலகட்டங்கள் பதிவுசெய்துள்ளன. மனிதனின் இருப்பை விளக்கும் நோக்கத்தால் விளைந்த மூல போதனையானது, எதிர்ப்புக்கு எதிர்வினையாற்றுவதன் வாயிலாகவோ அல்லது பிறச் சமயங்களின் அருகாமையால் அவற்றின் தாக்கம் சிறிதுசிறிதாக ஊடுருவுவதாலோ உருமாற்றம் பெறலாம்.

வரலாற்று ஆளுமைகளால் தோற்றுவிக்கப்பட்ட சமயங்களின் வரலாற்றுப் பாதை, தோற்றுவித்த ஆளுமையின் போதனையில் துவங்கி தீர்மானமான குறிக்கோள்களைக் கொண்ட தொலைவியல் நோக்கோடு *(teleology)* பல கட்டங்களினூடாகத் தொடர்கிறது; எனவே சின்ன அளவிலான மாறுதலே அதில் நிகழ்கிறது. பல்வேறு விதமான நம்பிக்கைகளும் வழிபாட்டுமுறைகளும் ஒன்றுகூடி உருவான வேறு வகை சமயத்திலோ பயணிக்க வேண்டிய பாதைக்கான தேடல் இருக்கும். இந்தத் தேடலின் பலனாக, பலநேரங்களில், பல்வேறு பாதைகளில் பயணிக்கும் பிரிவுகள் தோன்றுகின்றன. ஒரு பிரிவுக்குப் போதுமான அளவு சமூக, அரசியல் பின்புலம் இருக்குமானால், அது தன்னை ஒரு குழுவின் பிரதிநிதியாக அறிவித்துக்கொள்ளும். ஆனால் இவையெல்லாம் அது எழுந்த காலத்து வரலாற்றுப் பின்னணியைப் பொறுத்ததாகும்.

புதிய சமயங்களின் துவக்கம் முறைப்படியாக இல்லாம லிருந்தாலும் அவற்றுக்கு ஆதரவு பெருகப் பெருக, அவை சம்பிரதாயமான அம்சங்களை எடுத்துக்கொண்டு, தங்களின் கருத்துகளைப் பரப்பவும் சமுதாயத்திலும் பிரதேசப் பரப்பிலும் தங்கள் இருப்பைக் குறிக்கவும் நிறுவனங்களை ஏற்படுத்தலாம். இந்தக் கட்டத்தில்தான் சமயம் ஒரு நிறுவனமாக்கப்பட்ட தோடு இணைந்ததான கட்டடங்கள் தோற்றம் கொள்கின்றன – விகாரைகள், சைத்தியங்கள், ஸ்தூபிகள், கோவில்கள், ஆசிரமங்கள், மடங்கள், மசூதிகள், மதரசாக்கள், கான்குவாக்கள், தேவாலயங்கள், கன்னிகாஸ்திரீ பள்ளிகள், குருத்துவாராக்கள் போன்றவை. நிறுவனங்கள் சமயத்திற்கும் அது வாழும் சமூகத்திற்கு மான உறவில் மாற்றங்களைக் கொண்டுவந்து, முந்தைய முறைசாராத சமயத்தின் நெகிழ்வுத்தன்மையைக் குறைத்து விடுகின்றன. சமூகத்தின்மீதான ஒரு சமயத்தின் தாக்கத்தின் வலுவை மதிப்பிடுவதற்கு நிறுவனங்கள் முக்கியமானவை.

சமூகத்தில் ஒரு சமயமானது புதியதொரு பாத்திரத்தை எடுக்க வேண்டிவரும்போது அந்தச் சமயத்தின் வடிவமும் மாறலாம். இது நிகழுமாயின், அந்தச் சமயத்தின் செயல்பாடு தனிப்பட்ட நம்பிக்கை, வழிபாடு இவற்றோடு நின்றுவிட

வில்லை என்பதற்கான அறிகுறியாக அது ஆகிறது. இப்போது அது, பொதுப்பரப்பில் சமூக, அரசியல் கொள்கைகளில் ஈடுபாடுகாட்டும் சக்தி மிகுந்த முகமையாகிறது; இந்தக் கட்டத்தில்தான் சமூகத்திற்கும் சமயத்திற்குமான பரஸ்பர உறவில் சிக்கல் உருவாகிறது.

நம்பிக்கைகள், சமூக நடைமுறை இவற்றிற்கான விதிகள் நிலைபெற்றுப் பூர்வக்கொள்கைப் பற்றாளர்கள் (*Orthodoxies*) உருவாகும்போது, எதிர்ப்புக்கான வாய்ப்பு ஏற்படுகிறது; சிலரது கருத்துப்படி சிலநேரங்களில் ஒரு தேவையாக அது இருக்கிறது. சம்பிரதாயமான ஒவ்வொரு சமயமும் முதிர்ந்த சமூகமும் எதிர்ப்பாளர்களை எதிர்கொள்ளும். எதிர்ப்பானது, தலைகீழான விதத்தில், பூர்வக்கொள்கைப் பற்றாளர்களின் எண்ணிக்கையை அதிகப்படுத்துகிறது; ஏனெனில். இவர்கள் எதிர்ப்பை அடக்குகிறார்கள். 'பிறன்', பூர்வக்கொள்கைப் பற்றாளர்களிடமிருந்து வேறுபடுகிறது. இந்த வேறுபாட்டிலிருந்து அதற்கேயுரிய முறையான நம்பிக்கையும் கட்டமைப்பும் உருப்பெறுகின்றன. இப்போது பூர்வக்கொள்கைப் பற்றாளர்களின் முன்னால் தெரிவுக்கான ஒரு வாய்ப்பு இருக்கிறது: எதிர்க்கருத்தின் ஆதாரவாளர்களைத் தனிமைப்படுத்திச் சமூகத்திற்குள்ளிருக்கும் எதிரிகளாக அவர்களைப் பாவிப்பது அல்லது எதிர்ப்பைச் சிறிதுசிறிதாக உட்கிரக்கித்துத் தன்வயமாக்கி அது தன் அடையாளத்தை இழக்கச்செய்வது. காலனிய காலகட்டம்வரையிலும், இந்திய சமயங்கள் நடைமுறையில் இந்தப் 'பிறன்மை'யை இயல்பாகவே கொண்டிருந்தன. அது எடுத்த வடிவமும் உட்பிரிவுகள் என்பதாகத்தான் இருந்தது; இந்தப் பிரிவுகள் குறைந்த எண்ணிக்கையிலான சமுதாயத்தின் மேல்தட்டினரைக் காட்டிலும் பரந்து விரிந்த மக்களை நோக்கியே பேசின. எனவே சமூகத்துக்கும் சமயத்திற்குமான உறவாடல் மையம்பெற்றது.

வரலாற்று நிகழ்வுகள் மாறும்போது இந்த உறவுகளும் மாறலாம்; விதிவிலக்காகச் சிலவற்றில் இந்த உறவு மீண்டும் பழையநிலைக்கே திரும்பலாம். பண்பாடுகள் – இங்கு நான் குறிப்பிடுவது வாழ்க்கை முறைகள் – ஒருபோதும் ஒருபடித்தானதாகவோ, எவற்றோடும் சேராமலோ அசைவுறாமலோ இருந்ததில்லை. தன் வரலாறு நெடுகிலும் புனிதத்தோடும், தூய்மையோடும் தொடர்ந்து இருந்த பண்பாடு என்று எதுவுமில்லை. ஒவ்வொரு பண்பாடும் அதன் உள்ளார்ந்த உத்வேகத்தினாலோ அல்லது புதிய அம்சங்களின் வரவினாலோ மாற்றத்துக்குள்ளாகலாம். பூர்வக்கொள்கைப் பற்றாளருக்கும் எதிர்ப்பாளர்களுக்கும் இடையேயான உறவுகளும்கூட

மாற்றமடையலாம்; வரலாற்று மாற்றங்களின் பாதிப்புக்கு இவை ஆளாகவும் செய்யலாம். ஒரு மரம் பல வேர்களையும் பக்கக் கிளைகளையும் கொண்டிருக்கும்; இதுதான் அதன் நிலைபேற்றை உறுதிப்படுத்துகிறது.

வரலாற்று மாற்றங்கள் இந்த உறவுநிலைகளில் மாற்றத்தைக் கொண்டுவரலாம். ஒரு சமயத்தின் அல்லது ஒரு சமூகத்தின் வரலாறு ஒருபோதும் நிலையானதாக இருப்பதில்லை. இந்தியாவில் பரந்துபட்ட மக்களால் பின்பற்றப்படும் சமயங்கள் இந்தத் துணைக்கண்டம் நெடுகிலும் ஒருமைத்தன்மையான தாகவோ அல்லது சீரானதாகவோ இருக்க முனைந்ததில்லை; அவ்வாறு இருந்தது சில மேல்தட்டினரின் மட்டத்தில் மட்டுமே. காலனிய காலகட்டத்திற்கு முன்பு, சமய அடையாளம் பெரும்பாலும் பிரிவுகளின் – ஒரு பெரிய சாதியினதாகவோ அல்லது சாதிகளைக் கடந்ததாகவோ – மூலமாகவே வெளிப் பட்டன. இவை சில குறிப்பிட்ட மக்கள் பிரிவினரிடமும் மேல்தட்டினரிடம் மட்டுமல்லாமல் பரந்துபட்டவர்களிடமும் பேசின. எனவே ஒரு பிரிவு சமூகத்தின் எந்த வகுப்பாரை நோக்கிப் பேசுகிறது என்பதை அறிந்துகொள்வது முக்கியமாகும்.

பொதுவான அறிமுகமாக இவற்றைச் சொன்னேன். இனி எனது எடுத்துக்காட்டுகளைப் பார்ப்போம். அதற்கு முன்னால், நான் ஏன் சமயத்தோடு தொடர்புடைய எதிர்ப்புப் பிரிவுகளை எடுத்துக்காட்டுகளாகக் கொண்டேன் என்பதை விளக்குகிறேன். இந்தியாவில் நவீனத்துக்கு முந்தைய காலகட்டத்தில் பொதுவெளியில் நடந்த விவாதங்கள் அதிகமும் நடைமுறை யிலிருந்த சமயங்களின் பல்வேறு அம்சங்களைக் குறித்த விவாதங்களே. சமயசிந்தனைதான் எல்லாவற்றிலும் முன்னோங்கி நின்றது என்பதல்ல இதன் பொருள்; மாறாக, சமயம் என்னும் வெளிப்பாட்டுமொழியின் மூலமாகவே சமூக அந்தஸ்துக்கான குணாம்சம், அரசு அதிகாரங்களைச் சட்டபூர்வமாக்குவது, பொருளியல், சொத்துகள்மீதான கட்டுப்பாடு போன்ற பலவும் விவாதிக்கப்பட்டன. முன்காலங்களில் சில சமயங்கள், சமூகத்தின் ஓட்டத்துக்குப் பொருந்துவதாக நம்பிக்கைகளை யும் செயல்களையும் ஒருங்கிணைத்தன. சாதியைச் சமயச் சடங்குகளோடு இணைப்பதுபோல், நவீனத்துக்கு முந்தைய சமூகங்களில் அதிகாரத்தை நிலைநாட்டலும் அதிகாரத்தைக் கேள்வியெழுப்புவதும் அவ்வப்போது சமயக் கருத்துகளின் மூலமாகவே வெளிப்பட்டன. பல நிலைகளில் இவையே அதிகாரத்தின் செயற்கருவிகளாக இருந்தன.

இந்து சமயம் சகிப்புத்தன்மை கொண்ட சமயமாக இருந்ததாலும் அது அனைத்துப் பார்வைகளையும் ஏற்றுக்

கொண்டதாலும், அதன் வரலாற்றில் எதிர்ப்புக் குழுவினர் என்பவர்களே கிடையாது என்று வாதிக்கிறார்கள். எதிர்ப்பான பார்வைகள் இருந்தன என்ற உண்மையே இந்த வாதத்திற்கு எதிரானதைச் சுட்டுகிறது; மேலும் சமய மோதல்கள் நிகழ்ந்தன என்பதற்கான சான்றுகளும் உள்ளன. இந்தியாவில் சமய அபிமானம் என்பது எண்ணிலடங்காத சமயப் பிரிவுகளின் மீதானதே. இந்தச் சமயப் பிரிவுகளுக்கு நிலைபெற்ற சமயங்களோடுள்ள தொடர்பு மிக மெல்லியது. பிரிவுகளுக்கிடையே தொடர்ந்து இருந்துவரும் உறவுகளைக் கொண்டு சகிப்புத் தன்மையை அளவிடுவதே சிறந்தது. அனைத்துச் சமயங்களிலும் தற்காலிகமான எதிர்ப்புகளும் சிலநேரங்களில் கடுமையான எதிர்ப்புகளும் இருந்ததற்கான சான்றுகள் உள்ளன.

சமயமானது சமூக அந்தஸ்தோடும் சாதிய வேறுபாடுகளைக் கொண்ட சமூக அடையாளத்தோடும் நெருக்கமாக கோக்கப்பட்டிருக்குமானால் – இந்தியாவின் முக்கிய சமயங்கள் அனைத்திலும் சின்னச்சின்ன வித்தியாசங்களோடு இவை இருக்கத்தான் செய்தன – வர்ண அந்தஸ்து கொண்டோருக்கும் அது அற்றவர்களான அவர்ணர்களுக்கும் இருந்த அடிப்படையான உறவுநிலை வேறு கேள்விகளை எழுப்புகிறது. தனது போதனையில் மனிதர்கள் எல்லோரும் சமம் என்று பேசும் ஒரு சமயம் நடைமுறையில் அவர்களைப் பிரித்துப்பார்க்குமானால், அது இரட்டை நிலையைத்தானே கடைப்பிடிக்கிறது? சமயம் சொல்லும் இலட்சியத்தைச் சமூகத்தின் செயல்பாட்டோடு பொருத்திப் பார்ப்பது பிரச்சினைக்குரியது. அனைத்து சமயங்களுக்கும் இது பொருந்தும். சிலவற்றில் அறவியல் கேள்விகள் எழுப்பப்படுகின்றன; என்றாலும் பதில்தான் கிடைப்பதில்லை.

எதிர்ப்பைக் கட்டமைத்த கருத்துகளைக் கண்டறிவதில் நான் இங்கே கவனம் செலுத்தவில்லை. இந்தியத் துணைக்கண்டத்தின் பல்வேறு சமயங்கள் பற்றிய தத்துவ நோக்கில் இக்கருத்துகள் ஆராயப்பட்டிருக்கின்றன. இங்கே நான், பிறனின் ஒரு சில வடிவங்கள் மக்களிடமிருந்து உடனடியாகக் கணிசமான வரவேற்பை, பழங்காலத்திலும் நவீன காலகட்டத்திலும், பெற்றது ஏன் என்பதை அறிந்துகொள்ள முயல்கிறேன். மக்களிடமிருந்து கிடைத்த இந்த வரவேற்பு மேலதிக ஆய்வுக்குத் தகுதியானதுதான். பிறனின் இத்தகைய எதிர்ப்புக் கூற்றுகள் அறிந்துணர்ந்து ஆதரவளிக்கப்பட்டன. இவை, இந்திய பண்பாடுகளில் எதிர்ப்பு வகித்த பங்கைப் பற்றி நமக்கு அறியத் தரலாம். ஆனால் நாம் இந்தப் பங்களிப்பை ஒதுக்கித்தள்ளவோ அல்லது அதைப்பற்றி மௌனம்காக்கவோ முனைகிறோம்.

முதலாவதாக நவீனகாலத்துக்கு முந்தையகால வரலாற்றி லிருந்து வேறுவேறான மூன்று எடுத்துக்காட்டுகளை எடுத்துக் கொண்டு, இவை ஒவ்வொன்றிலும் 'பிறன்' எவ்வாறு பார்க்கப் பட்டது என்பதையும் எதிர்ப்பு எவ்வாறு வெளிப்படுத்தப்பட்டது, எவ்வாறு பதிவாகியுள்ளது என்பதையும் குறித்த கருத்துரையைத் தருகிறேன். வரலாற்றுரீதியாக எனக்கு நன்கு அறிமுகமான வட இந்தியாவைப் பற்றியே பேசுகிறேன்; மூன்று ஆயிரங்களைச் சேர்ந்த மூன்று எடுத்துக்காட்டுகளை எடுத்துக்கொள்கிறேன். சமயம் என்பதைப் பரந்த பொருளில் கொண்டிருக்கிறேன்; ஏனெனில் சமயம் ஒரு கருத்தியலாகப் பயன்படுத்தப்படும்போது அது தன்னை ஆதரிப்போரை ஒரு சமூக நடைமுறையைப் பின்பற்றத் தூண்டுகிறது. சமயத்திற்கும் சமூகத்திற்குமான உறவாடல் இவை இரண்டையுமே ஒளிபெறச்செய்கிறது. இதன்பிறகு நான் எதிர்ப்பின் நவீன வடிவம் ஒன்றைப் பற்றி விவாதிக்கிறேன். இந்த வடிவம் அதற்கு முந்தையவற்றிலிருந்து பொருத்தமானவற்றைப் பெற்றிருக்கிறது. இந்த எடுத்துக்காட்டுகள், நிகழ்காலத்தைக் கெட்டியாகப் பிடித்தபடி இருக்கும் நாம் கடந்த காலம் பற்றி கொண்டிருக்கும் நோக்கை அறியத்தருவதோடு, சமயத்திற்கும் சமூகத்திற்கும் ஒருகாலத்திலிருந்த உறவாடலையும் கவனப்படுத்துகின்றன.

1

தஸ்யபுத்திர பிராமணன் அல்லது தாசிபுத்திர பிராமணன்

பிறன் என்பதற்கான என் முதல் எடுத்துக் காட்டு, கி.மு. இரண்டாயிரத்திலிருந்து வேதகாலம் வரையிலான காலகட்டத்தைச் சேர்ந்தது. 'பிறன்' வேறு பண்பாட்டைச் சேர்ந்தவராக இருப்பதற்கு இது ஒரு எடுத்துக்காட்டு. இந்தக் காலகட்டத்தைச் சேர்ந்த நமக்குக் கிடைத்துள்ள மொழிரீதியான ஆதாரங்களின் அடிப்படையில் பார்த்தால், பிராமணர்களால் நடைமுறையில் கொள்ளப்பட்டதும் பயிற்றுவிக்கப்பட்டதும் அவர்களுக்கு மட்டுமே உரியதாகக் கருதப்பட்டது மான வேதத்தை அடிப்படையாகக் கொண்ட சமயமே ஆதிக்கச் சமயமாக இருந்துள்ளது. ஆனால் 'பிறன்கள்' பற்றியும் அதில் பேசப்படுகிறது. ஆதிக்கம் செலுத்திய ஒரு சமயத்தின் குரலே ஓங்கி ஒலிப்பதால், இந்தப் பிறன்களின் இருப்பு போகிறபோக்கில் சொல்லப்படுகிறது. ஒரேயொரு கலாச்சாரம் மட்டுமே இருந்தது என்ற, இன்று பொதுப்பரப்பிலுள்ள, பார்வை பிற கலாச்சாரங் களை மேலோட்டமாக ஏற்றுக்கொள்கிறது. பிறன் தரப்பின் கதை அதிகம் ஆராயப்படாமலும் அரிதாகக்கூடச் சொல்லப்படாமலுமே உள்ளது. நேர்கோடாகச் சொல்லப்பட்டுவரும் கதையாடல் சிக்கலுக்குள்ளாகிவிடும் என்பதுதான் இதற்குக் காரணமாக இருக்க வேண்டும்.

ரிக் வேதம் வெவ்வேறு விதமான மக்களைப் பற்றிப் பேசுகிறது. அடிக்கடி குறிப்பிடப்படும் பாகுபாடு, ஆரிய வர்ணத்தவரும் தாச மற்றும் தஸ்யுவும். ஆர்ய – இதிலிருந்தே மாக்ஸ்முல்லரும் பிறரும் ஆரியன் என்ற பதத்தைப் பயன்பாட்டுக்குக் கொண்டு வந்தார்கள் – என்ற பதம் சமஸ்கிருதத்தைச் சரியாக உச்சரிக்கத் தெரிந்தவர்களும் வேதத்தைக் கடைப்பிடித்தவர்களுமான உயர் அந்தஸ்து பெற்றிருந்தோரைக் குறித்தது. மொழியே அடையாளத்துக்கும் இந்த ஒருங்கிணைந்த அந்தஸ்துக்குமான திறவுகோலாக இருந்தது.

பல நூற்றாண்டுகள் ஆர்ய என்ற பதம் உயர்ந்த சமூகப் பிரிவினரைக் குறிக்கும் தகுதி அடையாளமாகவே இருந்தது. ஆனால், பத்தொன்பதாம் நூற்றாண்டில் காலனியர்கள் அவர்கள் ஆதிக்கத்துக்குட்படுத்தியவர்களைப் புரிந்துகொள்வதற்கான முதன்மைக் காரணியாக இனம் என்பது உருவானபோது, ஆரியன் என்ற பகுப்பு நிரூபணம் தேவையற்ற *(axiomatic)* ஒன்றாக மாறிவிட்டது. ஆரிய இனம் என்ற கருத்தாக்கம் இன்றைக்கு இரண்டு நூற்றாண்டுகள் முந்தியது; ஆரியப் பேச்சுமொழியாளன் என்ற மொழிசார்ந்த கலாச்சாரத் தனிக்குறிப்பைக் *(idiom)* குடிப்பிறப்பு என்ற முற்றிலும் வேறான ஒரு காரணியோடு பொருத்திப் பார்த்ததால் பிறந்தது – தவறான ஒரு சமன்பாடு இது. உலகிலுள்ள கலாச்சாரங்கள் எவற்றையும் தீர்மானிப்பதாக இனத்தைக் கருதுவது அரை நூற்றாண்டுக்கு முன்பே கைவிடப்பட்டுவிட்டது என்பதை நாம் நன்கறிவோம். ஆரிய இனம் என்று பேசுவதே பிழை; ஆனாலும் பொதுவெளியில் இந்தப் பதம் வந்தவண்ணமாகவே இருக்கிறது.

வேத நூல்களிலிருந்து ஆரியர்களின் கலாச்சாரம் பற்றி விரிவாகவே நமக்குத் தெரியவருகிறது. ஆனால் அதில் குறிப்பிடப்படும் தாசர் என்போர் யார்? ஆரியர் அல்லாத பிறன் என்பது தெளிவு; ஏனெனில் இந்தப் பொருளிலேயே அது அடிக்கடி பயின்றுவருகிறது. மொழிதான் பிரித்தறிவதற்கான முதன்மைக் காரணியாக இருப்பதும் எதிர்பாராததல்ல. வேதமொழியைச் சரியாகப் பேசாதவர்கள் அல்லது பேசவே தெரியாதவர்கள், ம்ருத்ர வாக்கியர்கள் – அதாவது மாறுபாடாக அல்லது பிழையாகப் பேசுபவர்கள் – என்று ஒதுக்கப்பட்டார்கள். பிற்காலத்தில், மிலேச்சர்கள் என்ற பதம் வேறுவிஷயங்களில் குறைபாடுடையவர்கள் என்பதோடு பிழையாகப் பேசுபவர்கள் என்பதையும் குறித்தது. 'ர'வை 'ல'வாக ஒலிப்பவர்களைப் பற்றி அதிகம் கேலி பேசப்பட்டது. கங்கைச் சமவெளியைச் சேர்ந்தவர்களைக் குறிப்பதாக இந்த மிலேச்சர்கள் என்ற பதம் இருந்திருக்க வேண்டும். ஏனெனில் இதற்குப் பல

நூற்றாண்டுகளுக்குப் பிறகும்கூட இந்த ஒலிப்பு மாற்றிப் பேசுவது இவர்களிடையே தொடர்ந்து வந்திருக்கிறது. இங்குக் காணப்படும் மூன்றாம் நூற்றாண்டைச் சேர்ந்த மௌரியப் பேரரசர் அசோகரது கல்வெட்டுகள் சிலவற்றில் ராஜ மஹதே என்பது லாஜ மஹதே என்று எழுதப்பட்டுள்ளது. ஆரிய மொழி பேசும் பூர்வீகராகவே எல்லோரும் இருந்திருப்பார்கள் என்றால் இது போன்ற பிழைகள் ஏற்படுவதற்கான வாய்ப்புகள் குறைவு.

மொழியானது சட்டென்று அறியவரும் ஒரு அடையாளம். அன்னியன் என்பது அமானுஷ்யன் என்ற பதத்தில் பொதிந்திருக்கிறது. தெளிவாகத் தெரிந்த பிற வேறுபாடுகள் எவை? அவர்கள் வேறு ஒரு சமயத்தைப் பின்பற்றினார்கள்; எனவே கடவுளற்றவர்கள் என்று பொருள்படும் அதேவா என்ற பெயரில் அழைக்கப்பட்டார்கள். அவர்கள் யாகங்கள்/சடங்குப் பலிகள் செய்வதில்லை; மிக முக்கியமான சோமச் சடங்கும்கூடச் செய்வதில்லை. சோமச் சடங்கு, புராதன இரானிய மொழியும் புராதன இந்தோஆரிய மொழியும் பேசிய ஆரியர்களுக்கே உரிய ஒரு அம்சம். இவ்விரு மொழி பேசியவர்களுக்கிடையே மொழி, சடங்கு, கலாச்சாரம் இவற்றில் நெருங்கிய உறவு இருந்ததை இது சுட்டுகிறது. இதைவிட மோசம் என்னவென்றால், தாசர்கள் லிங்க வழிபாட்டினராக இருந்ததால், உருவ வழிபாடு இல்லாத ஆரியர்கள் அவர்களை ஏற்றுக்கொள்ளவில்லை. ஆரியர்களின் சடங்குகளில் பொதுவாக உருவ வழிபாடு தவிர்க்கப்பட்டது. யதுனர்கள், ராக்ஷசர்கள் போலவே தாசர்களும் மந்திர வித்தைகள் அறிந்தவர்கள். எனவே அவர்கள் அச்சம் கலந்த வெறுப்புடன் பார்க்கப்பட்டார்கள். ஆனால் தாசர்களிடம் விளங்கிக்கொள்ள முடியாத சில சக்திகள் இருப்பதாகப் பட்டதால் அவர்கள்மீது சிறிது பொறாமையும் இருந்தது. தாசர்கள் சிலநேரங்களில் நட்புப்பாராட்டாதவர்கள், பேராசைக்காரர்கள், சமூகத்தில் ஏற்றுக்கொள்ள முடியாதவர்கள் என்று குறிப்பிடப்பட்டார்கள்.

ஆனால் (ஆரியருக்கும் தாசர்களுக்குமான) இந்த உறவு சிக்கலான ஒன்று. சில தாசர்கள் செல்வந்தர்களாக இருந்தார்கள்—குறிப்பாக ஆநிரைகளைக் கொண்டிருந்தோர். எனவே, ஆநிரை கவர்தலுக்கு உள்ளானார்கள்; ஆநிரை கவர்தல் என்பது தொடர்ச்சியாக நிகழும் ஒன்றாக இருந்தது. தாசர்கள் கால்நடைப் பட்டிகளை அமைத்துக்கொண்டு, புரம் என்றழைக்கப்பட்ட வாழ்விடங்களில் வசித்தார்கள். இவ்விடங்களின் மீது ஆரியர்கள், இந்திரன் அக்னி ஆகிய கடவுளர்களின் துணையுடன் தாக்குதல் மேற்கொண்டதாகவும் நாம் அறிகிறோம். தாசர்கள் குலங்களாக(விஷ்)ப் பிரிந்திருந்தார்கள்; ஒவ்வொரு குலத்துக்கும் ஒரு தலைவன் உண்டு. சில சந்தர்ப்பங்களில் வேதச் சடங்குகளை

ஒரு (தாசத்) தலைவன் நடத்தியுமிருக்கலாம். வசதிபடைத்த புரவலர்களிடமிருந்து வெகுமதி(தட்சிணை) எப்போதும் வரவேற்கப்பட்டது. தாசர்களை எதிரிகளாகக் குறிப்பிடும் இடங்களில் அவர்களின் எண்ணிக்கை மிகைப்படுத்தப்பட்டது. புராதனப் பனுவல்களில் எதிரியோடு பொருதிய சந்தர்ப்பங் களைக் குறிப்பிடும்போதெல்லாம் அவர்களின் எண்ணிக்கையை மிகையாகச் சொல்வதே வழமை என்பதால் இதில் ஒன்றும் ஆச்சரியமில்லை.

ஆக, பிறன் என்று வெளிப்படையாகக் குறிக்கப்பட்ட இந்தத் தாசர்கள் யார்? இவர்களை அடையாளம் காண்பது மிகச் சிக்கலான ஒன்றாகவே இருந்துவருகிறது. அகழாய்வு பல்வேறு விதமான கலாச்சாரங்களைக் கொண்டிருந்தவர்களின் குடியிருப்புகளை அறியத்தந்திருந்தாலும், அவர்கள் எந்த இனக்குழுவைச் சேர்ந்தவர்கள் என்பதை அடையாளம் காண்பது மூட்டமாகவே உள்ளது. ஹரப்பா நாகரிகத்துக்குப் பிந்தைய நாகரிகத்தின் சிறு தடயங்களைக் கொண்டிருக்கும் சில இடங்கள் மட்டும் விதிவிலக்கு. இந்தத் துணைக்கண்டத்தில் பரவியுள்ள பழைய கற்காலத்தைச் சேர்ந்த இடங்கள் முற்றிலும் வேறான ஒரு பண்பாட்டையே கொண்டவையாக இருக்கின்றன.

இந்த ஆரியருக்கும் தாசருக்கும் இடையே நிலவிய புதிரான உறவு அதற்கேயுரிய வரலாற்றைக் கொண்டிருந்ததை வேத நூல்கள் அறியத்தருவதாகத் தோன்றுகிறது. பூர்வக்குடி களாக எண்ணப்படும் தாசர்கள் வெளியே இருந்துவந்த ஆரியர்களால் அன்னியக் கலாச்சாரத்தைக் கொண்டிருப்பதாகக் கருதப்பட்டதில் தொடங்கியது இந்த உறவு. தாசர்களிடம் காணப்பட்டதாகப் பனுவல்கள் குறிப்பிடும் சமூகப் பிரிவுகள், மெல்லமெல்ல ஆரியர்களோடு பலவிதமான உறவுநிலையைப் பேணுவதற்கு வழிவகுத்தன. தாசர்கள் அனைவரும் வசதியானவர்களாக இருக்கவில்லை; அவர்களில் வசதிபடைத்தோர் ஆரிய சமூகத்தில் ஏற்றுக்கொள்ளப் பட்டிருக்கலாம்; வசதியற்றோர் ஊழியம் செய்பவர்களாகத் தொடர்ந்திருக்க வேண்டும்.

வழக்கம்போல, பெண்கள்தான் மிகவும் பாதிப்புக்குள்ளா னார்கள். தாசிப் பெண்கள் வசதிபடைத்த ஆரியர்களின் உடைமைகளாகக் கருதப்பட்டதோடு, ஆரியத் தலைவர்களால் பிறருக்குப் பரிசாகவும் அளிக்கப்பட்டார்கள். பரிசளிக்கப்பட்ட செல்வங்களின் பட்டியலில், கால்நடைகள், குதிரைகள் இவற்றோடு சில நேரங்களில் பெண்களும் இடம்பெற்றுள்ளார்கள்; இவை ஆநிரை கவர்தலின் போது கிடைத்த செல்வங்களாக இருக்கலாம். ஆரியச் சமூகத்தில் தாசப் பெண் ஒரு பண்டமாகவே இருந்தாள்.

தாசப் பெண்கள் ஆரிய மனைகளில் வேலைசெய்தார்கள். தொண்டூழியம் செய்பவர்களாகக் கீழிறக்கப்பட்டு, சமூகரீதியாக விலக்கிவைக்கப்பட்ட தாச ஆண்களைப் பொறுத்தவரையிலும்கூட இதுவே நிலைமை. மேய்ச்சல் வேளாண் சமூகத்தினர் நிலையாக வாழும் சமூகத்தினரின் செல்வங்களைக் கொள்ளையடிக்கும்போது பெண்களையும் கைப்பற்றிச் செல்வார்கள் என்று சிலநேரம் சொல்லப்படுகிறது. அப்பெண்கள் ஒன்றில் மனைவியராகக் கொள்ளப்பட்டிருக்க வேண்டும்; அல்லது வீடுகளில் பணியாட்களாகவும் அடிமைகளாகவும் வேலைபார்த்திருக்க வேண்டும். வீடுகளில் வேலைபார்த்த தாசச் சமூகப் பெண்கள் தாசிகள் என்று குறிப்பிடப்பட்டிருக்கலாம்.

ஆனால் இதில் சுவாரஸ்யம் என்னவென்றால், இந்த தாசிகளின் மகன்கள் சிலருக்கு உயர்ந்த சமூக அந்தஸ்து அளிக்கப்பட்டதுதான்; அவர்கள் தஸ்யபுத்திர பிராமணர் அல்லது தாசிபுத்திர பிராமணர் – அதாவது தாசிகளுக்குப் பிறந்த பிராமணர் – என்றே பெயர் குறிப்பிடப்படுகின்றார்கள். இவ்விதமான பிராமணர்களைப் பற்றி நாம் அறியவருவது என்ன? உயர்ந்த நிலையில் வைக்கப்பட்ட சிலரது பெயர்கள் இவர்களை மையமாகக் கொண்டு சொல்லப்படும் கதைகளின்வழி தெரியவருகின்றன. தீர்க்கதமஸ் ரிஷி 'மமதேயா' என்ற தாய்வழி வம்சப் பெயரிலேயே நெடுகக் குறிப்பிடப்படுகிறார். ஆரிய தந்தைவழி உறவுமுறையிலிருந்து வேறான உறவுமுறை இது. அவர் விசேஷமானவராகக் கருதப்பட்டிருக்க வேண்டும் என்பது தெளிவு. ஏனெனில் அவர் மாமன்னர் பரதருக்கு முடிசூட்டு விழாவை நடத்திவைக்கிறார். அவர் உஷிஜா என்ற தாசிப் பெண்ணை மணக்கிறார். மகரிஷி கக்ஷிவந்தரின் – இவரது பல பாடல்கள் ரிக்வேதத்தில் உள்ளன – தாயின் பெயரும் இதுவே; அவர் தன் தாயின் பெயரை வைத்துக்கொள்கிறார்; அவர் அவுஷிஜா என்றழைக்கப்படுகிறார். சற்றுப் பிந்தைய நூலான பிரகத் தேவதாவில் இவர் தீர்க்கதமசுக்கும் அவரது தாசி மனைவியான உஷிஜாவுக்கும் பிறந்த மகனாகக் குறிப்பிடப்படுகிறார். தாசிக்குப் பிறந்திருந்தாலும் அவர் இதனால் பிராமணன் ஆக்கப்பட்டிருக்க வேண்டும். தாயார் தாசிப் பெண் என்பது கீழ்நிலை அந்தஸ்து மட்டும்தானா அல்லது வேறு கலாச்சாரத்தைச் சார்ந்தவர் என்பதற்கான குறிப்புமா?

இதுபோலவே மிகப் புகழ்பெற்ற ரிஷியான கவஷ இலுஷரும் தாசியின் மகன்தான். ஒரு சோம யாகத்தின்போது பிறப்பின் காரணமாக இவரைப் பிராமணர்கள் விரட்டியதாக ஐத்திரேய பிராமணம் குறிப்பிடுகிறது. சில மந்திரங்களைச் சொன்னபடியே செல்லும் அவரை சரஸ்வதி நதி பின்தொடர்கிறது.

இதைக் கண்ட பிராமணர்கள் அவர் கடவுளுக்கு வேண்டியவர் என்பதை உணர்ந்துகொண்டு, அவரைத் திரும்ப அழைத்து வந்து அவருக்குப் பிராமண அந்தஸ்து அளிப்பதோடு, பிராமணர்களி லெல்லாம் சிறந்த பிராமணர்(பிராமணோத்தமர்) என்று போற்றுகிறார்கள். அவரது தாயார் தாசியாக இருந்தபோதும் பிற பிராமணர்கள் அவரைப் பிராமணராக ஏற்றுக்கொள்ளச் செய்த விசேஷ குணம் எது?

சாந்தோக்ய உபநிஷதத்தில் சத்யகாம ஜபாலாவின் கதை வருகிறது. கௌதம மகரிஷியிடம் வேதம் கற்பதற்காக வரும் அவர் தன்னை சிஷ்யனாக ஏற்றுக்கொள்ளும்படி வேண்டுகிறார். கௌதமர் அவரிடம் நீ ஒரு பிராமணனா என்று கேட்கிறார். அதற்கு சத்யகாமர், தன் தாயார் தன்னிடம் அவர் தாசியாக ஒரு குடும்பத்தில் இருந்ததாகவும் தனது தந்தை யார் என்று தெரியாது என்று சொன்னதாகவும் சொல்கிறார். கௌதமர், சத்யகாமர் ஒரு பிராமணன் என்பதாலேயே உண்மையைச் சொல்கிறார் என்று அவரை சிஷ்யனாக ஏற்றுக்கொள்கிறார். இந்த இடத்தில் வர்ண அடையாளம் அறப்பண்புக்கு வழிவிட்டு விடுகிறது.

தாசிப் பெண்களைத் தாயாகக் கொண்டிருந்தபோதும் இந்த ரிஷிகள் ஆரியர்களின் மொழியைக் கற்றுத் தேர்ந்து, அவர்களோடு சுலபமாகப் பழகும் நிலையை அடைந்துவிடுகிறார்கள். கீழ்நிலை யிலுள்ள பெண்களுக்குப் பிறந்த இவர்கள் உயர்ந்த சாதிக்குள் சேர்க்கப்படுகிறார்கள்; இவர்கள் ம்ருத்ர வாக்கியர்கள் என்றோ மிலேச்சர்கள் என்றோ குறிப்பிடப்படவில்லை. மேலும், இவர்களுக்கு உயர்ந்த அந்தஸ்து கோருவதற்காக இவர்களை உயர்குடி வம்சத்தைச் சேர்ந்தவர்கள் என்று கட்டமைக்கவுமில்லை. அக்காலத்தில் நுட்பமான, புதிர்த்தன்மை கொண்ட புதுவிதமான சமூகச் சமய உறவாடல் நிலவியதற்கானத் தடயமாக இதைக் கொள்ளலாமா? சமூகம், அந்தஸ்து இவற்றின் தொடக்ககால வடிவங்களை இவை பிரதிபலித்தாகக் கொள்ளலாமா? இவை மேற்கொண்டு ஆராய்ச்சிக்குரியவை.

தாசர்களின் கலாச்சாரம் 'பிறன்' கலாச்சாரம். இதை மனதிலிருத்திக்கொண்டு ரிக்வேதத்தைக் கவனமாக வாசித்தோ மானால் – அதன் மந்திரங்கள் அதிகமும் ஆரியர்களின் சடங்குகள், நம்பிக்கைகளோடு தொடர்புடையவை என்றாலும் – தாசர்களின் இருப்பு அதில் ஓரங்கட்டப்படவில்லை என்பது தெரியவரும். தாசிகளுக்குப் பிறந்த பிராமணர்கள் என்ற பதமே, அவர்கள் உட்தளக் கலாச்சாரத்திலிருந்து (substrum culture) தெரிவுசெய்யப்பட்டிருந்தாலும் ஏதோ மந்திர சக்தியோ, சடங்குகள் தொடர்பான அறிவோ அவர்களிடம் இருப்பதாகக் கருதிப்

போற்றப்பட்டிருக்கிறார்கள் என்பதை உணர்த்துகிறது. இதிலிருந்து பிராமண சாதி வேறு பிரிவுகளைச் சேர்ந்த தனிமனிதர்களையும் அல்லது குழுவினரையும் – பொருத்தமான சந்தர்ப்பங்களில் – உள்ளேற்றிக்கொண்டது என்று கொள்ளலாமா? இந்தச் செயல்பாடு பிற்காலத்திலும் அறியப்படாத ஒன்றல்ல. அப்படியானால், வேதத் தொகுப்புகளில் தாச கலாச்சாரத்திலிருந்து கொள்ளப்பட்ட அம்சங்களைத் தேடி எடுக்க முடியுமா? இதற்கு, இதையொத்த அன்றைய சமகாலத்தியக் கலாச்சாரங்களை, இதுவரையிலும் செய்ததைக் காட்டிலும் ஆழமாக ஆராயும் ஒப்பீட்டு ஆராய்ச்சி அவசியமாகிறது.

பல்வேறு குழுக்களின் சில அம்சங்கள் மெல்லமெல்ல ஒன்றிணைந்து அவற்றின் அடையாளங்கள் மாற்றமடைந்ததை இந்தக் குறிப்புகளிலிருந்து அறிய முடியும். ஒரு தாசர் ஆரியரின் மொழியைக் கற்றுக்கொண்டதாலேயே அவர் 'ஆரியவய'மாகி விட்டார் என்று கொள்ளமுடியுமா? ஒரு தாசர் தனது சிறப்புத் திறனை வெளிப்படுத்தியதால் அவரது மேன்மை ஏற்றுக் கொள்ளப்படுகிறது. ஆரியர்கள் அந்தத் திறனைக் கைக்கொள்ள முயன்றதாகவும் தோன்றுகிறது. தாசர்களின் கலாச்சாரத்தின் சில அம்சங்கள் ஆரியர்களிடம் கொஞ்சமேனும் ஒட்டிக் கொண்டதா? அல்லது இரு தரப்பிலும் நுட்பமான உள்மாற்றங்கள் நேர்ந்தனவா? இத்தகைய மாற்றங்கள் நிகழ்ந்திருந்தாலும் அவை மேல்சாதியினர் அளவிலேயே நின்றிருக்க வேண்டும் என்பதையும் நாம் மனங்கொள்ளவேண்டும். தாழ்ந்த சாதியினரும் சாதியமைப்புக்கு வெளியே இருந்தவர்களான பெரும்பான்மையோரும் வேதம் ஓதுவதுகூடப் பின்னர் தடைசெய்யப்பட்டதாக அறிய நேர்கிறோம். அவர்களுக்கு வழிபாட்டிற்கென வேறு தெய்வங்கள் இருந்திருக்க வேண்டும்; அவர்களின் வழிபாட்டுமுறைகளும் யாகம் செய்தல் போன்ற சடங்குகளிலிருந்து வேறுபட்டதாக இருந்திருக்க வேண்டும்.

இந்த தாசபுத்திரர்கள், இறை நம்பிக்கையற்றவர்கள் என்று பொருள்படும் நாஸ்திகர்கள் என்றழைக்கப்படவில்லை. ஏனெனில் இவர்களிடமிருந்து அறிவைப் பெற்றுக்கொள்வ தற்கான ஆர்வம் (ஆரியர்களிடம்) இருந்திருக்கலாம். மேலும் ஆஸ்திகர் – நாஸ்திகர் என்ற பாகுபாடு பலதரத்திலான போதனை களோடும் வேறுவிதமான தத்துவக் கருத்தாக்கங்களோடும் தொடர்புபடுத்திப் பேசப்பட்டதாகும். இதன் தொடர்பில் அவைதீகர்கள் வைதீகர்களோடு முரண்பட்ட புள்ளியைக் காண முயல்வது நல்லது. நாஸ்திகர் என்பதையும் அவைதீகர்கள் என்பதையும் ஒன்றெனக் கொள்ள முடியுமா என்ற கேள்வி எழுகிறது. ஒருவருக்கு தெய்வத்திலும் அது தொடர்பானவற்றிலும்

எதிர்ப்புக் குரல்கள்

நம்பிக்கையிருக்கிறதா என்பதை வைத்தே அவர் நாஸ்திகர் என அழைக்கப்படுகிறார். ஆனால், வைதீகர்களின் அடிப்படைச் சிந்தனைகளை முற்றிலும் மறுப்பவர் என்ற நிலையில்தான் அவைதீகர் பார்க்கப்படுகிறார். அதாவது, சிலர் வேதத்தை ஏற்க மறுத்திருக்கிறார்கள், வேறு சிலர் கடவுள் நம்பிக்கையற்றவர்களாக இருக்கிறார்கள் என்பது இந்த வேறுபாட்டை உணர்த்துகிறது. நாஸ்திகம் என்பது தெய்வமென்ற ஒன்றின்மேல் நம்பிக்கை இல்லாதிருப்பது மட்டுமல்ல, தெய்வ நம்பிக்கையைப் பரப்புவோரின் நம்பிக்கையை மறுப்பதும்தான். நாஸ்திகர் மீதான வெறுப்பு நம்பிக்கை கொண்டோரிடமிருந்து மட்டுமே வருகிறது – அதுவும் சில குறிப்பிட்ட நம்பிக்கையாளர்களிடமிருந்து மட்டுமே. எனவே அதை ஒரு பொதுவான பார்வையாகக் கொள்ள முடியாது.

இந்த இரட்டை நிலையும் அதை உதற வேண்டியிருந்த சில சந்தர்ப்பங்களுமாகச் சேர்ந்து ஒரு புதிய கலாச்சாரத்தைத் – இரண்டிலிருந்தும் அம்சங்களைப் பெற்றுக்கொண்ட ஒரு கலாச்சாரத்தை – தோற்றுவித்ததா? பிறன்கள் என்பதிலும் பல வகைப்பாடுகள் இருந்ததற்கான குறிப்புகள் உள்ளன – அதாவது பல விதமான பழக்கவழக்கங்களைக் கடைபிடித்து வந்தோரைக் கொண்ட பிரிவுகள். எடுத்துக்காட்டாக, அசுரர்கள் என்போர் இறந்தோரை எரிப்பதில்லை; புதைக்கிறார்கள். ஆரியர்களின் மொழியைப் பேசிய, ஆனால் கலாச்சாரரீதியாக அவர்களிடமிருந்து வேறுபட்ட விருத்யர்கள், ஒரு விசேஷமான சடங்கைச் செய்வதன் மூலமாக இறுதியாக ஆரியப் பிரிவுக்குள் சேர்த்துக்கொள்ளப்பட்டார்கள். வேதச் சடங்குகளை விட்டு விலகிச் சென்றதால் ஒரு காலத்தில் தனிமைப்படுத்தப் பட்டவர்களா இவர்கள்? ஆரியர் அல்லாதவர்கள் ஆரியப் பிரிவுக்குள் சேர்த்துக்கொள்ளப்பட்டபோது அவர்களும் இத்தகைய சடங்கை மேற்கொள்ள வேண்டிவந்ததா? அல்லது ஆரியப் பிரிவுக்குள் சேர்க்கப்படுவதற்கான திறனைச் சிலர் கொண்டிருந்தார்கள்; பிறரிடம் அது இருக்கவில்லை என்று வேறுபடுத்திப் பார்க்கலாமா?

தாசர் குழுவினர் ஆரியர்களை – குறிப்பாக பிராமணர்களை – எவ்வாறு பார்த்தார்கள் என்பதை அறிந்துகொள்வதற்கான ஆதாரங்கள் எவையும் துரதிருஷ்டவசமாக நம்மிடம் இல்லை. ரிக் வேதத்துக்குப் பல காலத்திற்குப் பிறகு தோன்றிய உபநிஷத்துக்களின் சில சிந்தனைகள் அவைதீகர்களால் எழுதப்பட்டிருக்கலாம் என்று சில நவீன உரையாசிரியர்கள் கருதுகிறார்கள். இதனால்தான் அதன் கருத்துகள் ஆரம்ப காலங்களில் பூடகச் சிந்தனைகளாகக் கருதப்பட்டனவா? சில இனக்குழுக்களின் சத்திரியத் தலைவர்கள் – பிராமண

போதனாசிரியர்களிடமிருந்து வேறானவர்கள் – இந்தச் சிந்தனைகளின் ஆசிரியர்களாகக் கருதப்படுகிறார்கள். இந்தக் காலகட்டத்தில் சிந்தனைப் பள்ளிகளும் நடைமுறைகளும் பல்கிப் பெருகியிருந்தன. இந்தப் பிரிவினரின் தோற்றம், அவர்கள் பிரதிநிதித்துவப்படுத்திய கலாச்சாரம் ஆகியவை இன்று வரையிலும் புதிர் நிறைந்த கேள்விகளாகவே இருக்கின்றன.

ஆரியக் குடும்பங்களிலிருந்த தாசப் பெண்களின் புதல்வர்கள் பற்றி வேறு நூல்களும் குறிப்பிடுகின்றன; ஆனால் இவர்களில் பிராமணத் தந்தைக்குப் பிறந்தவருக்கும்கூட பிராமண அந்தஸ்து வழங்கப்படவில்லை. எடுத்துக்காட்டாக, மகாபாரதத்தில் வியாசருக்கும் ஒரு தாசிப் பெண்ணுக்கும் பிறந்த விதுரர் முக்கியமான கதாபாத்திரம்; பல்வேறு சந்தர்ப்பங்களில் அவர் வெளிப்படுத்தும் அறிவுரைகள் அவர் மாற்றுக் கருத்தைக் கொண்டிருந்ததைப் பிரதிபலிக்கவோ அல்லது கோடிகாட்டவோ செய்கின்றன. ஆனால் அவருக்கு ஒருபோதும் உயர்ந்த அந்தஸ்து வழங்கப்படவே இல்லை. தாசிபுத்திர பிராமணர்கள் என்று சிலர் இருந்திருப்பதானது கலாச்சாரங்களிடையே பரிமாற்றமும், தானுக்கும் பிறனுக்குமிடையே உரையாடலும், சில எதிர்க்குரலை உள்வாங்கி ஏற்றுக்கொண்டதற்கான வாய்ப்பும் இருந்திருப்பதைக் உணர்த்துகிறது. இந்தக் குறிப்பிட்ட பிராமணர்கள் எதிர்க் குரலை எழுப்பிவிட்டுத் தம் வழியே சென்றவர்கள் அல்லர். மாறாக, பிறன் என்று கருதப்பட்ட ஒரு கலாச்சாரத்திலிருந்து வந்திருந்தாலும், பிராமண அந்தஸ்து அளித்து உள்வாங்கப்பட்டவர்கள். பிறன் கலாச்சாரத்திலிருந்து வருபவர்களை பிராமணியத்துக்குள் ஏற்றுக்கொள்வதற்கான ஒரு வடிவமாக எதிர்ப்பு இருந்திருக்கிறது.

2

சிரமணர்கள்

இனி இரண்டாவதான, சற்று வேறுபட்ட எடுத்துக்காட்டைப் பார்க்கலாம்: நடைமுறையிலிருக்கும் ஒரு கலாச்சாரம் அதனுள்ளிருந்தே மாற்றான ஒரு பிறனைத் தோற்றுவிக்கும். இங்கு பிறன் என்பது அன்னியமான ஒரு கலாச்சாரமல்ல; மாறாக, ஒரே கலாச்சாரத்திலிருந்து முகிழ்த்த, அதேநேரம் அதன் அதிகாரக் குழுக்களின் விதிமுறைகளை எதிர்த்துக் கிளம்பிய ஒன்று. நான் இப்போது கிறிஸ்து ஆண்டின் ஆரம்ப காலகட்டத்துக்கு உங்களை இட்டுச்செல்கிறேன். இந்தக் காலகட்டதில், வேறான பிறனாகவும் சிரமணர்கள் என்று ஒட்டுமொத்தமாக அழைக்கப்பட்டவர்களுமான ஒரு குழுவினர்–சமணர்கள், பௌத்தர்கள், ஆசீவகர்கள் ஆகியோர் – தோற்றம்கொண்டார்கள். இந்தக் குழுவோடு சார்வாகர்களையும்/லோகாயதவாதிகளையும் சேர்ப்பதுண்டு. ஆனால் இவர்களின் சிந்தனை முற்றிலும் வேறானது.

சிரமணர்களின் போதனைகள் அந்தந்தப் பிரிவைத் தோற்றுவித்தவர்களை மையமாகக் கொண்டவை. எடுத்துக்காட்டாக, புத்தர் தம்மம் சங்கம் ஆகிய மூன்றையும் பௌத்தர்கள் தங்கள் பிரிவின் தூண்களாக ஏற்றுக்கொண்டார்கள். அவர்களிடம் விரிவான பொதுச் சடங்குகள் குறைவு. தங்கள் கொள்கைகளை முன்னிறுத்தும்போதும் விவாதங்களையும் பனுவல்களையுமே பயன்படுத்தினார்கள். இவர்களுக்குச் சில சைத்தியங்களும் ஸ்தூபிகளும் வழிபாட்டுத் தலங்களாக இருந்தன.

வேத நடைமுறைக்கு மாறாக, ஸ்தூபிகள் அமரரான புனிதர்களின் உடற்பாகங்களைக் கொண்டிருந்தன.

அகிம்சை / கொல்லாமை என்பது பௌத்த, சமண போதனைகளின் மையமாக இருந்தது. பிராமணிய நூல்களிலோ அவற்றின் பலிச்சடங்குகளிலோ இதற்கு இடமில்லை. மகாபாரதம், பகவத் கீதை போன்ற நூல்களில் இருப்பதுபோல, அகிம்சை என்பது அங்கு விவாதப் பொருளாகவே இருந்தது. கீதையில் வருவதைப் போல், தீயசக்திக்கு எதிராக வன்முறை அனுமதிக்கப்பட்ட இடங்களில் இது இருதலைக்கொள்ளிச் சிக்கலாக இருந்தது; சில செயல்கள் தீயவை, அறவியல் விதிகளுக்கு எதிரானவை என்பதைத் தீர்மானிப்பவர் யார்— 'தானா' இல்லை 'பிறனா'? (இதுபற்றிப் பின்னால் மீண்டும் பேசுவேன்). கருணை என்பதற்குப் புத்தர் அளித்திருக்கும் அழுத்தம், இது பற்றி பல்வேறு போதகாசிரியர்கள் தெரிவித்துள்ளவற்றைப் பிரதிபலிப்பதாக உள்ளது. அகிம்சைமீதான அழுத்தம் வேறு நூல்களைக் காட்டிலும் சிரமணர்களின் போதனைகளில் அதிகம் காணப்படுகிறது. வேத நூற்தொகுப்புகளில் உபநிடதங்களில்தான் இதுசார்ந்த விவாதங்களுக்கு இடம் கொடுக்கப்பட்டிருக்கிறது.

சார்வாகர்கள் கறாரான சிரமணர்கள் அல்லர். இவர்களின் பார்வை பல நேரங்களில் சிரமணர்களின் பார்வையோடு முரண்பட்டு நின்றது. இவர்கள் கடவுளின் இருப்பை மறுத்ததோடு நில்லாமல் எவையெல்லாம் உய்த்தறிய இயலாதோ அவற்றையும் மறுத்தார்கள். இவர்களைப்பொறுத்தவரை நாஸ்திகம், பகுத்தறிவுவாதம், கேள்விக்குட்படுத்துதல் இவையெல்லாம் எதிர்க்கொள்கைகள் அல்ல; சிந்திக்கத் தெரிந்தோரின் உரிமை; யதார்த்த உலகத்தை விளங்கிக்கொள்வதற்கான தேடல்; நமது செயல்களுக்கு நாமே பொறுப்பாளிகள்; நாம் அவற்றின் விளைவுகளை அறிந்தவர்கள்; விளைவுகள் இம்மைக்குரியவை; மறுபிறப்பு என்பது கிடையாது.

சடங்குகள் இவர்களால் ஏற்றுக்கொள்ளப்படவில்லை; அவை மறுக்கப்பட்டன. இவர்களின் கருத்துகள் பல்வேறு குழுக்களால் விவாதிக்கப்பட்டன. துடிப்பான இந்த விவாதங்கள் சில நேரங்களில் சிந்தனைகளிலேயே சிக்குண்டுவிடுவதற்கு ஏதுவாக அமைந்தன. இதனால்தான் புத்தர் இவர்களில் சிலரை 'நழுவும் மீன்கள்' என்று குறிப்பிட்டார்.

சிரமணர்கள் வேத பிராமணியத்தைப் பலவகைகளில் எதிர்த்தார்கள். கடவுள்கள்மீதான நம்பிக்கையையும் வேதம் அருளிச்செய்யப்பட்டது என்பதையும் யாகங்களின் பலன்களையும் ஆத்மா என்ற ஒன்றின் இருப்பையும் இவர்கள்

எதிர்ப்புக் குரல்கள் 39

கேள்விக்குள்ளாக்கினார்கள். பிராமணிய நூல்கள் சிரமணர்களை நாஸ்திகர்கள் என்றே குறிப்பிடுகின்றன. ஆஸ்திகர்கள் என்றால் இறை நம்பிக்கையாளர்கள். நம்பிக்கையாளர்கள், நம்பிக்கை யற்றவர்கள் என்ற இருமையையே பிராமணிய சமயம் தன்னையும் அப்பிராமணிய சமயங்களையும் பிரித்துப் பார்ப்பதற்கான அடிப்படையாகக் கொண்டிருந்தது. இந்தியச் சிந்தனையின் பிற இருமைகளிலிருந்து இதை வேறுபடுத்திப் பார்க்க வேண்டும். பிராமணிய நம்பிக்கைகளையோ சடங்காச்சாரங்களையோ கைக்கொள்ளாதவர்கள் என்பதைக் குறிப்பதற்கு நாஸ்திகர் என்ற பதம் பல நூற்றாண்டுகளாகத் தொடர்ச்சியாகப் பயன்படுத்தட்டது. இந்தக் கருத்தாக்கம் சமயச் சிந்தனையோடு மட்டும் நின்றுவிடவில்லை. இது சமூகரீதியான செய்தியையும் கொண்டிருந்தது: கடவுள் சந்தேகத்துக்குரியவராக இருப்பாரா னால், அவரை முன்வைத்து இயற்றப்பட்ட சட்டங்களும், அத்துடன் கடவுளருக்கும் மனிதருக்கும் இடையிலான தொடர்புபற்றிய கூற்றுகளும்கூட சந்தேகத்துக்கு உரியவையாகி விடுகின்றன.

ஒன்றுக்கொன்று எதிரான இந்தக் கருத்தாக்கங்கள் வரலாற்றில் அவற்றின் பயணத்தினூடே பல மாறுதல்களுக்கு உள்ளாயின. முக்கியமான சிரமண சமயங்களைத் தோற்றுவித்த தில் தொடர்புடையோர் மேல்சாதியைச் சேர்ந்தவர்கள்; அதுபோலத்தான் இவற்றின் ஆரம்பகாலச் சீடர்களும். ஆனாலும் கீழ்ச்சாதியினர் சிரமண சமயங்களைப் பின்பற்றவும் துறவிகளாவதற்குமான கதவுகள் திறந்தே இருந்தன. வேதச் சடங்குகளைக் காட்டிலும் இவற்றின் சடங்குகள் எளிமையாக இருந்ததோடு, அவை சாதி அந்தஸ்தோடு பிணைக்கப்பட்டிருக்க வில்லை. சாதி ஒழுக்கங்களைக் கடைபிடிப்பதை இந்தச் சமயங்கள் உயர்நிலையை அடைவதற்கான தகுதியாகக் கருதவில்லை. சாதி என்பது இவற்றின் போதனைகளில் முக்கியமானதாக இருக்கவில்லை. இவர்களின் எதிர்ப்பு, சமூகத்தை மீள்கட்டமைப்பு செய்தல் என்பதைவிட அதிகமும் நம்பிக்கைகளின் மீதான எதிர்ப்பாகத்தான் இருந்தது; ஆனாலும் சமூகத்தை மீள்கட்டமைப்பு செய்தல் இவர்களின் சிந்தனையில் முக்கியத்துவம் பெறாமல்போகவில்லை. சிறிய அளவிலான மீள்கட்டமைப்பு தவிர்க்க இயலாததாக இருந்தது. சிரமண சிந்தனையில் சமூக அறவுணர்வு உள்ளார்ந்ததாக இருந்ததால், சாதியின் இருப்பு பிரச்சினைக்குரியதாகவே தொடர்ந்து பார்க்கப்பட்டது. என்றாலும், வேதகாலத்துக்குப் பின்னால் வந்த சைவமும் வைணவமும்கூட சிரமணர்களை நாஸ்திகப் பிறனாகவே பார்த்தன. வேதத்திற்கு எதிராகத் தவறான வாதங்களை எழுப்பும் எதிராளிகளை அவர்கள்

அணிந்துள்ள செவ்வாடை மூலமாக இனங்காண முடியும் என்று புராணங்களில் குறிக்கப்படுவதிலிருந்து இந்தப் பௌராணிக சமயங்கள் அச்சுறுத்தலை எதிர்கொண்டன என்பது தெளிவாகிறது (செவ்வாடை என்பது சிரமணர்கள் அணியும் உடையைக் குறிப்பது).

நம்பிக்கை சார்ந்த வேறுபாடுகள் மட்டுமின்றி, இச்சமயங்களுக்கிடையே தங்களின் அமைப்புகளுக்கான கொடைகளை அரசர்களிடமிருந்து பெறுவதிலும் போட்டி நிலவியது; பிற்காலத்தில் இந்த அமைப்புகளைப் பேணுவதற்காக நிலங்கள் மானியங்களாக வழங்கப்பட்டன. புரவலர்களின் ஆதரவு காரணமாக சிரமண சமயங்கள் வளர்ந்ததோடு சமூகத்தில் தமக்கென ஓர் இடத்தையும் பிடித்தன. சித்தாந்த ரீதியிலான பகைமைக்குப் புரவலர்களின் ஆதரவைப் பெறுவதற்கான போட்டியும் ஒரு காரணமாக இருந்திருக்கலாம் என்பதில் ஐயமில்லை. அரச குடும்பத்திலிருந்து பெருகி வந்த ஆதரவோடு, சிரமண சமயங்களுக்கு ஆதரவு அளித்தவர்களில் நிலக்கிழார்களும் வசதிபடைத்த வணிகர்களும் வணிகக் குழுக்களும் கைவினைக் கலைஞர்களும் அவர்களின் குடும்பத்தாரும் இருந்தார்கள். சமூகத்தின் அனைத்துத் தரப்பினரிடையேயும் இவற்றின் புகழ் பரவியது; பிராமணியத்தோடான இவற்றின் சிந்தாந்தரீதியான வேறுபாட்டுக்கு இதுவும் ஒரு காரணமாக இருந்திருக்கலாம் என்பதில் ஐயமில்லை.

இரு விதமான போக்குகளைக் கொண்ட இரண்டு தர்மங்கள் – இன்று சமயங்கள் என்று குறிப்பிடப்படக்கூடியவை – அன்று நடப்பிலிருந்ததைப் பல வரலாற்றுக் குறிப்புகள் தெரிவிக்கின்றன. சிலவற்றை இங்கே பார்க்கலாம். கி.மு. நான்காம் நூற்றாண்டில் மௌரிய ஆட்சிக் காலத்தில் மெகஸ்தனிஸ் மேற்காசியாவின் ஹெலினிய செலுசித் நாட்டிலிருந்து இந்தியா வந்தார். அவர் எழுதிவைத்த பயணக் குறிப்பு இண்டிகா என்றழைக்கப்படுகிறது. இதில் இந்தியச் சமூகத்தில் இருந்த ஏழு சாதிப் பிரிவுகளைக் குறிப்பிடும் அவர், அவற்றின் மேலடுக்கில் உள்ள சாதியை பிராமணர்கள், சிரமணர்கள் என இரண்டாகப் பிரிக்கிறார். தத்துவவாதிகளாகக் குறிப்பிடப்படும் சிரமணர்கள், பிராமணர்கள் பிரிவில் சேர்க்கப்படாமல் வேறாகக் காட்டப்படுள்ளார்கள். கி.மு. மூன்றாம் நூற்றாண்டில் அசோகர் பிறப்பித்துள்ள சாசனங்கள் பலவும் இவ்விரண்டு பிரிவினரும் நல்லிணக்கத்தோடு இருக்க வேண்டும் என்று திரும்பத் திரும்ப வேண்டுகின்றன. இந்தப் பிரிவுகளைக் குறிப்பிடும்போதெல்லாம் பாஹ்மணம்–சமணம் என்ற பிராகிருத இணைச் சொல்லாகவே சேர்த்துச் சொல்கின்றன. கிறிஸ்து ஆண்டுக்கு முந்தையவரான சமஸ்கிருத இலக்கண

ஆசிரியர் பதஞ்சலி இவ்விரண்டு பிரிவினருக்குமிடையே இருக்கும் பகையைப் பாம்புக்கும் கீரிக்கும் இருக்கும் பகையோடு ஒப்பிடுகிறார்.

இவர்களுக்கிடையேயான வேறுபாடு தொடர்ந்த நூற்றாண்டுகளில் அதிகரித்துவந்தது என்பது பௌத்த தர்மத்துக்கு மாறுவது பற்றிய நூல் ஒன்றிலிருந்து தெளிவாகிறது. பௌத்தப் பிக்குவான நாகசேனர் தனது நூலான மிலிண்டா பன்ஹோவில் (மிலிந்தர் அரசரோடு உரையாடல்) தான் பதிவு செய்திருப்பது, இந்தோ – கிரேக்க அரசனான மிலிந்தரோடு பௌத்தம் தொடர்பாகத் தான் நடத்திய உரையாடல் என்று தெரிவிக்கிறார். இதில் இடம்பெற்றுள்ள கேள்விகளும் பதில்களும் சுவாரஸ்யமானவை. அவை நம்பிக்கைகளையும் பகுத்தறிவுவாதத்தையும் அடிப்படையாகக் கொண்டுள்ளன. பிராமணிய மரபிலிருந்து இதனையொத்த ஒரு நூல் இருப்பதாக இதுவரை கண்டறியப்படவில்லை. சமயத்தை எவ்வாறு அணுகுவது என்பதில் இவ்விரண்டு பிரிவுகளுக்குமிடையே நிலவிய அடிப்படை வேறுபாடுகளில் ஒன்றை இந்நூல் சுட்டிக்காட்டுகிறது. பிராமணராக இருந்திருந்தால், மிலிந்தரை மிலேச்சராகக் கருதி சமயச் சடங்குகளில் கலந்துகொள்ள விடாமல் விலக்கிவைத்திருப்பார்; அல்லது அவருக்கு மேல்சாதி அந்தஸ்து அளித்து ஏற்றுக்கொண்டிருப்பார். ஆனால், இந்தப் புத்தசமயியோ அவரை அவர் இருந்த நிலையிலேயே ஒரு சாமானியச் சீடராக ஏற்றுக்கொள்வதில் ஆர்வம் காட்டினார்.

இதற்கிடையில் எதிரான பார்வைகளைக் கொண்ட பல பிரிவுகள் தோன்றிவிட்டிருந்தன என்பது தெளிவாகத் தெரிகிறது. எந்த ஒரு சமயமும் ஒரே சீராகக் கடைபிடிக்கப்படவில்லை; அதன் போதனைகளும் கறாராக ஒரேபோன்று இருக்கவுமில்லை. பல ஆதார நூல்கள் இவ்விரு முக்கியமான சிந்தனை மரபுகள் பற்றி அடிக்கடி குறிப்பிடுகின்றன. காலத்தால் முற்பட்ட புராணங்களில் சிரமணர்கள் பற்றிய எதிர்மறையான குறிப்புகள் காணப்படுவதால் இவ்விரண்டிற்கும் இருந்த பகைமை உறுதிப்படுகிறது. பிராமணிய சமயத்தைப் பற்றி விரிவாகப் பேசும் அல் புரூனி, அதற்கு எதிரானவர்களை சமண்ணீயர்கள் என்று பெயரிட்டுக் குறிப்பிட்டுள்ளார்.

மௌரியருக்கும் குப்தருக்கும் இடைப்பட்ட காலகட்டத்தில் மனம் கவரும் விதமான ஸ்தூபிகள் எங்கும் காணப்பட்டன என்பது குறிப்பிடத்தக்கது. கோவில்கள் காணப்படாததும் அதேபோல் கவனத்துக்குரியது. இந்த நிலை குப்தர்களுக்குப் பிறகு வந்த காலகட்டத்தில் மெல்லமெல்லத் தலைகீழாக மாறியது.

சமயங்கள் ஆதரவும் பரவலான பெயரும் பெற்றிருந்ததற்கான குறியீடுகளில் ஒன்று சமயம் சார்ந்த கட்டுமானங்கள். ஆழமான சமூக மாற்றம் நிகழ்ந்துகொண்டிருந்த காலகட்டம் இது. இனக்குழுச் சபைகள் சாதிச் சமூகங்களுக்கு வழிவிடலாயின; இனக்குழுச் சபைகள் முன்பிருந்த பகுதிகள் அல்லது அரசுகளின் கட்டுப்பாடு அதிகமில்லாத பகுதிகள் அல்லது கட்டுப்பாட்டுக்கே உட்பட்டிராத பகுதிகளில் அரசுகள் நிறுவப்படலாயின. இந்தக் காலகட்டத்தை, சிரமணர்கள் தங்களை மையமாக நிலைநிறுத்திக்கொண்டதும் பௌராணிக இந்து சமயம் அவர்களின் போட்டியாளராக உருவாகிவந்ததுமான காலகட்டம் எனக் கருதலாம். (குப்தர்களுக்குப் பிற்பட்ட காலகட்டத்தில் நிலைமை தலைகீழானது.) பௌத்தத்தின் *தம்மபதம்*, பிராமணர்களால் எழுதப்பட்ட தர்மசாஸ்திரங்களை முன்பினும் அதிகமாக நேருக்கு நேர் எதிர்கொண்ட காலகட்டமென இதைக் கூறலாமா? அனைவருக்கும் பொதுவான அக்கறைகள் என்ற தரிசனம், மெல்லமெல்ல சாதியச் சமூகத்தின் குறுகிய அக்கறைகளால் மீள்வார்ப்புக்கு உள்ளானது.

இதற்குப் பிறகே பௌத்தர்களும் சமணர்களும் – கிறிஸ்து வருஷத்தின் ஆரம்பகாலப் புராணங்களில் நாஸ்திகர்கள் என்றும் எதிர்ப்பாளர்கள் என்றும் குறிப்பிடப்பட்டவர்கள் – துன்புறுத்தலுக்கு ஆளாகத் துவங்கினார்கள். பிராமணர்களுக்கு அரசர்களின் ஆதரவு பெருகியதும் இதுவும் ஓரே நேரத்தில் நிகழ்ந்ததுபோலத் தோன்றுகிறது. சிரமணர்கள்மீதான பகையுணர்வு காஷ்மீரிலும் தமிழ்நாட்டிலும் தோன்றிய நூல்களில் தென்படலாயின. கல்ஹணரின் *ராஜ தரங்கிணி*யில் குறிப்பிட்டுள்ளதுபோல, காந்தாரத்தில் பௌத்தப் பிக்குகளும் மடங்களும் தாக்குதலுக்கு உள்ளாயினர், பிற இடங்களில் சமணத் துறவிகளும் இதுபோன்ற தாக்குதலுக்கு உள்ளாயினர். ஏன் இவ்வாறு நிகழ்ந்தது என்பதற்கு நம்பும்படியான விளக்கங்கள் இதுவரை இல்லை. இது வெறுமே பௌராணிக சமயத்துக்கும் சிரமண சமயங்களுக்குமிடையே அரசின் ஆதரவை எவர் பெறுவது என்பது தொடர்பான போட்டி மட்டும்தானா?

சிரமண சமயங்களும் தங்களுக்குள்ளே பிரிவுகளைச் சந்தித்தன. பௌத்தமானது, மஹாயானம் ஹீனயானம் என்ற இரு பெரும் பிரிவுகளாகப் பிரிந்தது. மஹாயானம் இந்தியாவின் வடமேற்கிலும் மத்திய ஆசியாவிலும் பெரும் ஆதரவு பெற்றுத் திகழ்ந்தது. இவைபோக, பல்வேறு உட்பிரிவுகளும் தோன்றி, அவற்றின் நம்பிக்கை, வழிபாட்டுமுறை இவை சார்ந்து மேற்கூறிய இரு பெரும்பிரிவுகளில் ஒன்றின் பகுதிகளாக, பெயரளவிலோ அல்லது வலுவாகவோ, பிணைந்திருந்தன.

பின்வந்த காலகட்டங்களில், தாந்திரீக வழிபாட்டு முறையின் பாதிப்பால் எழுந்த வஜ்ராயனம் போன்று மேலும் பல சிந்தனைப் பள்ளிகள் தோன்றின.

பௌத்தம் சில பகுதிகளில் மட்டும், அதிலும் குறிப்பாக இந்தியாவின் கிழக்குப் பகுதிகளில் மட்டும் உயிர்ப்புடன் இருந்தது; அதுவும் ஒரு குறுகிய காலகட்டத்துக்குத்தான். சிரமண சமயங்களில் உச்சத்தை எட்டிய சமயம் என்ற நிலையிலிருந்து மெல்ல மெல்லத் தேய்ந்து, இறைக் கொள்கைக்கும் அதோடு தொடர்புடைய வழிபாட்டுமுறைக்கும் முன்னால் துவண்டது. சமூக பொருளாதார மாற்றங்கள் அதன் வீழ்ச்சிக்கு மேலும் காரணமாகின. அரசர்களின் மானியங்கள் வேறு திசைக்குச் சென்றுவிட்டன என்பதோடு, வணிகச் செயல்பாடுகளில் ஏற்பட்ட தளர்ச்சியும் அதன் வீழ்ச்சிக்குக் காரணம். இஸ்லாம்தான் இந்தியாவில் பௌத்தத்திற்குச் சாவுமணி அடித்தது என்ற வாதம் செல்லத்தக்கதல்ல. ஏனெனில் இஸ்லாம் வட இந்தியாவில் கால்வைக்கும் முன்னரே பௌத்தமானது முன்னணி சமயம் என்ற நிலையை இழந்துவிட்டிருந்தது. கி.பி. ஏழாம் நூற்றாண்டில் இந்தியாவுக்கு வருகைதந்து இந்தியாவின் பல பகுதிகளில் பயணம் செய்தவரும் சில ஆண்டுகள் நாளந்தாவில் பயின்ற வருமான சீனப் பௌத்தத் துறவியான யுவான் சுவாங் அக்காலகட்டம்பற்றித் தந்திருக்கும் மதிப்பீட்டிலிருந்து இதைப் புரிந்துகொள்ளலாம்.

இந்தியாவில் மேலெழ முடியாமலிருந்த பௌத்தம், ஆசியாவின் பல பகுதிகளில் அபாரமான ஆதரவைப் பெற்ற காலகட்டமாக இது இருந்தது. தாம் தோன்றிய நாட்டிலேயே தங்கிவிட்ட பிற இந்திய சமயங்களைப் போல் அல்லாது, பௌத்தம் தன்னை உலகின் பிறபகுதிகளுக்குக் கொண்டுசெல்வதில் முனைப்புடன் செயல்பட்டது. பட்டு வணிகப் பாதை என்று பின்னர் அழைக்கப்பட்ட பகுதிகளில் தங்கள் வணிகத்தை நிறுவுவதற்காகச் சென்ற வணிகர்களோடு கிறிஸ்து வருடத்தின் ஆரம்ப ஆண்டுகளிலேயே பௌத்த குருமார்களும் பயணம் சென்றார்கள். கடல்வழி வணிகம் காரணமாகத் தென்கிழக்காசிய நாடுகளிலும் கால்பதித்தார்கள். பௌராணிக இந்து சமயமும் இதே காலகட்டத்தில் ஓரளவு பயணம் மேற்கொண்டது என்பதையும் நாம் கவனத்தில் கொள்ள வேண்டும். பௌத்தம் சென்ற பாதையிலேயே பின்தொடர்ந்து சென்று பல பகுதிகளில் இங்குமங்குமாக ஏதோ விதத்தில் தன் இருப்பைத் தக்கவைத்துக் கொண்டது. தென்கிழக்காசியாவில் பௌத்தத்துக்குப் போட்டியாளராகத் தன்னைக் காண்பித்துக்கொண்ட அது, முடிவில் பௌத்தத்துக்கு வழிவிட்டு நின்றது.

சமணம் கர்நாடகத்திலும் இந்தியாவின் மேற்கிலும் தனக்குக் கிடைத்த ஆதரவை – பெரும்பாலும் வசதிபடைத்த வணிகச் சமூகங்களிலிருந்தும் அவ்வப்போது அரசர்களிடமிருந்தும் பெற்ற ஆதரவை – கைநழுவவிடாமல் கட்டிக்காத்து, வேர்பிடித்து நின்றது. அதுவும் கொள்கைரீதியாக திகம்பரர்கள், சுவேதாம்பரர்கள் என இரு பெரும்பிரிவுகளாகப் பிரிந்தது. இவை ஒவ்வொன்றிலும் பல உட்பிரிவுகளும் இருந்தன. சமணர்களின் பள்ளிகள் தங்களின் சமயம் சார்ந்த அறிவைப் பெருக்கிக்கொள்வதிலேயே அக்கறை கொண்டிருந்தன. இந்த விதத்தில் அவை பிராமணர் மடங்களுக்கு ஒப்பானவையாக இருந்தன. சமணர்களில் பலரும் கணக்குவழக்குகளிலும் கொடுத்துவாங்கலிலும் திறமை கொண்டவர்களாக இருந்தார்கள். இது அக்காலத்திய வணிகச் செயல்பாடுகளோடும் வணிகச் சமூகத்தினரின் வாழ்வியலோடும் அவர்களைப் பிணைத்தது. சடங்குகளிலும் வழிபாடுமுறைகளிலும் அவர்கள் அங்குமிங்கும் கொஞ்சம் கட்டுப்பாடுகளைத் தளர்த்தியிருந்தார்கள். செல்வச் செழிப்பைப் பறைசாற்றும் அவர்களின் பிரம்மாண்டமான கோவில்களே இதற்குச் சான்று. இந்த அம்சமும் ஆராயப்படவேண்டியதாகும்.

சித்தாந்தரீதியிலான 'பிறன்'களில் பொருள்முதல்வாதிகளான சார்வாகர்களின் போதனைகளை வழக்கமாகப் பேசாமல் விட்டுவிடுகிறோம். நாம் அவர்களைப் புறக்கணிப்பதற்குக் காரணம், பண்டைய காலங்களில் பொருள்முதல்வாதம் அல்லாத தத்துவங்களையே இந்தியா போற்றிவந்தது என்ற கருத்தில் நமக்கிருக்கும் பிடிவாதமே. தங்களின் கொள்கை பற்றி இவர்கள் எழுதிய நூல்கள் எவையும் இன்று எஞ்சவில்லை. இவர்களின் கொள்கைகள் பெரும்பாலும் வாய்வழியாகவே பரப்பப்பட்டிருக்கலாம். இவர்களின் நூல்கள் எவையேனும் இருந்திருக்குமானால் இவர்களுக்கு அதிக இடம்கிடைத்திருக்கலாம். ஆனாலும் இவர்களைப் பற்றியும் இவர்களின் கொள்கைகள் பற்றியுமான குறிப்புகள் வேறுவேறு நூல்களில் காணப்படுகின்றன. அர்த்த சாஸ்திரத்தில் சார்வாகச் சிந்தனையின் தடயங்கள் காணப்படுவதாகச் சிலர் கருதுகிறார்கள். கௌடில்யர் ஆய்வுக் கண்ணோட்டத்துக்கு முக்கியத்துவம் அளித்து, தர்க்கத்துக்கு அதிகம் அழுத்தம் தந்திருப்பது இவ்வாறு கருதுவதற்குக் காரணமாக இருக்கலாம். இதிலிருந்து இந்தியாவின் பல்வேறு சிந்தனைப் பள்ளிகளிலும் எதிர்ப்புக் கருத்துகள் உள்ளார்ந்து இருந்துள்ளன என்பதும் இவற்றின் இருப்பை அறிந்துகொள்ள நாம் இன்னும் உணர்வுநுட்பத்தோடு இருக்க வேண்டும் என்பதும் புலனாகிறது.

மகாபாரதத்தில் சார்வாகன் என்ற பெயருள்ள ஓர் ராட்சசன், குருஷேத்திரப் போரில் ஏற்பட்ட சாவுகளால் என்ன

பயன் விளைந்ததென்று தருமனைத் துளைத்தெடுக்கிறான். அங்கிருந்த பிராமணர்களால் அவன் கொல்லப்பட்டு அவன் குரல் ஒடுக்கப்படுகிறது. பௌத்தம், சார்வாகம் இரண்டுமே பிராமணர்களுக்கு எதிரானவை என்றாலும் பௌத்த நூல்கள் சார்வாகர்களை நட்போடு அணுகவில்லை. காலப்போக்கில் பிராமணிய நூல்கள், பிராமணியம் சாராத சிந்தனைப் பள்ளிகளையெல்லாம் ஒரே தரப்பாக்கி அவர்களை நாஸ்திகர்கள் என்று குறிப்பிடும் முறை உருவானது.

என்றாலும், மத்திய காலகட்டம் வரையிலும் சார்வாகச் சிந்தனை உயிர்த்தரித்திருந்தது என்று தோன்றுகிறது. பதினான்காம் நூற்றாண்டைச் சேர்ந்த மாதவாச்சாரியார் தனது சர்வ தர்ஷண சங்கிரகம் என்றநூலைச் சார்வாகம் பற்றிய அத்தியாயத்தோடுதான் தொடங்குகிறார். தனக்கு அந்தச் சிந்தனையின் வாதங்களோடு உடன்பாடு இல்லை என்றாலும், அது பரவலாக அறியப்பட்ட சிந்தனையாக இருப்பதால் அதைப் பற்றிப் பேசுவதாக விளக்கம் தருகிறார். பொருள்முதல்வாதத் தத்துவத்துக்குத் தத்துவாச்சாரியர்கள் மத்தியிலும் பிறர் மத்தியிலும் இடமிருந்ததை இது உணர்த்துகிறது. சக்ரவர்த்தி அக்பர் தனது அரசவைக்கு வருமாறு பல்வேறு சிந்தனைப் பள்ளிகளின் பிரதிநிதிகளுக்கு அழைப்புவிடுத்தபோது, வந்தவர்களில் சார்வாகப் பள்ளியைச் சேர்ந்தவர்களும் இருந்ததாகச் சொல்லப்படுகிறது. இந்தியச் சிந்தனையின் பல பரிமாணங்களைப் பற்றிப் பேசும்போது சார்வாகர்களுக்கு அவர்களுக்குரிய இடத்தை அளித்தாக வேண்டும். சார்வாகர்கள் பிற சிந்தனையோட்டங்களோடு உரையாடல் நிகழ்த்தியிருக்க வாய்ப்புகள் உண்டு. இவைபற்றி நேரடிக் குறிப்புகள் இல்லை. ஆனால் இம்மாதிரியான உரையாடலை நிகழ்த்தியிராவிட்டால், அவர்கள் பதினான்காம் நூற்றாண்டுக்கு முன்பே காணாமல்போயிருப்பார்கள். இரண்டு சமயப் பிரிவுகளில் சிரமணர்களுடன் சார்வாகர்கள் உரையாடல் நிகழ்த்தியிருப்பதற்கான வாய்ப்புகளே அதிகம்.

இதுதான் இந்தக் காலகட்டம்பற்றிய மிகச் சுருக்கமான பின்னணி.

நவீன காலகட்டத்துக்கு முந்தைய எதிர்ப்புக் குழுக்கள் தங்களின் சமயம் சார்ந்த எதிர்ப்பின் வெளிப்பாட்டை நூல்களாக எழுதுவதோடு நின்றுவிடவில்லை. ஒன்றுக்கொன்று முரண்பட்ட கருத்துக்களிலிருந்து உருவான பனுவல்களைக் கண்டறிவது தேவையான முன்னெடுப்புதான் என்றாலும் அதுவே போதுமானதல்ல. இந்தப் பனுவல்கள் எதிர்ப்புக் குரல்கள் தோன்றியதற்கான விளக்கங்களைத் தரலாம். ஆனால் இந்தச் சமயப் பிரிவுகள் அவற்றின் செயல்பாடுகளுக்குத் துணையாகவும்

தங்களின் ஏற்பையும் எதிர்ப்பையும் வெளிப்படுத்தவும் உருவாக்கிய அமைப்புகளை ஆராய்வதும் முக்கியமானதே. சில சந்தர்ப்பங்களில் இந்த அமைப்புகள் ஏற்பு அல்லது எதிர்ப்பை முறைப்படுத்தியதில் ஆற்றியுள்ள பங்கு ஒதுக்கிவிடக்கூடியதல்ல. நான் சொல்லவருவதைச் சில எடுத்துக்காட்டுகள் மூலம் விளக்குகிறேன்.

சிரமணர்கள் சமூகப் பரப்பில் புதியதொரு ஆளுமையை உருவாக்கினார்கள் – துறவி என்ற ஆளுமையை. இந்த மனிதர் அவ்வப்போது எதிர்க்கலாச்சாரத்தின் குணாம்சங்களை எடுத்துக்கொண்டார். இது புதுவிதமான பிறனாக இருந்தது. துறவிகளான பிக்குகள் தத்தமது அமைப்புகளில் வாழ்ந்து வந்தார்கள். அவரவர் பிரிவுக்குரிய துறவுமடங்களில். அவர்கள் சமூகத்திடம் கையேந்தி நின்றார்கள்– முக்கியமாக உணவுக்கு. பிரம்மச்சரியத்தைக் கடைபிடித்த இவர்கள், எந்தச் சாதியினர் அளிக்கும் சமைத்த உணவையும் ஏற்றுக்கொண்டு, வர்ண அடையாளங்கொண்ட சவர்ணரையும் அத்தகைய அடையாள மில்லாத அவர்ணர்களையும் வேறுபடுத்தாது வாழ்ந்ததன் மூலம் சாதிக் கட்டுப்பாடுகளை உடைத்தார்கள். இந்தப் பிரிவினரில் நன்கு வேர்பிடித்த அமைப்பைச் சேர்ந்தவர்கள் சமயம் சார்ந்த அக்கறைகளே தங்களின் அக்கறைகள் என்று கூறிக்கொண்டாலும், அரசியலிலும் சமூகச் செயல்பாடுகளிலும் இடையீடுகள் செய்தார்கள். பல சமயக் குழுக்கள் அரசியல் தொடர்புகளைக் கொண்டிருப்பதும், சமய அமைப்புகள் அரசியல் செயல்பாடுகளில் ஈடுபடுவதும் இன்றுவரையிலும் தொடர்கிறது. கிடைக்கக் கூடிய புரவல ஆதரவே இணைக்கும் கண்ணியாகப் பல நேரங்களிலும் இருக்கிறது. சமூகத்திலிருந்து விலகி நிற்பவராகவும் அதேநேரத்தில் சமூக நலனில் அக்கறைகாட்டும் உரிமை கொண்டவராகவும் திகழும் துறவிக்குச் சமூகத்துக்குள் ஓரளவிற்குத் தார்மிக அதிகாரம் கிடைத்துவிடுகிறது. அவரது போதனை களையும் செயல்பாடுகளையும் பொறுத்து இந்த அதிகாரம் பெருகுகிறது. நவீன காலத்துக்கு முந்தைய காலத்திய அம்சம் இது என்றாலும் நவீன காலத்திலும் இது இல்லாமல் போய்விட வில்லை என்பதை வரும் பக்கங்களில் பார்க்கவிருக்கிறோம்.

துறவிகளின் அமைப்புகளை நடத்திச்செல்வதற்கு மானியமாக நிலங்களும் பெருமளவில் நன்கொடைகளும் அளிக்கப்பட்டன. மடங்கள் சக்திவாய்ந்த சமூக, அரசியல் நிறுவனங்களாகத் தங்களை நிலைநிறுத்திக்கொள்வதற்கு இவை உதவின என்றாலும், பிறன்கள் என்பதான அவற்றின் பங்கு கொஞ்சம் கொஞ்சமாகக் குறைந்தது. தனிப்பட்ட பிராமணர்களுக்கோ அல்லது அவர்களின் குழுக்களுக்கோ அல்லது நிறுவனங்களுக்கோ அளிக்கப்பட்ட

கொடைகள், முந்தைய காலகட்டத்தில் பௌத்தம் நிலைபெற உதவியதுபோல, பிராமணியம் வலுவான ஒரு அஸ்திவாரத்தை இடுவதற்கு உதவின. ஒரு சமயம் நிறுவனப்படுத்தப்படும்போது தவிர்க்க முடியாமல் அதற்கு சமயம் சாராத வாழ்வியல்கூறுகள் மீதும் ஓரளவு கட்டுப்படுத்தும் அதிகாரம் கிடைத்துவிடுகிறது. கி.பி.முதல் ஆயிரத்தின் இறுதிப் பகுதியைச் சேர்ந்த கல்வெட்டுகள் பல, நிலங்களும் நிதியும் பிராமணர்களுக்குக் கொடுக்கப் பட்டதைத் தெரிவிக்கின்றன. பிராமணியம் என்றால் வேத யாகங்களையும் சடங்குகளையும் செய்வது, கோவில்கள் கட்டித் தெய்வங்களை வழிபடுவது என்ற நிலையை மாற்றி அதற்குப் பரவலான அரசியல், பொருளாதார அந்தஸ்தை இது அளித்தது. சமயம் தவிர்க்க இயலாத பெரும் மாற்றத்திற்கு உள்ளானது.

சிரமணர்களின் முக்கியத்துவத்தைக் குன்றச்செய்வதில் பிராமணியம் அடைந்த வெற்றிக்குப் பெருமளவிலான கொடையைப் பிராமணர்கள் பெற்றதும் ஒரு காரணம். வைதிகப் பிராமணியத்துக்கு அரசர்கள் அளித்துவந்த ஆதரவு தொடர்ந்த போதும், பௌராணிக இந்து சமயம் என்று குறிப்பிடப்படு கின்ற சமய வடிவத்தின் நிறுவனங்களின் பெருகிவரும் தேவைகளுக்கும் அந்த ஆதரவு ஈடுகொடுக்க வேண்டியிருந்தது. முதலில் வைணவம், சைவம் சார்ந்த அவதாரங்கள் பலவற்றை வழிபடுவதில் துவங்கிய இந்தச் சமய வடிவம் பிற்காலத்தில் சக்தி வழிபாட்டையும் பிற வழிபாட்டுமுறைகளையும் உட்படுத்திக்கொண்டது. சில சந்தர்ப்பங்களில் உள்ளூர் தெய்வங் களும் சேர்த்துக்கொள்ளப்பட்டுப் புராண தெய்வங்களோடு கலந்தனர். இவ்வாறு நிகழ்ந்தபோது சமயச் சடங்குகளில் தேர்ச்சிபெற்றோர் தனித்த சாதியாக உருவானார்கள் அல்லது பிராமண சாதியில் உள்ளிழுக்கப்பட்டார்கள். குப்தர் காலத்துக்குப் பிறகு இது பரவலாக நடைபெற்றதற்கான சான்றுகள் உள்ளன. இது ஒருவிதத்தில் பிராமணர்களுக்குத் தாசிகளிடம் பிறந்த புதல்வர்களுக்குப் பிராமண அந்தஸ்து வழங்கப்பட்டதை ஓரளவுக்கு ஒத்திருந்தது. உள்ளூர் தெய்வங்கள் வேறு மரபைச் சேர்ந்தவையாக இருந்தாலும், அத்தியாவசிய நிர்ப்பந்தம் ஏற்படும்போதும் அத்தெய்வங்கள் பௌராணிக இந்து சமயத்தில் ஏற்றுக்கொள்ளப்பட்டன.

பௌராணிக இந்து சமயம், வைதீக இந்து சமயமே தனது அடிப்படை எனச் சொல்லிக்கொண்டாலும் பல விதங்களில் அது வேறுபட்டதாக இருந்தது. அதன் அம்சங்கள் பலவும் சிரமண சமயங்களோடான போட்டியின் எதிர்விளைவாகப் பிறந்தவை என்று சொல்லும்படியாக உள்ளன. நடப்பிலிருக்கும் ஒரு சமயம் புதிதான வடிவம் ஒன்றை மேற்கொள்வதற்கு

எதிர்ப்பும்கூட ஏதுவாக இருக்க முடியும் என்பதற்கு இதை உதாரணமாகக் கொள்ளலாம். வழக்கொழிந்துபோன வேத சமஸ்கிருதத்துக்குப் பதிலாகப் பரவலாகப் புழக்கத்திலிருந்த சமஸ்கிருதத்தில் எழுதப்பட்ட புராணங்களே இதன் பனுவலாக இருந்தன. பின்வந்த நூற்றாண்டுகளில் உள்ளூர் மொழிகளிலும் இப்புராணங்கள் எழுதப்பட்டன. வேதம் பயிலுதலும் ஓதுதலும் குறிப்பிட்ட தகுதியுடையவர்களுக்கே உரியவையாக இருக்க, புராணங்களோ பரவலாக வாசிக்கப்பட்டு மக்கள் மத்தியில் பிரபலமடைந்தன. வேத பலிச் சடங்குகளில் தெய்வ வடிவங்களை வைத்து வழிபடும் வழக்கமிருக்கவில்லை; நிகழ்த்துவதற்குத் தகுந்தது என்று கருதப்பட்ட இடத்திலேயே அவை நிகழ்த்தப்படும். சடங்குகள் முற்றுப்பெற்ற பிறகு அவ்விடத்திலுள்ள ஏற்பாடுகள் கலைக்கப்பட்டுவிடும். ஆனால் பௌராணிக இந்து சமயமோ வழிபாட்டிற்கான நிரந்தரக் கட்டமைப்பான கோவிலைக் கட்டி, அங்கு தெய்வ வடிவங்களை ஸ்தாபித்து, அவற்றுக்கு பூசைகள் செய்வதில் கவனம்கொண்டது. சமயம் மாற்றமுற்றபோது வழிபாட்டு முறையும் மாற்றமுற்றது. இந்த மாற்றங்கள் பிற்கால தர்ம சாஸ்திரங்களில் பிரதிபலித்தன. எடுத்துக்காட்டாக, பிராமணர்களில் எப்பிரிவினருக்கு முன்னுரிமை அளிக்கவேண்டும் என்பது பற்றிய ஒரு விவாதம் இவற்றில் இடம்பெற்றிருந்தது – வேத விற்பன்னருக்கா அல்லது கோவில் பூசகருக்கா?

தெய்வ வடிவங்களை வைத்து வழிபடுவதற்கான கட்டமைப்பு என்ற நிலையிலிருந்து கோவில்கள், பக்தர்களின் காணிக்கையினாலும் வசதிபடைத்த புரவலர்கள் அளித்த நிலம், நிதிக் கொடைகளினாலும் ஊடுபாடுகள் நிறைந்த பெரும் நிறுவனங்களாக மெல்லமெல்ல உருக்கொள்ளலாயின. இவற்றை நடத்துவதற்குப் பெரும் எண்ணிக்கையிலான பூசகர்கள் தேவைப்பட்டார்கள். கோவில்கள் புனித யாத்திரைக்குரிய முக்கியத் தலங்களாக உருவானபோது, பல இடங்களிலிருந்தும் மக்கள் வந்து கூடும் இடமாக மாறியதால் அவை வணிக மையங்களாகவும் இரட்டைச் சிறப்புப் பெற்றன. இதனால் கோவில்களுக்குப் பொருளியல் ரீதியிலான முக்கியத்துவமும் ஏற்பட்டது.

சிரமணர்களின் நிறுவனங்களும் விகாரைகள் (மடங்கள்), சைத்தியங்கள் (வழிபாட்டு மண்டபங்கள்), ஸ்தூபிகள் (நினைவுச் சின்னங்கள்) போன்ற வடிவங்களாகப் பொதுவெளியில் இடம்பெற்றிருந்தன. பௌராணிக இந்து சமயமோ, கோவில்கள், சமயப் பனுவல்களைப் பயில்வதற்கும் பாதுகாப்பதற்குமான மையங்களான மடங்கள் போன்ற முற்றிலும் வேறான நிறுவன அமைப்புகளைக் கொண்டிருந்தது. அக்காலத்திய சமூக,

பொருளாதார, அரசியல் செயல்பாடுகளிலும் சமய நிறுவனங்கள் புகுந்துத் தாக்கத்தை ஏற்படுத்தின என்பது உறுதியாகத் தெரிகிறது. முந்தைய காலகட்டத்தில் சமயத்திற்கும் சமூகத்திற்கும் இடையே இருந்த உறவில் இது மாற்றத்தைக் கொண்டுவந்தது. தெய்வ வழிபாட்டுக்குரிய ஒரு வழிமுறை என்பதோடு சமயம் தன்னை நிறுத்திக்கொள்ளவில்லை. சமய நிறுவனங்கள் சமூகச் செயல்பாடுகளிலும் தலையிட்டன. சமூகத்தோடு பிணைந்து விட்ட இந்தச் சமய நிறுவனங்கள் தொடர்ந்து செயல்படுவதற்குப் புரவலர்களின் ஆதரவு மிகவும் முக்கியமானதாக இருந்தது.

புரவலர்களின் ஆதரவிலும் மெல்ல மெல்ல மாற்றமுண்டானது; குறிப்பாக அரச குடும்பத்தினரிடையே. பௌராணிக இந்து சமயத்தின் பனுவலாசிரியர்களாகவும் விற்பன்னர்களாகவும் இதற்குள் கொஞ்சம் கொஞ்சமாக மாறியிருந்த பிராமணர்களுக்கு இவர்களிடமிருந்து பெரிய ஆதரவு கிடைக்கத் தொடங்கியது. இந்த மாற்றத்துக்கான காரணிகளாக இரண்டைச் சுட்டலாம். புதியதாகத் தோன்றிய அரச குடும்பங்களுக்குப் புராதன சத்திரிய குடும்பங்களோடு வம்சாவளித் தொடர்பைக் கற்பித்துப் புதிய சத்திரிய அந்தஸ்தை வழங்குவதற்கான பணியைச் செய்ய பிராமணர்கள் தேவைப்பட்டார்கள்; இரண்டாவதாக, துர்ச்சக்திகளை அடக்கி, எதிர்காலம் கெட்டதாக அமையாமல் விலக்கி, அரச வம்சங்களின் ஆட்சி நல்ல முறையில் தொடர்வதற்கு அவசியமான பரிகாரச் சடங்குகளைச் செய்யும் சக்திபெற்றவர்களாகப் பிராமணர்கள் தங்களை முன்னிறுத்திக்கொண்டார்கள்.

இத்துடன், இக்காலகட்டத்தில் வணிகம் தளர்ச்சியுற்றதால் கொடையளிப்பதற்கான முடை ஏற்பட்டு சிரமண நிறுவனங்களுக்கு வசதிபடைத்த வணிகர்களிடமிருந்தும் சங்கங்களிலிருந்தும் கிடைத்துவந்த ஆதரவு குன்றியதும் சேர்ந்துகொண்டது. சிரமண மடங்களுக்கும் வணிகக் குழுக்களுக்கும் நெருங்கிய தொடர்பு இருந்துவந்தது. மடங்கள் சில நேரங்களில் வணிகச் செயல்பாடுகளிலும் பங்கெடுத்துவந்தன. எனவே வணிகம் சுருங்கியதும் மடங்களுக்கான ஆதரவும் குறைந்து அவற்றின் செயல்பாடுகளில் சுணக்கம் ஏற்பட்டது.

இருந்தபோதும், தத்துவச் சிந்தனைகளை வெளிப்படுத்து வதில் சிரமணர்கள் மத்தியிலும் பிராமணர்கள் மத்தியிலும் அபாரமான அறிவுப் பெருக்கத்தை இந்தக் காலகட்டம் கண்டது. ஒவ்வொரு சிந்தனைப் பிரிவும் வெவ்வேறான அடிப்படை களைக் கொண்டிருந்ததால் மூலச்சிந்தனை (Orthodox) சார்ந்தும் எதிர்சிந்தனை சார்ந்தும் ஏராளமான விவாதங்கள் இயல்பாகவே நிகழ்ந்தன. துறவிச் சபைகளை நிறுவுவது பற்றியதாக

மட்டுமே முரண்பட்ட கருத்துகள் எழவில்லை. தத்துவக் கருத்துகளின் மீதும் விவாதங்கள் கவனம் செலுத்தின. அரச சபைகளில் வாதப் பிரதிவாதங்கள் நிகழ்ந்ததாக அறிகிறோம். எடுத்துக்காட்டாக, ஏழாம் நூற்றாண்டைச் சேர்ந்தவரும் தானேசர் – கன்னோஜை ஆண்டவருமான ஹர்ஷவர்தனரின் சபையில் இவை நிகழ்ந்துள்ளன. திக்நாகரும் தர்மகீர்த்தியும் அக்காலத்தில் பெயர்பெற்ற தத்துவாசிரியரார்களாக இருந்தார்கள். பிற்காலத்தில் சங்கராச்சாரியரும் பிறரும் இந்த நடைமுறையைத் தொடர்ந்தார்கள்.

சிரமணர் என்று பரந்த பொருளில் குறிப்பிடப்படும் மரபுகள் ஒவ்வொன்றிலும் பலவிதமான பிரிவுகள் உருவாயின; அவை தங்களுக்குள்ளேயே வேறுபட்டு நின்றதோடு, ஒன்றையொன்று சாராதவையாகவும் காட்டிக்கொண்டன. அச்சமயங்களைத் தோற்றுவித்தவர்களின் போதனைகளை விளக்கிக்கொள்வதிலும், துறவிகள் பேண வேண்டிய விதிமுறைகள் தொடர்பாகவும், அச்சமயங்களைப் பின்பற்றுவோர் கடைபிடிக்க வேண்டிய நடைமுறைகள் தொடர்பாகவும் இவர்களிடையே வேறுபாடுகள் எழுந்தன. இந்த வேறுபாடுகள் அடிப்படை இறைக்கொள்கை சார்ந்ததாக இருந்திருக்கலாம்; அல்லது, பலநேரங்களிலும், மாறிவரும் வரலாற்றுப் பின்னணி சார்ந்ததாகவும் இருந்திருக்கலாம்.

எடுத்துக்காட்டாக, பணப் பொருளாதாரம் நிலவிய ஆரம்ப காலகட்டங்களில் பிக்குகள் நன்கொடையைப் பணமாகப் பெற்றுக்கொள்ளலாமா, கூடாதா என்ற கேள்வி நிச்சயம் எழுந்திருக்கும். ஆரம்பகாலப் பௌத்த சங்கத்தில் பிளவு ஏற்படுவதற்கு இதுவும் ஒரு காரணமாக இருந்தது. பிற்காலத்தில் சாதாரண சீடர்கள், நன்கொடைகளைச் சாசனங்களில் பதிவிட்டு அளித்த அரச குடும்பத்தினர், வணிகக் குழுக்கள் போன்றோரைத் தாண்டிப் புரவலர்களாகவும் நன்கொடையாளர்களாகவும் வேறு பலரும் உருவானபோது, ஒவ்வொரு பிரிவினரதும் குறிப்பிட்ட தேவைகளுக்கு இடமளிக்க வேண்டிய கட்டாயம் ஏற்பட்டது. அரச குடும்பத்தினரிடமிருந்து பெருமளவிலான நிலங்களைப் பெற்றது, மாக்ஸ் வீபர் குறிப்பிடும் துறவுமட நிலப்பிரபுத்துவத்துக்கு *(Monastic Landlordism)* வழிகோலியது. துறவு மடங்கள் நிலங்களைச் சொந்தமாகக் கொண்டிருக்கக் கூடாது என்ற விதிமுறைக்கு மாறானது இது. பெருமளவில் நிலங்கள் இருக்கும்போது அவற்றை நிர்வகிக்கும் பணியிலும் மேற்பார்வையிடும் பணியிலும் துறவிகள் ஈடுபட வேண்டிவந்தது. இதுபோன்ற சந்தர்ப்பங்களில் துறவு மடம் சமூக, பொருளாதார நிறுவனமாகவும் மாறி, அரசியல் தொடர்புகளிலிருந்து முற்றிலும் தன்னை விலக்கிக் கொள்ள முடியாததாகிவிட்டது. எனவே அவை தங்களின் எதிர்ப்புக்

குரலை அடக்கி வைத்துக்கொள்ள வேண்டியதாயிற்று. நிலங்களை நிர்வகிக்க வேண்டியதன் விளைவாக மடங்களிலும் பிராமண அக்கிரகாரங்களிலும் வாழ்க்கை முறையில் மாற்றங்கள் ஏற்பட்டன. ஏராளமான மானியங்களைப் பெற்றிருந்த கோவில்களைப் பற்றிச் சொல்ல வேண்டியதே இல்லை. பிராமணர்கள் எல்லோருமே வேதம் ஓதிக் காலம்கழிக்க முடியாது; எனவே அவர்களில் சிலர் வேளாண்மையையும் அவற்றோடு தொடர்புடையவற்றையும் மேற்பார்வையிடும் பணியிலும், சிலர் கணக்குவழக்குகளைச் சரிபார்க்கும் பணியிலும் ஈடுபட வேண்டிவந்தது. துறவி மடங்களிலுள்ள துறவிகளுக்குக்கு இந்த விஷயங்களில் நல்ல அறிமுகமிருந்தது.

கி.பி. முதலாயிரத்தின் நடுப்பகுதியிலிருந்து சிரமண சமயங்கள், கணிசமாக நன்கொடைகள் பெற்றுவந்த பௌராணிக சமயத்துக்கு எல்லாச் சந்தர்ப்பங்களிலும் எதிர்க்குரல் கொடுக்கும் குழுக்களாக இருக்கவில்லை. அவற்றுக்குள்ளேயே பூர்வக்கொள்கைப் பற்றாளர்களும் (Orthodoxies) இவர்களுக்கு மாறான கருத்துகளையும் நடைமுறைகளையும் கொண்டிருந்த எதிர்க் கருத்தாளர்களும் உருவாகத் துவங்கினார்கள். ஒவ்வொருவரும் ஒவ்வொரு விதத்தில் தங்களைத் தக்கவைத்துக் கொள்ள முயன்றார்கள்.

இந்தக் காலகட்டத்தில் இந்தியாவிலிருந்த ஒவ்வொரு சமயமுமே தனக்குள் பல உட்பிரிவுகளைக் கொண்டிருந்தது. இப்பிரிவுகள் அனைத்தும் தமக்கெனப் புரவலர்களைத் தேடிப் பெற முயன்றதோடு தனித்த அடையாளம் கொண்டவையாகவும் தங்களைக் காட்டிக்கொண்டன. பிற்காலத்தில் உருவான சமயங்களிலும் இந்தப் போக்கே நிலவியது. தனித்ததான ஒரு அமைப்பையும் அடையாளத்தையும் கொண்டிருப்பது ஒரு பிரிவுக்கு அதைப் போன்ற வேறுபல பிரிவுகளிலிருந்துத் தன்னைப் பிரித்து அடையாளப்படுத்திக்கொள்ள உதவியது. மேலும் இது, மூலச்சிந்தனையோடு ஒத்தோடுவதற்கோ முரண்படுவதற்கோ அல்லது மூலச்சிந்தனைக்கும் அதன் வேறு வகைகளுக்குமிடையே ஓரிடத்தில் தன்னை இருத்திக் கொள்வதற்கோ அனுமதியளித்தது. வேறுபாடுகளைக் கொண்டிருப்பதும் இவ்வேறுபாடுகளோடு ஒன்றாக வாழ்வதும் சாத்தியம் என்பது ஏற்றுக்கொள்ளப்பட்டிருந்தது; அவற்றில் சிலவற்றுக்கிடையே பகையும் போரும் நிகழ்ந்தன என்றாலும். ஆனால், இந்த உறவோ பகையோ சிறிய, உள்ளூர்க் குழுக்களின் மட்டத்திலேயே இருந்தது. ஒற்றைத்தன்மையான, எல்லா இடங்களிலும் ஓரே சீராகவுள்ள, அனைத்தையும் உள்ளடக்கிய ஒரு சமயம் என்பது அன்று அறியப்பட்டிராத ஒன்று. அதேபோல், நன்கு வகுக்கப்பட்ட சமயம் என்று சொல்லப்படும்

சமயத்துக்குக்கூட அனைத்தையும் உள்ளடக்கிய புனித நூல் என ஒன்றிருக்கவில்லை. பின்பற்றுவோரில் சிலர் ஒரு நூலை ஏற்றுக்கொண்டிருந்தாலும், எல்லாப் பனுவல்களுக்கும் மேலான புனிதத் தன்மை கொண்ட ஒற்றை நூலென்று எதுவும் பிரித்தறியப்படவில்லை. இதன் காரணமாக, தனிப்பட்ட நூலொன்றுக்கு அரூபமான விசுவாசம் கொண்டிருப்பதைக் காட்டிலும் சமயச் சடங்குகளையும் கருத்துகளையும் பிரதேசம் சார்ந்ததாக ஆக்கிக்கொள்ளும் நடைமுறையே வலுப்பெற்றிருந்தது.

பிற்காலத்தில் சமயத்தோடு தொடர்புடைய கடந்தகால நிகழ்வுகளைப் பற்றி எழுத மேற்கொண்ட முயற்சிகள், தனித்த நிகழ்வுகளின் வரலாறுகளைப் போலவோ அல்லது ஒரு குறிப்பிட்ட பிரிவின் பதிவுபெற்ற முன்நினைவுகள் போலவோ அமைய நேர்ந்தனவே தவிர, பரந்த ஒரு சமயத்தின் கதையாக அமையவில்லை. பெரியதொரு கதையைச் சொல்வதாகத் துவங்குபவைகூடப் போகப்போக ஒரு குறிப்பிட்ட பிரிவின் அம்சங்களைப் பேச இறங்கிவிடுகின்றன. சிரமண சமயங்கள் தமது கடந்த காலத்தைக் குறித்த சிறந்த பதிவுகளைக் கொண்டிருக் கின்றன. அவற்றை நிறுவிய ஒரு வரலாற்று ஆளுமையின் சிந்தனையில் அவை வேர்கொண்டவை என்பதும் அவை ஆரம்பத்தில் எதிர்ப்புக் குழுக்களாக இருந்தமையால் தங்களின் கடந்த காலத்தைக் கட்டமைப்பதிலும் நினைவுகூர்வதிலும் முனைப்புக் காட்டின என்பதும் இதற்குக் காரணங்களாக இருக்கலாம். ஒருவிதத்தில் அவற்றின் இருப்புக்கு நியாயம் அளிப்பதற்காக இது மேற்கொள்ளப்பட்டிருக்கலாம். தனக்கான வரலாறு ஒன்றைக் கொண்டிருப்பதாகக் காட்டிக்கொள்வதன் ஒரு நோக்கம், இருப்புக்கு நியாயம் கோருவதுதான். ஆனால் போகிறபோக்கில் எழுதப்படுவதை வரலாறாக நாம் இன்று ஏற்றுக்கொள்ள மாட்டோம்; அதன் துணிபுகள் நம்பகமான ஆதாரங்களைக் கொண்டிருக்க வேண்டும்.

சுவாரஸ்யமாக, இந்தக் காலகட்டத்தில்தான் புராணங்கள் உட்படப் பல பனுவல்கள் சமய விரோதக் கருத்துகள் பற்றி அடிக்கடி பேசத் துவங்குகின்றன. பௌராணிக சமயத்துக்கு ஒரு கட்டுக்கோப்பைப் புராணங்கள் அளித்தன என்பதால் இவை முக்கியத்துவம் வாய்ந்தவையாகும். சமயம் சார்ந்த நிலைப் பாட்டின் பார்வையில் எதிர்ப்பு என்று கருதப்படுவதன் குரல் வெளித்தெரியவும் ஒலிக்கவும் தொடங்கி, பின்பற்றுவோரும் புரவல ஆதரவு பெறுவதற்கான போட்டியும் பெருகி, பூர்வக்கொள்கைப் பற்றாளர்களின் அமைப்புகளை நடத்திச்செல்வதற்கான அதிகப்படியான நிதியும் தேவைப்படும்போது சமய விரோதக் கருத்துகள் வேகம் கொள்கின்றன.

முதலாமாயிரமாண்டின் பிற்பகுதியில் பிராமணியம் வெற்றியடைந்தது என்றால் அதற்குக் காரணம் அது முன்னெப்போதுமில்லாத அளவுக்கு இத்தகைய பிரச்சினைகள் அனைத்தையும் அது எதிர்கொண்டது இந்தக் காலகட்டத்தில்தான். சமய விரோதக் கருத்தைச் சொல்லுதல் என்பது முந்தைய பிறனோடு மட்டும் தொடர்புடையதாக இப்போது இருக்கவில்லை; தானின் பகுதியாக முன்பிருந்த பல்வேறு பிரிவுகள் தங்களை வளர்த்துக்கொள்ள வேண்டும் என்று விரும்பியதன் காரணமாக அவற்றிலும் ஊடுருவின. சைவம், வைணவம் இரண்டு பிரிவுகளுக்கிடையேயான உறவை சாக்தம் என்ற மற்றொரு பிரிவை வைத்துக்கொண்டு ஆராய்வது பயனுள்ளதாக இருக்கும். இவற்றிக்கிடையேயான போட்டி எந்த அளவுக்கு இருந்தது? இவை இணக்கமாக இருந்த சந்தர்ப்பங்கள் உண்டா? பின்பற்றுவோரின் வலுவான கூட்டத்தை இவை கொண்டிருந்தனவா? பாஷாண்டர்கள் என்று ஆரம்பத்தில் எந்தவொரு பிரிவினரையும் குறிப்பதற்குப் பயன்படுத்தப்பட்ட சொல் இப்போது பொருள்மாற்றம் பெற்று, பித்தலாட்டக்காரர்கள் என்று பூர்வக்கொள்கைப் பற்றாளர்கள் முத்திரை குத்தி ஒதுக்கிய பிரிவினரை மட்டுமே குறிக்கத் துவங்கியது. தனது கருத்துகளுக்கு மாற்றான கருத்துக்களைச் சொல்லும் புதியதொரு மாற்றுக்குரல் வெளிப்படையாகத் தெரிய ஆரம்பிக்கும்போதுதான் ஒரு சமயமானது தனது பூர்வநிலையை *(Orthodoxy)* வலியுறுத்துவோர் தனக்கும் உண்டு என்பதை அறிந்துகொள்கிறது.

துறவிகளிடம் மாற்றுக் கலாச்சாரத்தின் கூறுகள் ஆரம்ப காலங்களில் தென்பட்டன. இது முற்றிலும் புதிதான பிறன். இதை வழக்கமாக சந்நியாசியோடு தொடர்புபடுத்திப் பார்ப்பதுண்டு. இவ்வாறு இருவரையும் குழப்பிக் கொள்ள வேண்டியதில்லை. துறவி, சந்நியாசியின் சில அம்சங்களின் சாயல்களைக் கொண்டிருந்தாலும் உண்மையில் இவ்விருவரும் வேறுவேறானவர்கள்.

சந்நியாசம் ஏற்க விரும்புபவர் தன் பெற்றோருக்கு இறப்புச் சடங்குகளைச் செய்தாக வேண்டும்.அவர் தனது குடும்பத்தோடும் சமூகத்தோடும் உள்ள உறவைத் துண்டித்துக்கொண்டு, தனிமையாகக் வாழ வேண்டும். சில நேரங்களில் பிற சந்நியாசிகள் வாழும் ஆசிரமங்களுக்குச் சென்றுவருவார் என்றாலும் பிறரிடமிருந்து விலகியே அவர் வாழ வேண்டும் என்பதே பொதுவான விதி. ஆசிரமங்கள் என்று அழைக்கப்படும் பல அமைப்புகளிலும்கூட இந்த விஷயம் மறைந்துபோய்விட்டது; அவை இன்று சமூகத்திலிருந்து விலகியிருக்கவுமில்லை. சந்நியாசியின் நோக்கம் பிறவிப் பிணியறுத்து ஆன்மாவைக்

கடைத்தேற்றுவதற்கான வழிமுறையைத் தேடுவதுதான். மரணமடைந்தால் சந்நியாசியின் உடல் எரியூட்டப்படுவதில்லை; மாறாக, அமர்ந்த நிலையில் புதைக்கப்படும்.

ஒரு துறவுச் சங்கத்திலோ அல்லது ஒரு சமயப் பிரிவிலோ சேரும் ஒரு துறவி தனது பூர்வ அடையாளத்தைத் துறந்து, அவர் சேர்ந்துள்ள சங்கம் அல்லது பிரிவின் அடையாளத்தைப் புதிதாக ஏற்றுக்கொள்கிறார். குடும்பத்தோடான அவரது உறவு முற்றிலும் துண்டிக்கப்படுவதில்லை. அவர் தன்னைச் சமூகத்திலிருந்து விலகியவராகக் கருதுவதுமில்லை. ஏனெனில் அவர் சார்ந்துள்ள பிரிவு நன்கொடை எவரிடமிருந்து வந்தாலும் பெற்றுக்கொள் கிறது. தனது சமயத்தைத் தோற்றுவித்தவரின் போதனைகளில் – குறைந்தபட்சம் அப்பிரிவு ஏற்றுக்கொண்டுள்ளவற்றில் – மக்களுக்கு நம்பிக்கையை ஏற்படுத்தி அவர்களைத் தனது பிரிவைப் பின்பற்றுபவர்களாக மாற்றுவதில் முனைப்புக் காட்டுகிறது. அப்போதனைகளின் நோக்கம் மக்களை மதமாற்றம் செய்வதல்ல; மாறாக மக்களுக்குப் புதியதொரு அறவியல் ஆதர்சத்தை வழங்குவதுதான். சிரமணர்களின் போதனைகளில் சமூக நன்மை என்பது அழுத்தம் பெற்றிருந்தது.

எதிர்ப்பைத் தெரிவிப்பதற்குத் துறவறம் ஒரு அத்தியாவசிய மான தகுதியல்ல; ஆனால் துறவறம் இருந்த இடங்களில் எதிர்ப்பின் அம்சங்கள் இருக்கத்தான் செய்தன. துறவறம் மேற்கொண்டோரின் எதிர்ப் பார்வைகளையும் நாம் கணக்கில் கொண்டால் பல்வேறு விதமான அபிப்ராயங்களின் விரிந்த பிரதிநிதித்துவம் நமக்குக் கிடைக்கிறது. கடந்த கால அனுபவங்களைப் பயன்படுத்தி நிகழ்காலச் செயல்பாடுகளைக் கேள்விக்குள்ளாக்குவது சிறப்பான எதிர்காலத்தை முன்னெடுப்பதற்கு உதவலாம். எதிர்காலம் எப்படியிருக்க வேண்டும் என்று கற்பனை செய்து, இனித் தோன்றவிருக்கும் புத்தர் – அதாவது மைத்ரேய புத்தர் – வழிநடத்தும் ஆயிரமாண்டுக்கால ஆதர்ச உலகை முன்னிறுத்தியதன் நோக்கத்திற்கு இதுவும் ஓரளவு காரணமாக இருக்கலாம்.

சமூகத்தில் ஆணுக்கும் பெண்ணுக்கும் அளிக்கப்பட்டுள்ள தகுதிநிலையில் உள்ள வேறுபாட்டைச் சிரமண மரபு உணர்ந்தே இருந்தது. அது பெண்களுக்கும் துறவறம் ஏற்கும் தெரிவை வழங்கியது; சிலர் துறவறம் மேற்கொள்ளவும் செய்தார்கள். திருமணமானவர்கள் என்றால் துறவறம் ஏற்பதற்கு அவர்கள் தங்கள் கணவன்மாரிடமிருந்து சம்மதம் பெற்றாக வேண்டும். வசதிபடைத்த குடும்பத்தைச் சாராத பெண்கள்கூடப் பௌத்த சங்கத்துக்கு நன்கொடைகள் வழங்கினார்கள்; இவர்களின் கொடைகள் பதிவுசெய்யப்பட்டன. ஆனால் தற்சுதந்திரதோடு

இருப்பதற்கான உரிமை பெண்களுக்கு அளிக்கப்படவில்லை. பிக்குணிகள் பிக்குகளின் கட்டளைக்கும் போதனைகளுக்கும் கீழ்ப்படிந்துதான் நடக்க வேண்டியிருந்தது. ஆனால் பெண்கள் சாமானியச் சீடர்களாக இருப்பதற்கான சூழல் அவற்றில் இருக்கத்தான் செய்தது. பிக்குணிகள் எல்லாவிடத்திலும் மதிக்கப்பெற்றார்கள் என்று சொல்ல முடியாது. தர்ம சாஸ்திரங்களின்படி நற்குடிப் பெண்கள் பிக்குணிகளோடு தொடர்பு வைத்துக்கொள்வதற்கு அனுமதியில்லை. பௌத்த, சமணப் பெண் துறவிகளை அரசவை உளவாளிகளாகப் பயன்படுத்திக்கொள்ளலாம் என அர்த்த சாஸ்திரம் திரும்பத் திரும்பக் குறிப்பிடுகிறது. இம்மாதிரியான ஏற்பாடுகள் அன்றிருந்தனவா அல்லது பெண் துறவிகள்மீது சந்தேகத்தை உருவாக்குவதற்காக இப்படிச் சொல்லப்பட்டதா என்பது சிந்திக்க வேண்டிய விஷயம்.

சிரமணத் துறவிகளுக்குச் சமூக மேம்பாட்டில் அக்கறை இருந்ததால் அவர்கள் சாமான்யச் சீடர்களோடு எப்போதும் தொடர்பிலிருந்தார்கள். காடுகளிலிருந்த ஆசிரமங்கள் போலல்லாமல் இத் துறவி மடங்கள், கிராமங்கள் நகரங்கள் இவற்றின் அருகில் அமைந்திருந்தன. இவை பௌத்த சமண சமயங்களின் நிறுவனரீதியிலான ஆதாரங்களாக இருந்தன; எனவே, அவற்றின் இருப்பு சமூகத்தில் துலக்கமாகத் தெரிந்தது. இம்மடங்கள் மக்களிடையே செல்வாக்குச் செலுத்துவதில் பெற்றிருந்த வெற்றி, பிற சமயத்தவரையும் இது போன்ற அமைப்பு களை நிறுவுவதற்கு ஊக்கமளித்திருக்கலாம். பிராமணர்கள் அக்கிரகாரங்களைப் பிரம்மதேயங்களாகப் பெற்றபோதும், தங்கள் மடங்களை நிறுவியபோதும் ராஜ்ஜியங்களிலுள்ள நல்ல வளமான, செல்வச் செழிப்புள்ள பிரதேசங்களில் அவர்களின் குடியேற்றம் அதிகரித்தது. பிற்காலத்தில் வந்த சூஃபிக்களும் தங்களுக்குப் புரவல ஆதரவு கிடைக்கக்கூடிய வேளாண்மையும் வணிகமும் செழித்திருந்த இடங்களிலேயே தர்க்காக்களையும் கான்காக்களையும் நிறுவினார்கள். சூஃபிக்கள் முதல்முதலாக வந்தபோது தெற்குப் பஞ்சாபின் முல்தான் பிரதேசத்திலும் யமுனை கங்கைச் சமவெளியின் மேல்பகுதியிலும் அவர்களின் செயல்பாடு அதிக அளவிலிருந்தது; முக்கியமான வணிகப் பாதைகள் இவ்வழியாகவே சென்றன; இப்பகுதியில் நீர்ப்பாசனமும் நல்ல முறையில் இருந்தது.

சமய போதனைகளின் வெளிவடிவமாகத் திகழ்ந்த மடங்கள் கவனம்பெறலாயின. இன்றுபோலவே அன்றும் சமயப் பிரிவுகள் பலவும் இத்தகைய அமைப்புகளைக்கைக்கொண்டன. மடங்கள் சமய, தத்துவக் கருத்துகளைப் பயில்வதற்கும்

தியானத்திற்குமான இடங்களாக இருந்தன. என்றாலும் அவற்றில் பல, கிராமங்களையும் நகரங்களையும் ஒட்டி அமைந்திருந்த காரணத்தால் அரசியல் சமூக விஷயங்களிலும் தங்களின் அக்கறையை விரிவுபடுத்தின. இதனால் அதன் பிறன்மை விரிவடைந்தது. சமூக நிறுவனங்களின் செயல்பாடுகளின் மீதான அவற்றின் தாக்கம், அதிகாரத்தையும் சமூகத்தைக் கட்டுப் படுத்தும் மேலாண்மையையும் அவற்றிற்கு வழங்கியது. இதனால் சமூகங்கள் தங்களுக்கான அடையாளத்தைக் கண்டடைவதற்கான விதிமுறைகளை வகுத்தளிக்கும் அவசியம் அவற்றிற்கு ஏற்பட்டது. இத்தகையச் சூழலில், எதிர்ப்பு என்பது சமயரீதியிலான வடிவத்தைக் கொண்டிருந்தாலும் நடைமுறையில் அதிகமும் சமூக அக்கறைகளோடு தொடர்புடையதாக உருப்பெறத் துவங்கியது.

இந்த நிறுவனங்கள் செழிப்புற்று நன்கு வேரூன்றிய போது அவற்றில் பூர்வக்கொள்கைப் பற்றாளரும் உருவானார்கள். இது அவர்களுக்குள்ளேயே மாற்றுக் கருத்துக் கொண்டோரைத் தோற்றுவித்தது. முன்பு எதிர்ப்புக் குழுக்களாக இருந்தவற்றுக்குள்ளேயே புதிய கருத்து வேறுபாடுகள் தோன்றின. இத்தகைய தொடர்ச்சியான புதிய எதிர்க் கருத்துகளின் தோற்றமானது, பிறன் என்பது விரிவடைந்துகொண்டே செல்லும் திறனைத் தன்னகத்தே கொண்டது என்பதை எடுத்துக்காட்டுகிறது. எதிர்ப்பானது பூர்வக்கொள்கைப்பற்றாளருக்கு வலுசேர்க்கும்படியாக உள்ளதா அல்லது எதிர்த் தரப்பாரை ஊக்குவிக்கிறதா என்பதைப் பொறுத்தே சமரச முயற்சிகள் மேற்கொள்ளப் பட்டன. சிரமணச் சமயங்கள் ஒவ்வொன்றினுள்ளேயும் தத்துவது சிநதனை சார்ந்த வாதப் பிரதிவாதங்கள் நிகழ்ந்ததால், எல்லா சிரமணப் பிரிவுகளும் எதிர்ப்புக் குரல்களின் மையங்களாக அமைந்திருக்கவில்லை. இதைப் போலவே, வேறு சமயச் சிந்தனைகளைப் பின்பற்றும் பிரிவுகளுக்கிடையேயும் கருத்து வேறுபாடுகள் இருந்தன. எனவே, 'தான்' யார் என்பதை அறிந்தாலே எதிர்ப்புக் குரல்கள் எவை என்பதைப் புரிந்துகொள்ள முடியும்.

துறவிகளாக இருந்த அனைவருமே ஏதோ ஒரு நிறுவனத்திலோ அல்லது அமைப்பிலோ சேரவில்லை. இவர்களில் தனிப்பட்ட துறவிகளும் இருந்தார்கள். இந்திய வரலாற்றுப் பரப்பில் சாதுக்கள், பக்கீர்கள், ஜோகிகள் / யோகிகள் என்று பல வடிவங்களில் வலம்வந்த இவர்களும் பிறன் என்ற விரிந்த வகைமையின் ஒரு பகுதியாகவே, அவர்களின் தனிப்பட்ட திறன் சார்ந்து, கருதப்பட்டார்கள். சமூகத்திலுள்ள அனைவருக்கும் நற்பணியாற்றுவதற்காகத் துறவறம் மேற்கொண்ட ஒருவருக்கு

ஓர் அந்தஸ்து கிடைத்ததோடு சமூகத்துக்குள் தார்மிக அதிகாரமும் கிடைத்தது. மேலோட்டமாகப் பார்க்கும்போது இது முரண்போலத் தோன்றலாம். ஆனால், சமூகத்தில் மேலாண்மை செலுத்திவந்த குழுவினரின் கருத்துகளிலிருந்து அவர் முரண்பட்டு நின்றதால், அவரது எதிர்ப்புக்கும் அவர் போதித்த சமூக விழுமியங்களுக்கும் அங்கீகாரம் கிடைத்தது. அவர் அதிக ஆதரவாளர்களைக் கவர்ந்திழுத்தால், சமூகத்தைத் தன்போக்கில் செலுத்துவதற்கான உந்துசக்தி கிடைத்தது. சர்வாதிகாரத்தை ஆதரித்த கௌடில்யர், புதிய குடியேற்றப் பகுதிகளுக்குத் துறவிகள் செல்வதற்கு அரசு அனுமதிப்பதை ஆதரிக்காதது இதனால்தானா? அரசு தனது அதிகாரத்தை முழுமையாகச் செலுத்த வேண்டுமானால் அது எதிர்க் கருத்துள்ளோரை அனுமதிக்கக் கூடாது என்பதுதான் இதற்கான வாதமாக இருந்திருக்க முடியும். இது கடந்த கால, நிகழ்கால வரலாறுகளில் நாம் காணக்கூடியதுதான். அர்த்த சாஸ்திரம் பரிந்துரைப்பதுபோல அரசானது சமூகத்தின் பல அம்சங்களின்மீதும் தன் கட்டுப்பாட்டைச் செலுத்தும்போது, தனக்கு எதிரான கருத்துகளைத் தடை செய்யும் அதிகாரமும் இந்த சர்வாதிகாரத்துக்குக் கிடைக்கிறது.

இந்தப் 'புனிதத் துறவிகள்' அனைவருமே முழுத் துறவறம் அல்லது அரைத் துறவறம் ஏற்பதற்கு முன்னால் தாங்கள் துறவறம் மேற்கொள்வதற்கான காரணங்களைப் பற்றி ஆழச் சிந்தித்துப் புரிந்துகொண்ட பிறகே அதை ஏற்றுக்கொண்டார்கள் என்று சொல்ல முடியாது என்பதை நாம் மனதில் இருத்திக்கொள்ள வேண்டும். சிலர் தங்களின் சுயநலனுக்காகப் புனிதச் சின்னங்களை அணிந்துகொள்வதுண்டு. துறவியரில் யார் உண்மையானவர்கள் யார் போலிகள் என்றறிவது, ஒரு வகையில் நிச்சயிக்க முடியாத விளையாட்டைப் போன்றது. சிலரது துறவறம், உண்மையான நம்பிக்கையின் வெளிப்பாடாக இருக்கலாம்; சிலரது துறவறம், பிறரது நம்பிக்கையைத் தங்களின் சுயநலத்துக்குப் பயன்படுத்திக்கொள்வதற்காகப் போட்டுக்கொண்ட வேஷமாகவுமிருக்கலாம். எனவே, துறவிகள் என்று தங்களை அறிவித்துக்கொள்பவர்களின் உண்மை நிலையை ஆராய்ந்தறிவது அவசியம். அவர்கள் போதனைகளுக்கு முக்கியத்துவம் அளிக்கிறார்களா அல்லது சமயம் சார்ந்த புற அடையாளங்களுக்கும் வார்த்தைப் பிரயோகங்களுக்கும் முன்னுரிமை அளிக்கிறார்களா என்று பார்க்க வேண்டும். இவற்றிக்கிடையே சமநிலை இருக்க வேண்டும். போதனைகளைக் காட்டிலும் புற அடையாளங்கள் அதிகப்படியான முக்கியத்துவம் பெறும்போது போதனைகள் வலுவிழந்துவிடுகின்றன.

மௌரியருக்கும் குப்தர்களுக்கும் இடைப்பட்ட காலகட்டம், சமயங்களுக்கிடையே மேல்நிலை அடைவதற்கான ஒருவிதப் போட்டி நிலவிய காலகட்டம். அது சமயப் பிரிவுகளுக்கிடையே யான மறைமுகப் போட்டியாகக்கூட இருக்கலாம். மனு தர்ம சாஸ்திரமும் அர்த்த சாஸ்திரமும் அரசியல் செயல்பாடுகள் குறித்துப் பேசும்போது கட்டுப்பாடற்ற நிலை (*anarchy*) பற்றிய அச்சம் அவற்றில் கவிந்திருப்பதைக் காணலாம். கட்டுப்பாடற்ற நிலை, *மத்ஸ்ய நியாயம்* என்றழைக்கப்படுகிறது – பெரிய மீன் சின்ன மீனைத் தின்னும் நிலை. தீயவர்களும் சூழ்ச்சிக்காரர்களும் தண்டிக்கப்படாமல் எங்கும் நிறைந்திருப்பதை இந்த நூல்கள் பேசுகின்றன – எவரைக் குறித்து இங்கு பேசப்படுகிறது என்பது விளக்கப்படவில்லை. ஆனால், பெரிய மீனின் செயல்பாடுகளே கட்டுப்பாடற்ற நிலை உருவாகக் காரணமாக அமைகின்றன என்பது கவனத்துக்குரியது.

ஆனாலும், நெருக்கடி காலங்களில் சமய நிறுவனங்களின் சொத்துக்களை அரசன் கைப்பற்றிக்கொள்ளலாம் எனக் கௌடில்யர் அனுமதி வழங்குகிறார். கல்ஹணரின் *ராஜதரங்கிணி* யில் விவரிக்கும் நிகழ்ச்சிகள் வரலாற்றில் இவ்வாறு நிகழ்ந்ததற்கான எடுத்துக்காட்டுகளாக அமைகின்றன. அந்நூலில் கி.பி. முதலாயிரத்தின் முடிவில் காஷ்மீர் அரசர்கள் நிதி நெருக்கடியைக் காரணங்காட்டி கோவில் சொத்துக்களைக் கொள்ளையடித்ததும், இதன் உச்சமாகப் பதினொன்றாம் நூற்றாண்டைச் சேர்ந்த அரசரான ஹர்ஷவர்த்தன் கோவில்கள்மீது கடுமையாகத் தாக்குதல் நடத்தியதும் குறிப்பிடப்படுகின்றன.

நடைமுறையிலுள்ள நியமங்களுக்கு எதிராக மாற்றங்களும் சவால்களும் தொடர்ந்து உருவாகிவந்தாலும், 'எதிர்ப்பு' என்பது 'கலகமா'க மாற முடியாதபடி ஏதோ தயக்கம் இருந்ததாகத் தோன்றுகிறது. ஒருவிதத்தில் எதிர்ப்பின் இருப்பு கலவரத்தைக் கட்டுப்படுத்துவதாகவும் இருந்திருக்கலாம். கலகம் நடப்பதற்கான சாத்தியங்களை அறிந்திருந்தாலும், அது நடப்பதற்கான ஊக்கம் அளிக்கப்படவில்லை. சாதி நியமங்கள் வெளித் தெரியாமல் மாற்றியமைக்கப்பட்டன – அதைப் பற்றிக் கேள்வி எழுப்பப்படாத வரையிலும், மக்கள் அம்மாற்றத்தை ஏற்றுக்கொண்டு நடக்கும் வரையிலும். முறைப்படுத்தப்பட்ட சமயங்களில் புதிய கடவுள் களும் சடங்குகளும் உட்படுத்தப்பட்டன. புதுவிதமான சமூகம் உருவாகப்போவதுபற்றிக் குறிப்புணர்த்தும் போதனையைச் சிலரிடம் பேசுவதற்கான வாய்ப்புகளும் அவ்வப்போது இருந்தன. பல நூற்றாண்டுகளாகத் தொடர்ந்து வரும் நிகழ்வு இது. மகாபாரதம், இராமாயணம், கீதை போன்ற பனுவல்களில் புதிதுபுதிதாக இடைச்செருகல்கள் ஏற்றுக்கொள்ளப்பட்டதற்கான

காரணம் இதுதான். இந்த இடைச்செருகல்கள் வழியாக இந்தப் பனுவல்கள் காலத்தோடு ஒட்டி உயிர்வாழ்ந்தன என்று சொல்லலாம்.

அதிருப்தியுற்ற வேளாண் மக்கள் ஒரு தேசத்திலிருந்து மற்றொரு தேசத்துக்குக் குடிபெயர்ந்து போவது பற்றிய குறிப்புகள் இருக்கின்றன; ஆனால் வருவாய் இழப்பு ஏற்படும் என்பதால் அரசர்கள் இந்தக் குடிபெயர்வை ஏற்றுக்கொள்ள வில்லை. வேளாண் மக்கள் குடிபெயர்கிறார்கள் என்றால் அவர்கள் தங்களைச் சுரண்டும் அதிகாரத்துக்கு எதிராகக் கிளர்ந்தெழுகிறார்கள் என்பதாகப் புரிந்துகொள்ள வேண்டும் என்று ஒரு வாதம் முன்வைக்கப்படுகிறது. ஆனால், குடிமக்கள் கலகம் செய்வதற்கான உரிமை முற்காலத்தைச் சேர்ந்த நூல்களில் எளிதாக ஏற்றுக்கொள்ளப்படவில்லை. கொடுங்கோல் அரசர்களைக் கொல்வதற்கு மகாபாரதம் அனுமதிக்கிறது என்றாலும், அவர்களைக் கொல்லலாமா கூடாதா என்ற முடிவை எடுக்கத் தகுதிவாய்ந்தவர்களான பிராமணர்கள் போன்றோருக்கே அந்த உரிமை வழங்கப்படுகிறது. இந்த விதத்தில், பௌத்த நூல்கள் அதிக நீக்குப்போக்கோடு இருந்தன.

அரசின் தோற்றம்பற்றிய பௌத்தத்தின் பார்வையின் வெளிப்பாடாக இந்த நீக்குப்போக்கு அமைந்திருக்கலாம்; மகாபாரதத்தில் இது மீண்டும் சொல்லப்படுகிறது. உறவுமுறைக் கான விதிகளும் தனியுடைமையும் புகுத்தப்பட்டு, அவை சமூக நடத்தையைத் தீர்மானிப்பவையாக ஆனபோது, மனித சமூகம் பற்றிய ஆதி ஆதர்ச உலகம் குலையத் துவங்கியதாம்; இந்த மாற்றத்தால் பாதிக்கப்பட்ட மக்கள் ஒன்றுகூடித் தங்களுக்குள் ஒருவரை சட்டமியற்றவும் அச்சட்டங்களின்படி ஆட்சிசெலுத்த வும் தேர்ந்தெடுத்தார்களாம். சமுதாய ஒப்பந்தம் என்று ஏகதேசமாகக் குறிப்பிடத்தக்க இந்தக் கருத்து பௌத்த நூல்களில் தொடர்ச்சியாக வருகிறது. பிராமணர்கள் இயற்றிய நூல்களில் இது பிற்காலத்தில்தான் வருகிறது. முந்தைய நூல்களிலெல்லாம் அரசன் என்பவன் தெய்வத்தால் நியமிக்கப் பட்டவன் என்பதே ஏற்றுக்கொள்ளப்பட்ட வாதமாக இருந்தது.

வேளாண் மக்கள் கலகம் செய்யப்போவதாக அச்சுறுத்தியது பற்றிய குறிப்புகள் கி.பி. இரண்டாம் ஆயிரத்தில் அடிக்கடி வருகிறது. ஆனால், இவை பேச்சளவிலேயே இருந்திருக்கலாம். உண்மையாக நடந்த கலவரங்கள் மிகக் குறைவு. இதைப்போல, நகர் சார்ந்த கைவினைஞர்கள், வரியும் வாடகையும் அதிகமாகச் செலுத்தப் பணிக்கப்பட்டதை எதிர்த்துக் கிளர்ந்தெழுந்தபோது அவர்களோடு உடன்பாடு மேற்கொள்ளப்பட்டது.

3

பிறன்மையின் வெளிப்பாடு

இந்தச் சந்தர்ப்பத்தில் ஒன்றைச் சொல்லிக் கொள்ள விரும்புகிறேன்: பிறன்மையானது எப்போதும் ஒரு தானிற்கு எதிர்வினையாகத்தான் ஒரு தனிமனிதரிடமிருந்தோ அல்லது குழுவிடமிருந்தோ வெளிப்பட வேண்டும் என்பதில்லை. அப்படி அது எப்போதும் பிரகடனப்படுத்திக்கொள்வதுமில்லை. ஒரு குழு மற்றொரு குழுமீது பிறன்மையைத் திணிக்கலாம்; தான்கூட மற்றொருக் குழுமீது, பிறன் ஒன்றை உருவாக்குவதற்காகப் பிறன்மையைத் திணிக்கலாம். இந்தப் பிரிவினை எதன்மீது திணிக்கப்படுகிறதோ அந்தக் குழுவைச் சமூகத்தி லிருந்து விலக்கிவைப்பதற்காகவோ அல்லது அதைச் சமூகத்தில் கீழ்நிலைப்படுத்துவதற்கோ இவ்வாறு செய்யப்படுகிறது. பல சமூகங்களும் சில பிரிவினர்மீது, அதிகமும் அவர்களைத் தங்களுக்குப் பணிந்தவர்களாக ஆக்குவதற்காகவே விலக்கலைத் திணிக்கின்றன. குறிப்பிட்ட பணிகளைச் செய்யும் குழுக்கள் தனித்தனியாகப் பிரித்துவைக்கப்படுகின்றன; இக்குழுக்களே சமூக அமைப்பு செயல்படுவதற்கு அத்தியாவசியமான உழைப்பு போன்ற முக்கிய புற ஆதாரங்களை அளிக்கின்றன. இது அவர்களைத் தங்களின் கீழேயே வைத்துக்கொண்டிருப்பதற்கான ஒரு வழிமுறை; அவர்களைச் சுதந்திரமற்றவர்களாகவும் உரிமைகளற்றவர்களாகவும் அறிவித்து, கட்டுப்படுத்தி வைத்திருந்தலே இதன் நோக்கம். கலாச்சாரங்கள், அடிமைகள் பண்ணையடிமைகள் ஆகியோரின் உழைப்பினாலேயே உருவாக்கப்பட்டன. இந்தியாவின் செயலூக்கமிக்கக் காலகட்டம் என்று அழைக்கப் பட்ட காலகட்டத்தில்தான் அவர்ணர்களைப்

பற்றிய பலவிதமான குறிப்புகள் காணப்படுகின்றன. இது சமுதாயரீதியிலான பிறன்மை; எதிர்ப்பிலிருந்து தோற்றம்கொண்ட பிறன்மையல்ல. சமுதாயத்திலிருந்து விலக்கிவைக்கப்பட்டிருந்தவர்களுக்கு எந்தத் தெரிவும் இருக்கவில்லை. ஆனால் இவர்களின் இருப்பு கவனம் கொள்ள வேண்டிய ஒன்றாகும். ஏனெனில், சமீபகாலமாகப் பல்வேறு சமூகங்களில் நடந்து வருவதுபோல், இக்குழுக்களே எதிர்ப்பிற்கும் போராட்டத்திற்குமுரிய பிறன்மையாக மாற முடியும்.

துறவறம் மேற்கொள்வோர் மாற்றுக் குழுக்களோடு தாங்களாகச் சேர்ந்து வேறுபட்ட அடையாளத்தைப் பெற்று விடுகிறார்கள். ஆனால் நம்மால் பல நேரங்களிலும் காணாமல் விடப்படும் இந்தத் திணிக்கப்பட்ட பிறன்மை – இந்தப் பிரிவைச் சேர்ந்தோர் பெரும்பான்மையினர் – நான் முன் அத்தியாயங்களில் குறிப்பிட்ட பிறன்மையிலிருந்து முற்றிலும் வேறுபட்டது; ஏனெனில் முனைந்து திணிக்கப்பட்ட பிறன்மை இது. இப்பிரிவினர் கீழானவர்கள் என்பதற்கு அழுத்தம் தருவதற்காக வலுக்கட்டாயமாக மேற்கொள்ளப்பட்ட சமூக விலக்கல் இது. சாதியென்று பார்த்தால் அவர்ணர்கள் என்ற பிரிவினர் அனைத்துச் சாதியினரிலும் கீழான சாதியினர்; வர்ணப் பாகுபாட்டிற்கு வெளியே இருந்த சாதியினரான தாழ்த்தப்பட்டவர்கள், தீண்டத்தகாதவர்கள், ஆதிவாசிகள் முதலியோர். இவர்களில் கடைசிப் பிரிவினர் காடுகளில் தனித்து வாழ்பவர்கள். இந்தப் பிறன்மை, சாதியடுக்கில் மிக உச்சத்திலிருக்கும் சாதியினர் அந்த அடுக்கில் மேல்மட்டத்திலிருக்கும் சாதியினரின் ஆதரவோடு உருவாக்கியதாகும்.

தனித்த அடையாளங்களுள்ள சில சமூகங்கள் அவற்றின் உழைப்பைப் பயன்படுத்திக்கொள்வதற்காகப் பிரித்துவைக்கப்பட்டன. தங்களுக்கென ஒரு மொழியையும் சமூகக் கட்டுப்பாடுகளையும் கொண்டிருந்த சண்டாளர்கள் இவ்வகைப்பட்டவர்கள். சண்டாளன் சமூகத்தில் மிகவும் கீழானவனாக வைக்கப்பட்டான். வர்ணாசிரம தர்மத்தின்படி நடவாத ஒருவன் மறுபிறவியில் நாயாகவோ பன்றியாகவோ அல்லது சண்டாளனாகவோ பிறப்பான் என்று கீதை அச்சுறுத்துகிறது. மகாபாரதத்தின் பிற்பகுதியில் ஒரு சுவாரஸ்யமான கதை இடம்பெறுகிறது. இந்தக் கதை ஏன் சேர்க்கப்பட்டது என்பது ஒரு புரியாத புதிர். கடுமையான பஞ்சம் நிலவிய ஒரு காலத்தில் பிராமண முனிவரான விஸ்வாமித்திரர் உணவு தேடி அலைந்துகொண்டிருந்தார். சண்டாளர்கள் வாழும் ஒரு கிராமத்திற்கு வந்துசேரும் அவர், அங்கு ஒரு குடிசையின் முன்னால் இறந்த நாயொன்று தொங்கவிடப்பட்டிருப்பதைக் காண்கிறார். அதை அவர் உண்ணப்போகும்போது அந்த

வீட்டுக்காரரான சண்டாளன் அவரிடம் அவரது பிராமணப் பிறப்பையும் அதன் புனிதத்தையும் எடுத்துச் சொல்லி அவர் அந்த நாயை உண்பாரானால் அவர் பெற்றுள்ள மேன்மையை இழந்துவிடுவார் என்று அறிவுறுத்துகிறான். ஆனாலும் அந்த முனிவர் நாயை உண்கிறார்; பின்னர் அதற்காகப் பரிகாரம் செய்யத் துவங்குகிறார். இந்தக் கதை வித்தியாசமானது. இப்படி ஒரு நிலைமையைத் தர்ம சாஸ்திரங்களால் யோசித்தே பார்க்க முடியாது. ஏனென்றால் இந்தச் செயலின் காரணமாக அந்த முனிவர் தனது பிராமணத்தன்மையை இழந்துவிடுவார். இந்தக் கதை எதற்காக மகாபாரதத்தில் நுழைக்கப்பட்டது என்பதும் ஏன் இதைப் பற்றிய விளக்கங்கள் எவையும் தரப்படவில்லை என்பதும் வியப்பாகவே உள்ளது.

தீண்டத்தகாதவர்கள் என்று பிரிக்கப்பட்டவர்கள் உடலாலும் மனதாலும் அசுத்தப்பட்டவர்கள், அச்சாதியினரைத் தொடுவதுகூட மேல்சாதியினரை அசுத்தப்படுத்திவிடும் என்று அழுத்தமாகச் சொல்லப்பட்டது. கி.பி. முதல் ஆயிரங்களில் மேல்சாதியினருக்குள்ளேயே எதிர்ப்புக் குரல்கள் அதிக அளவில் கிளம்பியபோது தீண்டாமை மேலும் கடுமையாக்கப்பட்டது. இந்தியாவின் 'பொற்கால'ச் சமூகத்தைப் பற்றிப் பேசும்போது சமூக வரலாற்றின் இந்த அம்சம் பலநேரங்களில் கண்டு கொள்ளப்படுவதில்லை.

இப்படி ஒரு பிரிவை உருவாக்க வேண்டிய கட்டாயம் என்ன என்பது குறித்த சில வாதங்கள் இருக்கத்தான் செய்கின்றன. பசு புனித ஜீவனாக மாற்றப்பட்டதோடு இது உருவானதாகச் சிலர் வாதிடுகிறார்கள். இறந்த பசுவின் உடலை எடுத்துச் சென்று அவற்றின் இறைச்சியை உண்டவர்கள் அசுத்தமானவர்களாகக் கருதி விலக்கப்பட்டார்கள். இந்த விளக்கம் ஓரளவு சரியாக இருந்தாலும், பெரிய அளவிலான இந்தச் சமூக விலக்கலுக்கு மாட்டிறைச்சியை உண்டதை மட்டுமே காரணமாகக் கொள்வதற்கில்லை. அதற்கு மேலும் ஏதோ இருக்க வேண்டும். இந்தப் பிரிவினர் அடக்கியொடுக்கப்பட்ட ஆதிப் பழங்குடி இனத்தின் வழித்தோன்றல்கள்; பின்னர் இவர்களைப் பிரித்துக் கீழானவை எனக் கருதப்பட்ட தொழில்களில் ஈடுபடுத்தினார்கள் என்ற வாதம் பொருத்தமானதாகத் தோன்றுகிறது. அவர்களை வென்றடக்கியவர்கள் யார், எவ்வாறு வென்றார்கள், எப்படி அவர்களைக் கீழான தொழில்களில் ஈடுபடக் கட்டாயப் படுத்தினார்கள் போன்றவற்றிற்கு இன்னும் விளக்கங்கள் கிடைக்கவில்லை.

இவ்வாறான பணியடிமைச் சாதி என்று ஒரு சாதிப்பிரிவு உருவாக்கப்பட்டதால் சமூகத்திற்குத் தொழிலோடு பிணைந்த

உழைப்பாளர்கள் தொடர்ந்து கிடைத்துவருவது உறுதி செய்யப்பட்டது. அத்துடன், சமூகம் இழிவானது என்று கருதி மேற்கொள்ளாத தொழில்களைச் செய்வதற்கான மனிதர்களும் கிடைத்தார்கள். ஒடுக்கப்பட்டவர்கள் தங்கள் எதிர்ப்பைத் தெரிவிக்கக்கூட அனுமதிக்காத அளவுக்கு இந்தத் திணிப்பின் அடக்குமுறை இருந்தது. இவர்களில் பெரும்பான்மையினரை நிரந்தரமாக வறுமையில் வைத்திருந்ததன் மூலம் தடையில்லாமல் வேலைகள் நடந்துவந்தன. அவர்ண சாதியினர் பிறவியிலேயே அசுத்தமானவர்கள் என்பது வலியுறுத்தப்பட்டதால் சமூக விலக்கல் உறுதிப்பட்டது. இந்தப் பிரிவினர் அசுத்தமானவர்கள், எனவே தூய்மையில்லாதவர்கள் எனக் காட்டி, மேல்சாதியின ரான பிராமணர்களின் தூய்மைக்கு எதிர்நிலையில் வைத்து, அவர்கள்மீது திணிக்கப்பட்ட விலக்கலை நியாயப்படுத்தியதோடு அதற்கு அழுத்தமும் அளிக்கப்பட்டது. பிராமணரும் மற்றும் சில மேல்சாதியினரும் கொண்டிருப்பதாகக் கருதப்பட்ட தூய்மை, தீண்டப்படாத சாதியினர்மீது திணிக்கப்பட்ட தூய்மையின்மையோடு எடைபோடப்பட்டது. இக்கால கட்டத்தில் பிரம்மதேயங்களாக நிலங்களைப் பெற்றுப் பிராமணர்கள் நிலவுடைமையாளர்களாக இருந்ததும் அரசின் உயர்ப்பதவிகளை மேல்சாதியினரே வகித்துவந்ததும் யதேச்சையாக நிகழ்ந்ததல்ல. தீண்டப்படாதோர்மீதான ஒடுக்கு முறையைச் செய்வதற்காக அவர்கள் மனிதர்களாகவே நடத்தப்படாததோடு, புனிதத் தலமான கோவிலில் அவர்கள் நுழைவதற்கும் அனுமதி மறுக்கப்பட்டது. இந்த அவர்ணர்களின் சமயம் எதுவாக இருந்தது என்பது பற்றிய ஆய்வு இனிதான் மேற்கொள்ளப்பட வேண்டும்.

இந்தப் பிறன்களின் தோற்றம் எதிர்ப்பில் தோன்றியதல்ல, அவர்களுக்கு எதிர்ப்பைத் தெரிவிக்கும் உரிமையோ வாய்ப்போ கிடைக்கப்பெறவில்லை. என்றாலும் சில அவர்ணர்கள் தங்களின் எதிர்ப்பைப் பக்தி சந்த்கள் (பக்தி ஞானிகள்) என்ற நிலையில் வெளிப்படுத்தியுள்ளார்கள். இவர்களால் சமூக நடைமுறை களில் மாற்றங்களைக் கொண்டுவர முடியாவிட்டாலும், கீழ்ச்சாதியில் பிறந்தவர்களான அவர்கள் மதிக்கப்பட்டார்கள். இவர்களின் போதனைகள் வலுவானதொரு வாய்மொழி மரபாக உருக்கொண்டன. இவர்களைப் பற்றிய புராணங்களில் காணப்படும் தெய்வீக வரலாறுகள் மூன்று அம்சங்களை வலியுறுத்துகின்றன: (அ) தங்களின் தெய்வத்தின்மீது – அத்தெய்வம் அரூபமானதாகவோ வேறு எதுவாகவோ இருந்தாலும் – இவர்கள் கொண்டிருந்த பக்திக்கு இணையான அன்பை அத்தெய்வமும் அந்தந்த ஞானிகளின்மீது கொண்டிருந்தது; (ஆ) பிராமணர்கள் இந்த ஞானிகள்மீது ஆரம்பத்தில் பகைமை

கொண்டிருந்தாலும் காலப்போக்கில் அந்தப் பகைமையை அவர்களே விலக்கிக்கொள்ள வேண்டியிருந்தது; (இ) இவர்களுக்குச் சில சமயங்களில் அரச குடும்பத்துப் பெண்களிடமிருந்து போதுமான ஆதரவு கிடைத்தது. இறுதியாகக் குறிப்பிட்ட அம்சம் ஒரு விஷயத்தை நுட்பமாகக் குறிக்கிறது என்பது நிச்சயம் – அதாவது, பெண்கள் எனும் சுதந்திரம் மறுக்கப்பட்ட மற்றொரு குழுவினரும் இருந்தார்கள் என்பதை. இம் மூன்று அம்சங்களும் பக்தி ஞானிகளின் போதனைகளின் பின்னணி உருவான துயர்நிலையையும் சமூகக் கட்டுப்பாடுகளின் யதார்த்தையும் பிரதிபலிக்கின்றன.

யதார்த்தம் தலைகீழாகச் சொல்லப்பட்ட சந்தர்ப்பங்களும் உண்டு. எடுத்துக்காட்டு, ரவிதாஸ். இன்று பெருவாரியான சீடர்களைக் கொண்டுள்ள அவர்ண பக்தி ஞானி என்று உறுதியாகக் குறிப்பிடத் தகுந்தவரான இவரைப் பற்றிய பௌராணிகக் கதை, இவர் முற்பிறப்பில் பிராமணராகப் பிறந்து ராமானந்தரை வழிபட்ட சீடராக இருந்தார் என்றும், ஒருமுறை இறைச்சி உண்ண நேர்ந்ததால் மறுபிறவியில் கீழ்க்குலத்தில் பிறக்குமாறு தண்டனையளிக்கப்பட்டார் என்றும் குறிப்பிடுகிறது. ஒருவிதத்தில் இது, அவரின் உண்மையான சமூக நிலையையும் மறுக்காமல் அவருக்கு மேல்சாதி அந்தஸ்து அளிப்பதற்கான முயற்சியாகத் தோன்றுகிறது. பக்தி ஞானிகளின் புராணங்களை எழுதிய பிராமணர்கள், இரு நிலைக்கும் உள்ள முரண்பாடுகளை மறைத்து அவர்களுக்கு மேல்சாதிப் பிறப்பை – முந்தைய பிறவியிலாவாவது – கொடுக்க முயன்றார்கள். ரவிதாஸ் தன்னை ராமானந்தரின் சீடராகச் சொல்லிக்கொண்டதில்லை.

இன்றைய காலகட்டத்தில், எதிர்ப்பைத் தெரிவிப்பதற்கான உரிமை, குறைந்தபட்சம் கோட்பாட்டு அளவிலேனும், சற்று அதிக வலுவுடன் வெளிப்படுகிறது. கேள்வி இதுதான்: இந்த எதிர்ப்பு எந்த வடிவத்தை எடுக்கப்போகிறது? தலித் பிரிவினரை இந்து சமயத்துக்குள் கொண்டுவரும் முயற்சிகள் மேற்கொள்ளப்பட்டு வருகின்றன. ஆனால், சாதி ஒரு முட்டுக்கட்டையாக நிற்கிறது. பிற சமயங்களுக்கு மாறும்போதும் இதுவே பிரச்சினையாக இருக்கிறது. சாதியிலிருந்து விடுதலை என்பது என்றேனும் நிகழ்வது தவிர்க்க இயலாதது. இந்த விடுதலை அனைத்துச் சாதியினரும் அடைய வேண்டியதாகும். அவர்ணர்களைப் பொறுத்தவரையிலும் அந்தந்தச் சமூகங்களின் உள்ளிருந்தே இயக்கங்கள் உருவாகி விடுதலைக்கு வித்திடும். பிறன் என்பதை உருவாக்குவதற்கான மற்றொரு செயல்பாடாக இது அமையலாம். இன்றுள்ள அவர்ணர்களைப் பொறுத்தவரையிலும் நாம் கேட்க வேண்டிய கேள்விகள் இவைதாம்: இதை யார், என்ன

குறிக்கோளுக்காக உருவாக்குகிறார்கள்? இக்கட்டுப்பாடுகளுக்கு இணங்கிப்போகும்படி எவர் தள்ளப்படுகிறார்கள்? ஏன் அது இன்னும் தொடர்கிறது? பிறன்மை திணிப்புக்கு ஆளானவர்கள் அவ்வாறு திணிப்பதற்கான நியாயத்தைக் கேள்வி கேட்பதன்மூலம் இதை எதிர்க்க வேண்டும்.

இன்று பட்டியல் இனத்தவர் என்று குறிக்கப்படுகிற மலைச்சாதியினர், பழங்குடியினர் ஆகியோருக்கும் இது பொருந்தும். அடிப்படையில் வனவாசிகளான இவர்கள், தங்களின் இனம் அல்லது இனங்களின் தொகுப்பின் பெயரால் அறியப்படுகிறார்கள். இவர்களின் சமூகங்கள் ஒப்பீட்டளவில் சமத்துவமான சமூகங்களாகும். வனங்கள் ஆக்கிரமிக்கப்படாத வரையிலும் இவர்கள் சுதந்திரமான வாழ்க்கை வாழ்ந்து வந்தார்கள்; காடுகளைத் திருத்தி அப்பகுதியில் குடியேறி வேளாண்மை செய்த கிராமத்தவர்கள் இவர்களை அன்னியர் களாகவும் நெருக்கத்தை விரும்பாதவர்களாகவும் கருதினார்கள். ஆனால் வேளாண் பொருளாதாரம் விரிவடைந்து காடுகள் திருத்தப்பட்டபோது,இந்தச் சமூகங்கள் வனங்களின் உட்பகுதிக்குக் குடியேறத் தள்ளப்பட்டார்கள்; அல்லது கீழ்ப்படுத்தப் பட்டார்கள். ஒருசிலர் கீழ்ச்சாதியினராக வைக்கப்பட்டார்கள்; மற்றும் சிலர் தீண்டத்தகாதவராகக் கருதப்பட்டார்கள். இவ்வாறு பிரித்துவைத்தது ஏன், எவ்வாறு நடந்தது என்பது மேலதிக ஆய்வுக்கு உரியது.

ஆதிவாசி இனக்குழுக்கள் அரசதிகாரத்தைப் பிடிப்போருக்குத் துணைநின்ற இடங்களில் அவ்வாறு வென்று அரசதிகாரம் பெற்றவர்கள் இவர்களுக்குச் சில அந்தஸ்துகளை அளித்தார்கள். ரஜபுத்திர அரசர்கள் சிலரது முடிசூட்டலின் போது, பில் இனத்தலைவர் அவர்களுக்குத் திலகம் இடுவார். ஆதிவாசி தெய்வங்கள் அரச மரியாதைக்குரியவர்களாக ஏற்றுக்கொள்ளப்படுவதும் நடந்தது. சந்தேள அரசர்கள் மணிய தேவி என்ற தெய்வத்தை ஏற்றுக்கொண்டுள்ளது இதற்கு எடுத்துக்காட்டு. இந்தத் தெய்வங்களெல்லாம் மேல்சாதி யினரின் வழிபாட்டுமுறைக்குள் ஏற்றுக்கொள்ளப்பட்டுப் பொருந்திப்போன செயல்பாட்டை இந்தியத் துணைக்கண்டம் நெடுகிலும் பல இடங்களில் காண முடியும்.

4

பக்தி ஞானிகளும் சூஃபி ஞானிகளும்

எனது மூன்றாவது எடுத்துக்காட்டு, சிக்கல்கள் நிறைந்தது. முதல் எடுத்துக்காட்டாக நான், தாசியிடம் பிராமணனுக்குப் பிறந்த புதல்வரைக் குறிப்பிட்டேன். நிலைபெற்றுவிட்ட கலாச்சாரத்தோடு கருத்து வேறுபாடுகள் கொண்ட மாற்றுக் கலாச்சாரத்தைச் சேர்ந்தவராக இருந்தபோதிலும், அவர் சில சந்தர்ப்பங்களில் அமானுஷ்ய சக்தி உள்ளவராக நம்பப்பட்டார். இதனால் அவருக்கு மேன்மையான அதிகாரம் கிடைத்தது. நிலைபெற்றுவிட்ட சமூகத்திலுள்ள ஒரு சிறிய குழுவோடு அவருக்குத் தொடர்பும் இருந்தது. இரண்டாவதாக நான் குறிப்பிட்டது, சிரமணர்கள் என்ற குழுவினரை. அடிப்படையில் வைதீக பிராமணியத்தோடு முரண்பட்டாலும், பிற்காலத்தில் இவர்களின் தலைமைக்குள்ளேயே பூர்வக்கொள்கைப் பற்றாளர்கள் உருவாயினார்கள். அன்றைய சக்திவாய்ந்த சமூகத்தினரைப் பொருத்த வரை எதிர்ப்புக் குரலாக இவர்கள் பார்க்கப் பட்டாலும், இவர்களில் சிலர் சமூகத்தோடு இசைந்துபோகிறவர்களாகவே இருந்தார்கள். ஆனால் மேல்தட்டினர் பலரும் இவர்களை எதிர்ப்பு அணியைச் சேர்ந்தவர்களாகவே கருதினார்கள்.

பெரும் எண்ணிக்கையிலான பிறன்களைக் *(Others)* கொண்டதும் பல தான்களைக் *(Selves)* கொண்டதுமான ஒரு பிறன் தொகுதியைப் பற்றி இனி

சொல்கிறேன். முந்தைய காலகட்டத்திலிருந்து ஓராயிரம் ஆண்டுகள் முன்னால் சென்று பதினைந்தாம் பதினாறாம் நூற்றாண்டு களின் காலகட்டத்துக்குச் செல்கிறேன். இந்திய வரலாற்றில் குறிப்பிடத்தக்க காலகட்டமாகும் இது – குறிப்பாக, சமய வரலாற்று நோக்கிலும் சமயத்திற்கும் சமூகத்திற்குமான பரஸ்பர உறவுநிலை சார்ந்த நோக்கிலும். இந்தக் காலகட்டத்தில் சமூகக் கலப்பு முன்பிலும் அதிகமாக இருந்தது. இந்தக் காலகட்டத்தைச் சேர்ந்த போதனைகள், கவிதைகள், பாடல்கள் இவற்றில் மட்டுமின்றி அன்றைய வாழ்நிலையிலும் இது பிரதிபலித்தது. சிலர் சொல்வதைப் போல, அக்பர் மட்டுமே புதிய சமயப் போக்குகளை உருவாக்கிக்காட்டி மறைந்த ஒற்றைத் தாரகையல்ல. அதிகம் பேசப்படாத, ஆனால் பிறனாக மேலதிகப் பங்களிப்புகளைச் செய்தவர்களைப் பற்றி நான் பேசப்போகிறேன். பக்தி ஞானிகள் (சந்த்கள்) என்றழைக்கப்பட்ட பலதர ஆளுமைகளால் இந்தியத் துணைக்கண்டத்தின் ஒவ்வொரு பாகத்திலும் உருவானதும் பக்தி இயக்கம் என்றழைக்கப்படுவதுமான ஓர் இயக்கத்தின் ஒரு பக்கத்தை நான் எடுத்துக்காட்டாக எடுத்துக்கொள்கிறேன். (இந்த இடத்தில் *sant* என்பதற்கு *saint* என்று பொருள்கொண்டு இந்த ஞானிகளைப் 'புனிதர்' என்று குறிப்பது பொருத்தமுடையதல்ல; புனிதர் என்பது கிறிஸ்தவ நம்பிக்கைகள்சார்ந்து வழக்கங்கப் படும் ஒரு பட்டம். 'பக்தி ஞானி' என்ற தகுதியில் சேராத சில நுட்பமான அம்சங்களைக் கொண்டது இது.) இந்த இயக்கம் தோன்றியபோது ஏற்கனவே இருந்துகொண்டிருக்கும் சமயங்களின் பார்வையில் பிறனாகத் தான் இருந்தது. வழக்கமான வழிபாட்டு முறைகளைத் தாண்டி, தங்களுக்குப் பிடித்தமான இறைவன் அல்லது இறைத்தன்மை மீதான மாறாத பக்தியாக இது வெளிப்பட்டது. இது பௌராணிக இந்து சமயத்திலிருந்தும் இஸ்லாத்திலிருந்தும் மாறுபட்டிருந்தது. இவற்றில் சில அக்கால இந்தியாவில் சமயச் சிந்தனையை உருப்பெறவைத்த கொள்கைகளி லிருந்து எழுந்தவை; பிற, மத்திய ஆசியாவிலும் பெர்ஷியாவிலும் தோன்றி இந்தியாவுக்கு வந்து நிலைபெற்றுவிட்ட சூஃபிச் சமயப் பள்ளிகளின் கொள்கைகளிலிருந்து பிறந்தவை. இந்தச் சூஃபிகளின் வருகை மேலும் பல பிறன்களை உருவாக்கித்தந்தது. மூல சமயங்களிலிருந்து பிரிந்துசெல்வதற்கு இந்தச் செயல்முறைகள் (*processes*) முக்கியமாக இருந்தன. கலாச்சாரங்களுக்கு இடையே யான பரிமாற்றங்களின் காரணமாக, பலவிதமான சமயப் போதனைகளைக் கொண்ட அற்புதமான முகிழ்தல் தொடர்ந்தது; இது சமூகத்தின் பல நிலைகளிலும் தாக்கத்தை ஏற்படுத்தியது.

தற்காலத்தில் பெரும்பாலும் குறிப்பிடுவதற்குச் சுலபமாக பயன்படுத்தப்படும் 'இந்து' என்ற சீரானதொரு முத்திரையின் கீழ் கொண்டுவரப்பட்டுள்ளோரின் வழிபாட்டுமுறையையும்

நம்பிக்கையையும் இந்தப் புதியச் சமயப் பள்ளிகள் உருப்பெற வைத்தன. மேலும் இவை யவனர்கள், சாகர்கள், துருக்கர்கள் என அந்தந்தக் காலகட்டங்களில் குறிப்பிடப்பட்ட, இன்று முஸ்லிம்கள் என்ற ஒற்றை அடையாளத்தில் அழைக்கப்படுபவர்களில் சிலரது நம்பிக்கைகளையும் உருப்பெறவைத்தன. இந்தச் சீரான ஒற்றை அடையாளங்கள் அந்தக் காலகட்டங்களில் சமயம் என்று எதைப் பொருள்கொண்டார்கள் என்பதைச் சிதைத்துவிடுகின்றன. இந்தச் சமயப் பள்ளிகள் எல்லாம் அவை பரவிய காலத்தில் எவ்வாறு அழைக்கப்பட்டன? எந்தச் சமயத்தோடும் கறாராக வைத்து எண்ண முடியாத மக்கள்திரளுக்கு ஏற்புடைய கலவையான சமய ஆதாரங்களிலிருந்து உருவாகிவந்த சமயங்கடந்த நம்பிக்கைகள் வரலாற்றுரீதியாக கவனம்கொள்ள வேண்டியவை. இக்காலகட்டத்துச் சமய வழிபாட்டுமுறைகள் இந்த ஆதாரங்களிலிருந்தே வந்தன. இந்து சமயம், முஸ்லிம் சமயம் என்ற நெறிப்படுத்தப்பட்ட சமய இருமைக்குள் எல்லாச் சிந்தனைகளையும் செயல்களையும் பிரித்து அடைக்கும் வேகத்தில் நாம், ஒரு காலகட்டச் சமூகத்தின் நுண்ணிய வேறுபாடுகள், இருண்மைகள், சூக்குமப் பண்புகள் இவற்றைக் காணத் தவறிவிட்டோம். கடந்தகாலச் சமூகங்களைப் பொறுத்தவரையில் இது இன்னும் அதிகம். இந்தப் பிரிவினை முந்தையகாலகட்டத்தைவிட வேறானது. அக்காலகட்டத்தில் சமய இருமைகள் இருந்தபோதும், ஒருவரின் சமய அடையாளம் அதிகமும் அவர் சார்ந்திருந்த சமயப் பிரிவைக் குறிப்பதாகவே இருந்தது.

பக்தி இயக்கமானது சில விதங்களில் பௌராணிக இந்து சமயத்தின் ஒரு பகுதியாக இருந்தாலும், சில விதங்களில் அதிலிருந்து மாறுபட்டுமிருந்தது. பக்தி இயக்கத்தின் ஆரம்பகால ஆச்சாரியர்கள், இந்திய தீபகற்பத்தின் தென்பகுதியைச் சேர்ந்த வைணவ சைவச் சமயக் குரவர்களும் கவிஞர்களும் பாடகர்களும்தான். இரண்டாவது ஆயிரத்தின் தொடக்கத்திலிருந்து இதன் குரல் வடக்கிலும் கேட்கத்துவங்கியது. பௌராணிக இந்து சமயத்தின் உதவிச் சாதனங்கள் பக்தி இயக்கத்துக்குத் தேவைப்படவில்லை. அது பௌராணிக இந்து சமயத்தின் தெய்வங்களையோ அல்லது அவற்றையொத்த தெய்வங்களையோ வழிபட்டாலும் ஒருவிதத்தில் பௌராணிக சமயத்திலிருந்து வேறுபட்டதாகவே இருந்தது. மேலும் தாழ்த்தப்பட்ட சாதிகளைச் சேர்ந்தவர்களும் நாஸ்திகர்கள் என்று அழைக்கப்படுவதைப் பொருட்படுத்தாதவர்களுமான பக்தி ஞானிகளுக்கும், பௌராணிகக் கடவுள்களில் ஒன்றை வழிபடும் வழக்கமான பக்தர்களுக்கும் இடையே வேறுபாடு இருக்கத்தான் செய்தது. நிர்குண பக்தி, சகுண பக்தி என்று இதைப் பிரித்துக் கூற

முயற்சிகள் மேற்கொள்ளப்பட்டாலும் இவர்களுக்கிடையே இருந்த வேறுபாடு இதற்கும் மேலானது. நன்கறியப்பட்ட கடவுள்களையே வழிபட்டபோதும், இந்த வழிபாட்டுமுறை கோவில்களோடும் பூசாரிகளோடும் சடங்குகளோடும் தொடர்புடையதாக எல்லா சந்தர்ப்பங்களிலும் இருக்கவில்லை.

மேலும், எது தர்மம் என்பது பற்றி வேறுவேறு விதத்தில் பேசிய இரண்டு போக்குகள் இருந்தன. அரசியல் சமூக விவகாரங்களில் தலையீடு செய்ததும் பெரும் செல்வச் செழிப்புடன் இருந்ததும் சமயம் என்றால் தனதுதான் என்று பிரகடனம் செய்ததுமான, கோவிலை அடிப்படையாகக் கொண்ட போக்கு முதலாவது. மற்றது, பெரும்பாலும் இடைநிலைச் சாதியினராலும் அவர்ணர்களாலும் – அரிதாக ஒருசில பிராமணர்களாலும் – ஆதரிக்கப்பட்டதும், நம்பிக்கைகளிலும் வழிபாடுகளிலும் – பௌராணிகக் கடவுள்களின் வழிபாடாக இருந்தாலும்கூட – முதல் பிரிவினரின் நம்பிக்கைகள் வழிபாட்டு முறைகளிலிருந்து வேறுபட்டு நின்றதும், பலவித சமய நெறிகளை உள்ளடக்கியதுமான போக்கு. பின்னால் சொல்லப்பட்ட குழுவினர் ஒன்றில் ஆழ்வார்கள், நாயன்மார்களைப் போலக் குறிப்பிட்ட ஒரு இறைவனை மையமாகக் கொண்ட பல பிரிவினரை உள்ளடக்கியவர்கள்; அல்லது, சைதன்யரைப்போன்ற ஒரு சமயப் பிரிவைத் தோற்றுவித்தவரை வழிபடுபவர்கள்; அல்லது கடவுளை அரூப நிலையில் வழிபட்ட மற்றொரு பிரிவினரான கபீர், தேத், ரவிதாஸ், சொக்கமேளா, குருநானக் போன்றவர்களைப் பின்பற்றுபவர்கள். பக்தி ஞானிகளின் சமூக அடையாளங்கள் சார்ந்து உருவான இந்த வேறுபாடு அவர்களை வழமையான வழிபாட்டு வடிவங்களிலிருந்துத் தனித்துச் செல்லவைத்தது. முற்காலத்தில் சிரமணர்களோடு இணைத்தறியப்பட்ட சில கொள்கைகளின் – புதிய வடிவங்களை இவை பெற்றிருந்தபோதும் – தொடர்ச்சி இவர்கள் என்று கொள்ளும்படியாக இந்தக் குழுவினர் இருந்தார்கள்.

பக்தி ஞானிகளோ ஸூஃபி ஞானிகளோ புதிய சமயங்கள் எவற்றையும் தோற்றுவிக்கவில்லை. பழமைத்தனம் என்றும், பெரும் சமயங்களில் அதிகாரத்தையும் செல்வாக்கான இடத்தையும் பிடித்திருந்தவர்களால் திணிக்கப்பட்ட சலிப்பளிக்கும் சடங்குகள் என்றும் தாங்கள் கருதியவற்றிலிருந்து சமயத்தை விடுவிக்க இவர்கள் முயன்றார்கள். பிறன்கள் பலவற்றைக் கொண்டிருந்த இவர்களது கொள்கைகள் யாரும் ஏற்றுக்கொள்ளும்படியாகத் திறந்தே இருந்தன. தங்களதுத் 'தானை'ச் சேர்ந்தவர்கள் என்று இவர்கள் எவரைக் கருதினார்களோ அதைப் பொறுத்து இவர்களின் பிறன்மையும் மாறுபட்டிருந்தது. அரசியல்ரீதியாகப்

70 ரொமிலா தாப்பர்

பார்த்தால், மிகவும் மதிக்கப்பட்ட பிர் ஞானிகளிடம் ஆசிபெற்ற மன்னர்களுக்கு, ஆட்சிசெலுத்துவதற்கான மேலதிக அங்கீகாரத்தைப் பெற்றவர்களாகத் தங்களைப் பிரகடனப்படுத்திக் கொள்ள முடிந்தது. இக்காலகட்டத்துக்கு முந்தைய காலகட்டத்தில் பிராமணர்கள் பேரரசர்களுக்கு நீண்ட வம்சாவளி மரபுகளைப் பின்னிய வழக்கத்தை இது நினைவூட்டுகிறது.

பக்தி ஞானிகளுக்கும் பிர்களுக்கும் அவர்களைப் பின்பற்றுவோர் முன்னர் எந்த சமயத்தைச் சார்ந்தவர்களாக இருந்தார்கள் என்பது பொருட்படுத்த வேண்டிய ஒரு பெரிய விஷயமாக இருக்கவில்லை. அவர்கள் சாதி ஆசாரங்களைப் பாரட்டவுமில்லை. இந்த இரு நிலையிலும் அவர்கள் எதிர்ப்புத் தரப்பாளர்களாகவே இருந்தார்கள். பக்தி ஞானிகள் மக்கள் பேசும் மொழியிலேயே தங்களின் போதனைகளை வெளியிட்டதால் அவை பரந்துபட்ட மக்களைச் சென்றடைந்தன. அவர்கள் வணங்கிய தெய்வம் அரூப இறைச்சிந்தனையாகவோ அல்லது ஒரு வடிவமாகவோ இருந்தது. கபீர் அரூபமான இறை என்ற சிந்தனையை முன்வைத்தார்; நானக் இறைவனை 'ரப்' என்று குறிப்பிட்டார். இறைவனைக் குறிக்கும் அராபியச் சொல்லான இது, பஞ்சாபில் வாழ்ந்த பல்வேறு சமயங்களைச் சார்ந்த மக்களாலும் பயன்படுத்தப்பட்டுவந்தது. கிருஷ்ணனை விஷ்ணுவின் அவதாரமாகவும் கிருஷ்ணன் வடிவத்திலும் வழிபட்ட சிலர், அவனைத் தங்களுக்கிடையில் வாழும் ஒருவனாகப் பாவித்துப் பாடவும் செய்தார்கள். இறைவனை ஏற்றிப் பக்தியுடன் பாடுதல் என்ற அடிப்படையிலான அவர்களின் போதனைகள், சம்பிரதாயங்களைச் சாராதவையாக இருந்தன; அவற்றில் சடங்குகளும் அதிகமிருக்கவில்லை.

கபீர், ரவிதாஸ், தேத், சொக்கமேளா போன்ற ஆரம்பகால பக்தி ஞானிகளின் போதனைகளில் 'இந்த இறைவன்தான் தங்கள் இறைவன்' என்ற அடையாளம் முக்கியமானதாக இருக்கவில்லை. தாழ்த்தப்பட்ட சாதியைச் சேர்ந்தவர்களான இவர்கள், தங்களுக்கான ஆதர்ச உலகைத் தேடிக்கொண்டிருந்தார்கள். வழமைகளுக்கு அப்பாற்பட்ட வித்தியாசமான சிந்தனையாளரான கபீர், இறுக்கமான நம்பிக்கைகளற்ற உலகைக் காண விழைந்தார். இந்த விஷயத்தில் அவரிடம் முந்தைய சிரமணச் சிந்தனை மரபு எதிரொலித்தது; ஆனால் வெளிப்படையாகத் தெரியாத மரபுத் தொடர்ச்சி இது. சமூக ஏற்றத்தாழ்வுகள் இல்லாததும் அதனால் மனிதத் துயரங்கள் அற்றதுமான ஒரு எதிர்கால நகரத்தைக் கனவுகண்ட ரவிதாஸ், அதற்குத் "துயரமில்லா நகரம்" என்று பொருள்பட பேகம் புரா என்று பெயரிட்டார். அவர்ணர்களைப் பொறுத்தவரையில், வருங்காலம் என்பது

ஆபிரகாமிய சமயங்களைப் போல இறுதித் தீர்ப்பு நாளாகவோ அல்லது இந்துக்கள் மத்தியிலிருந்த நம்பிக்கையான கல்கி வந்து பிறப்பெடுத்துக் காப்பாற்றப்போகும் கலியுகமாகவோ இருக்கவில்லை. மைத்ரேய புத்தர் தோன்றி உருவாக்கப்போகும் தம்மத்தின் வழியிலான, நீதிப் பாங்கான ஆதர்சச் சமூகம் என்ற பௌத்தக் கருத்தை ஒட்டியதாகவே அது இருந்தது. சமுதாயம் தரமானதாகவும் சமூகநீதி அமையப்பெற்றதாகவும் இருப்பதே முக்கியமானதாகக் கொள்ளப்பட்டது. இந்தச் சந்த்கள் தங்களை ஒற்றைப் பிறனாகக் கருதாமல், பக்தி என்ற ஒன்றால் பிணைக்கப்பட்ட பல்வேறுபட்ட பிறன்களை உள்ளடக்கியவர்களாகக் கருதினார்கள்.

எது பக்தி என்பதில் வேறுபட்ட அணுகுமுறை இருந்ததை இப்போக்கின் பன்முகத்தன்மைக்கு எடுத்துக்காட்டாகக் கொள்ளலாம். காஷ்மீரைச் சேர்ந்த லல் தேதின் பாடல்களிலும் பஞ்சாபைச் சேர்ந்த நானக்கின் பாடல்களிலும் இந்த வேறுபாட்டைக் காணலாம். லல் தேத் சிவபக்தை; ஆனால் அது, காஷ்மீரின் சூஃபிக் கவிஞரும் நந்த ரிஷி என்று பரவலாக அறியப்படுபவருமான ஷேக் நூருதீனிடம் அவளது பாடல்கள் தாக்கத்தை ஏற்படுத்தத் தடையாக இருக்கவில்லை. நானக்கின் கவிதைகள் சூஃபி போதனைகள், குறிப்பாக, பாபா ஃபரீதின் போதனைகள், கபீர், ரவிதாஸ் போன்றோரின் போதனைகள் இவற்றால் தூண்டுதல் பெற்றவை. நானக் இவர்களையெல்லாம் மேற்கோள் காட்டுகிறார். இந்தப் பரிமாற்றங்களும், பெறுதல்களும், உள்வாங்கிக்கொள்ளுதல்களும் அக்காலத்திய சிந்தனையை நன்கு செழுமைப்படுத்தியுள்ளன; அக்காலத்தில் எழுந்த கேள்விகளுக்குப் பதிலளிக்கும் குறிப்புகளாகவும் இவை உள்ளன. வழிபாட்டுக்குரியவர்கள் என்று கருதப்பட்டோரை ஒரு குறிப்பிட்ட தலத்தோடு (*location*) தொடர்புபடுத்தி அவர்களுக்கு வரலாற்றுத் தன்மை அளிக்கும் விருப்பமும் அக்காலத்தில் இருந்திருக்க வேண்டும். ராமன் வாழ்ந்த இடமாக அயோத்திப் பகுதியை அடையாளப்படுத்தி அவனது கதை பின்னப்பட்டு, அயோத்தி மகாமியம் என்ற நூலில் பதிவும் செய்யப்படுகிறது. அதேபோல், பிருந்தாவனமும் அதன் சுற்றுப் பிரதேசமும் கிருஷ்ணனின் வாழ்க்கை நிகழ்ச்சிகளோடு தொடர்புபடுத்தப்பட்டன. இப்படியான கண்டுபிடித்தலோடு இந்தப் பகுதிகள் புனிதத் தலங்களாக மாறுகின்றன; இந்த மாற்றம், இத்தலங்களுக்குப் புனித யாத்திரை செய்வதைச் சமயக் கடமையின் பகுதியாகக் கருதியோருக்குப் பேரின்பத்தையும் இவ்விடங்களைப் புனிதத் தலங்களாகப் பரப்பிவந்தோருக்குப் பெரும்பொருளையும் ஈட்டித்தருவதாக அமைந்தது.

இதன் பிறகு வந்த ஒரு பெருமழை பலரையும் பக்தி வெள்ளத்தில் மூழ்கடித்தது. கிருஷ்ணன்மீது பக்தி, ராதா கிருஷ்ண வழிபாடு இவற்றின் மூலமாகப் பெரும் பிராபல்யம் அடைந்த கிருஷ்ண பக்தி இயக்கம்தான் அந்தப் பெருமழை. வசுதேவ கிருஷ்ணன் பல வைணவப் பிரிவுகளுக்கு மையமாக இருந்தான். இரண்டு பெரும் பனுவல்கள் இந்த இயக்கங்களுக்கு மேலும் வலுவூட்டின. முதலாவது, *பாகவத புராணம்*. ஒரு குறிப்பிட்ட இறைவனை – விஷ்ணுவை – மையமாகக் கொண்ட பௌராணிக மரபைச் சேர்ந்த இது, கிருஷ்ண ஆராதனையைப் பற்றியே பேசியது. இரண்டாவது, ஜெயதேவரின் *கீதகோவிந்தம்* போன்ற இலக்கியப் பனுவல்கள். இவை கிருஷ்ணனுக்கும் ராதைக்குமான காதலை உயர்வாகப் பேசின. இந்தக் காதலை, ஒரு பக்தருக்குத் தனது ஆத்ம இறைமீதிருக்கும் அன்பு, பக்தி இவற்றின் குறியீடாகப் பார்க்க வேண்டும் என்று சிலர் விளக்கமளிக்கிறார்கள். குறியீடாக இருந்தாலும் இது எடுத்துக் கொண்டுள்ள வடிவமானது தர்ம சாஸ்திரங்கள் கூறும் நடத்தை விதிகளுக்கு முரணாக அமைந்திருந்தது. வழிபாட்டு முறை / வடிவம் என்ற நிலையில் இதற்கான மனவெழுச்சி பக்திமீதூரப் பெற்றதாகவே இருந்தது. கிருஷ்ண பக்தி தூரப் பிரதேசங்களில் இருந்த பக்தி ஞானிகளுக்குக்கூடப் பாடுபொருளாக இருந்தது. எடுத்துக்காட்டாக, சைதன்யர், ஏக்நாத், சூர்தாஸ், மீரா போன்றோரைக் குறிப்பிடலாம். பதினாறாம் நூற்றாண்டின் கலாச்சார வெளிப்பாட்டு மரபு வடிவங்களில் (idioms) ஒன்றாக இது அமைந்திருப்பது, இதற்கு வேறு அர்த்தங்களையும் அளிக்கிறது.

பக்தி என்ற இந்தப் புதிய வெளிப்பாட்டின் மூலமாகத் தங்களை வெளிப்படுத்திக்கொண்டவர்கள், ஓர் இறைவனின் மீதான அன்பு, பக்தி என்பவற்றைத் தாண்டியும் பேசியுள்ளார்கள். தனிமனிதர்களாகவே இவர்கள் இதை மேற்கொண்டார்கள் என்பது குறிப்பிடத்தக்கது. மேற்பார்வைக்கு வழமையிலுள்ள வழிபாட்டு வடிவங்களாக இவர்களின் முறைகள் தோன்றினாலும், அவற்றினுள் எதிர்ப்பின் அம்சம் ஊடாடி இருந்தது. பக்தி ஞானியைப் பின்பற்றிய பக்தனும் அவர் தேர்ந்தெடுத்துக் கொண்ட இறைவனையே வழிபட்டான். வழிபட்ட விஷயம் வேறாக இருந்தாலும், பக்தனின் இந்தச் செயல் ஒருவிதத்தில் சுயதேர்வாகத் துறவறத்தை மேற்கொண்டவரை நினைவூட்டுவதாக இருக்கிறது.

ராதையையும் கிருஷ்ணனையும் இணையர்களாக வழிபட்ட பல பிரிவுகளிலும் ராதை பெற்றிருந்த மைய இடம், பெண்களின் இருப்பை உறுதிசெய்தது. இந்து சமயக் கடவுளர்களில் பெண்கடவுளர்களும் இருந்ததால் இது ஒன்றும் புதிதானதல்ல. ஆனால் ராதை வகித்த இடம் குறிப்பிடத்தகுந்த அளவு வேறானது;

அன்பு, பக்தி இவற்றினூடான வழிபாட்டிற்கு இது ஒரு முதன்மைக் காரணியாக இருந்தது. சக்தி வாய்ந்த பெண்கடவுள்கள் பெரும்பாலும் கடும்தண்டனை, அச்சமூட்டுதல் இவற்றின் வழியாகத்தான் தங்கள் அதிகாரத்தை நிலைநிறுத்திவந்தார்கள். ராதையோ, துர்க்கையின் வடிவத்தினள் அல்ல.

லல் தேத், மீராபாய் போன்ற நன்கு மதிக்கப்பட்ட பெண் கவிஞர்களும் இருந்தார்கள்; தென்னிந்தியப் பெண்கவிஞர்களைப் பற்றி சொல்ல வேண்டியதே இல்லை. பெண்கள் என்ற நிலையில் இவர்களின் எதிர்ப்பு இரட்டை எதிர்ப்பாகும். சிந்தனை, செயல் இரண்டிலும் தங்களுக்குள்ள சுதந்திரத்தைச் சமூகத்தி லிருந்து இவர்கள் மறைத்துக்கொள்ளவில்லை. இதனால் இவர்களின் பாதையில் தாண்டிச் செல்ல வேண்டிய தடைகள் அதிகப்பட்டுக்கொண்டேபோயின. இவர்களை ஆசிரியர்களாக ஏற்றுக்கொள்வதென்பதும் அவ்வளவு எளிதாக இருக்கவில்லை. ஆண் பக்தி ஞானிகளால் வெளிப்படையாகப் பரப்பப்பட்ட பக்தி என்ற புதியதொரு நம்பிக்கையைப் பெண்களாகிய இவர்களும் பாடிப் பரப்பினார்கள் என்பது ஒருவகையில் எதிர்ப்பாக இருந்தபோதிலும், பெண்களாகிய தங்களுக்கும் பாடிப் பரவிட இடமுண்டு என்ற இவர்களின் துணிபுக்கு ஓரளவு அங்கீகாரம் கிடைக்கத்தான் செய்தது. ரஜபுத்திர மேல்சாதியைச் சேர்ந்த மீராபாய் கிருஷ்ணனின்மீதான பக்தி காரணமாகத் தனது கணவனை ஏற்றுக்கொள்ள மறுத்தபோது, கடும் எதிர்ப்புக்கு ஆளானாள். தானாகவே மாளிகையிலிருந்து வெளியேறும் அளவுக்கு இந்த எதிர்ப்பு சென்றது. அவளது கூற்றுகளும் செயல்களும் அவளது சமூகத்தில் அவளுக்குப் புறக்கணிப்பை உருவாக்கின. ஆனால், அவளது பாடல்கள் ஒடுக்கப்பட்டோரான பெண்கள், தாழ்த்தப்பட்டோரின் மனக்கொதிப்பை வெளிப்படுத்தியதால் பிரபலமடைந்தன; அவள் அவர்களின் குரலானாள்.

இந்த சந்த்களுடன் பல்வேறு சமய, சமூகப் பின்னணியைச் சேர்ந்த பிற பக்திமான்களும் பக்திக் கவிஞர்களும் சேர்ந்து கொண்டார்கள். இன்று பக்தியைப் பற்றி – சமய வெளிப் பாடாகவோ அல்லது சமூக வெளிப்பாடாகவோ – பேசும்போதும் இவர்களை நாம் அரிதாகவே குறிப்பிடுகிறோம். பிற சமயங்களைச் சேர்ந்த சீடர்களும்கூட சந்த்களைச் சுற்றி உருவானார்கள். இவர்களில் வசதிபடைத்த ஜமீன் குடும்பத்தைச் சேர்ந்த ரஸ்கானும் முகலாய அரசில் பெரிய பதவிகளை வகித்தவரான அப்துல் ரஹீம் கான் இ கானனும் அடங்குவர். சைதன்யரின் முக்கிய யவனச் சீடர் ஒருவர் தனக்கு ஹரிதாஸ் என்று பெயர் சூட்டிக்கொண்டார். ஜபன் ஹரிதாஸ் என்று இவர் பரவலாக

அறியப்படுகிறார். ஜபன் என்றால் வங்க மொழியில் யவனர் என்று பொருள். சற்றுப் பிந்தைய காலத்தைச் சேர்ந்த சூஃபிக் கவிஞர்கள்கூட – புல்லே ஷா, மாலிக் முகமத் ஜயாஸி, சையத் முபாரக் அலி பில்கிராமி போன்றோர் – கிருஷ்ணனைப் புகழ்ந்து அழகான கவிதைகள் புனைந்து தங்களின் பக்தியை வெளிப்படுத்தினார்கள். காதலுணர்வுக்கு இந்தப் பக்தியில் கொடுக்கப்பட்டிருந்த முக்கியத்துவம் சூஃபியத்தில் ஈடுபாடு கொண்டோரைக் கவர்ந்திழுத்திருக்கலாம். இந்துஸ்தானி சாஸ்திரிய சங்கீதத்தில் இன்றும் இவை பாடப்படுகின்றன. பல்வேறு விழாக்களிலும் பாடப்படுகின்றன. இந்த யவனர்கள் பக்தியின் வாயிலாக மோட்சத்தை அடைகிறார்கள் என்று கருதப்பட்டது இயல்புதானே!

நான் சொல்வது எவையும் புதிதல்ல. இந்தக் காலகட்ட வரலாற்றை அறிந்தவர்களுக்கும் இக்காலகட்டத்திய பாடல்கள், இசை இவற்றில் பரிச்சயமுள்ளவர்களுக்கும் நன்கு தெரிந்தவையே. உண்மையில், மத்தியகால வட இந்தியா முழுவதும் பரவியிருந்த கலாச்சார நீரோட்டம் என்று இதைப் பொதுப்படையாகக் கூறலாம். ஆனால் பக்தியைப் பற்றிப் பொதுவெளியில் பேசும்போதெல்லாம் இவை இடம்பெறுவதே இல்லை. பக்தியின் பிறன்மையும், இப்பாடல்கள் பலவற்றில் பொதிந்துள்ள எதிர்ப்புணர்வும் அரிதாகவே குறிப்பிடப் படுவதால், நிலைபெற்றுவிட்ட சமயங்களின் சம்பிரதாயமான வழிபாட்டின் ஆதாரமான பகுதிகளாக இப்பாடல்கள் கருதப் படலாயின. பொருத்தமான பதில் கிடைக்காத கேள்வி ஒன்று உண்டு: வட இந்திய வரலாற்றின் இந்தப் புள்ளியில் ஏன் திடீரென்று கிருஷ்ண பக்தி, பல்வேறு சமயப் பிரிவைச் சேர்ந்தவர்கள் என்று இன்று நாம் முத்திரை குத்தும் பலதிறத்தவர்களை உள்ளிழுத்துக்கொண்டு, வேகமாக எழுந்தது? முன்பிருந்த சமய – பிரதேச எல்லைகள், சாதி – மொழி எல்லைகள் கடந்த புதிய நம்பிக்கையின் வடிவங்களாக இவை உருக்கொள்ள எவை வழிகோலின? இந்த விதமான எதிர்ப்பு வடிவத்தை – ஆரம்பத்தில் அது எதிர்ப்பாகத்தான் இருந்தது – எடுக்கத் தூண்டியது எது? எதைக் குறிப்பதாக இருந்தது இது?

ஒரு கேள்வி உண்மையிலேயே எழும்: உயர்பதவியிலிருந்த, சாமானியர்கள் என்று கருத முடியாதவர்களான முஸ்லிம்கள் ஏன் தங்களது படைப்புத்திறனை கிருஷ்ண பக்தியை நோக்கித் திருப்பினார்கள்? நவீனகால வரலாற்றாசிரியர்கள் இவர்களை முஸ்லிம் வைணவர்கள் என்று அழைக்கிறார்கள். ஆனால் அவர்கள் தங்களை அவ்வாறு அழைத்துக்கொள்ளவில்லை; கிருஷ்ண பக்தர்கள் என்றே அழைத்துக்கொண்டார்கள். அவர்களுக்கு

அந்த அடையாளமே முதன்மையாக இருந்தது. அவர்களின் சொந்த சமயம் சார்ந்த பக்தி அதில் பிரதிபலிக்கவில்லை. இது குறிப்பிட்டுச் சொல்லும்படியான ஒரு கலாச்சாரப் பண்புகாட்டி (*indicator*) என்றபோதும் நாம் இதில் கவனம் செலுத்துவதே இல்லை. இந்தியக் கலாச்சாரம் என்பதற்கு நாம் இன்று அளிக்கும் விளக்கம் எவ்வளவு குறுகலானது என்பதை இது ஒருவிதத்தில் சுட்டிக்காட்டுகிறது. ஏனெனில் இந்த விளக்கமானது, ஒரு விரிந்த கலாச்சாரத்தின் உருவாக்கத்தில் தவிர்க்க இயலாத பரிமாணங்களான ஏற்பையும் மறுப்பையும் வெளிக்கொண்டு வரும் அம்சங்களை விலக்கிவைக்கிறது.

கலாச்சாரங்கள் பல சமூகங்களின் வாழ்க்கை இழைகளோடு கலந்து உறவாடி உருவானவை என்பதையும் பலவகையான போக்குகளின் கலவையைப் பிரதிபலிப்பவை என்பதையும் நாம் அடிக்கடி மறந்துவிடுகிறோம். தனித்தே உருவான கலாச்சாரம் என்று எந்தக் கலாச்சாரமும் கிடையாது. இழைகள் நேர்த்தியாக இணைந்ததும் கலாச்சாரம் ஒரு வடிவத்தைப் பெறுகிறது. முகலாயர்களுக்கும் ரஜபுத்திரர்களுக்குமான தொடர்பு, மேலாகத் தெரியும் அரசியல் பரிமாணங்களைத் தாண்டி பல பரிமாணங்களைக் கொண்டது என்பதைப் பார்க்கத் தவறுகிறோம். சூரிய வம்ச சத்திரியர்கள் என்று உயர்ந்த அந்தஸ்தில் தங்களைக் கருதிக்கொண்டவர்களான அம்பரைச் சேர்ந்த கச்வாக ரஜபுத்திரர்கள், துருக்கியர்கள் என்று எண்ணப்பட்ட முகலாயர்களுக்குத் தங்கள் பெண்களை மணமுடித்து வைத்தார்கள். முகலாய அரச குடும்பங்களில் ரஜபுத்திர உறவும் நடைமுறைகளும் தொடர்வதற்கு இது வழிவகுத்தது. முஸ்லிம் பழைமைவாதிகளால் இது முஸ்லிம் அல்லாதவர்கள் செய்யும் ஹராம் என்று கருதப்பட்டிருக்கலாம்; வைதீக பிராமணர்களோ வேறு காரணங்களைச் சொல்லி இதை ஏற்றுக்கொள்ள மறுத்திருக்கலாம்.

இக்காலகட்டத்தில் கட்டப்பெற்ற பிற கோவில்களைப் போலன்றி, அபூர்வமான இந்தோ பெர்ஷிய கட்டட அமைப்பைக் கொண்டிருக்கும் பிருந்தாவனத்திலுள்ள கோவிந்த்தேவ ஆலயத்திற்கு கிடைத்திருந்த புரவல ஆதரவு, ரஜபுத்திரருக்கும் முகலாயருக்கும் இடையேயான உறவுக் கலப்பைப் பிரதிபலிப்பதாக இருக்கிறது. இருவருமாகச் சேர்ந்து அளித்த ஆதரவு பிருந்தாவனத்தைக் கிருஷ்ண பக்தியின் மையமாக உயிர்பெற வைப்பதற்கு உதவியது. திருமண உறவு என்பதைக் கடந்த விஷயம் இது. புதியதொரு அடையாளத்தைக் கண்டடைவதற்கும் அதற்கு வடிவமளிப்பதற்கும் அதன் இருப்புக்கு நியாயம் சேர்ப்பதற்குமான ஒரு முன்னெடுப்புந்தான் இது;

இதன் அரசியல்ரீதிலான பலன்களைப் பற்றிச் சொல்ல வேண்டியதே இல்லை. கச்வாகர்கள், முகலாயர்கள் இருவரது புரவலஆதரவும் கிருஷ்ணபக்திக்குக் கிடைத்த இடங்களில், அதன் பாதிப்பு அவர்கள் இருவரது அரசியல் கலாச்சாரத்தையும் தீண்டியது; அதன் செயல்பாடுகளுக்கு இன்னொரு பரிமாணமும் கிடைத்தது. எதிர்ப்பானது ஏற்றுக்கொண்டு இடமளித்தல் என்பதற்கு – அரசியல்ரீதியாக இது அவசியம் என்று எண்ணப்பட்டதால் – மெல்லமெல்ல வழிவிட்டதோ?

பௌராணிக இந்து சமயம் ஒரு நிலையில் பக்தியின் சில உள்ளூர்ப் பரிமாணங்களை உள்வாங்கி, தனித்தனியான பல வழிபாட்டுமுறைகளைத் தனக்குள் இணைத்துக்கொண்டது. இதற்குச் சில எடுத்துக்காட்டுகள்: ஒரிசாவின் ஜகந்நாதர் வழிபாடு அப்பிரதேசத்திலிருந்த பழங்குடியினரின் வழிபாட்டு மரபிலிருந்து துளிர்த்ததாகச் சொல்லப்படுகிறது; மகராஷ்டிரத்தின் விட்டல வழிபாடு, வீர நடுகல் வழிபாட்டிலிருந்து தோன்றியதாகக் கருதப்படுகிறது; சிந்து பிரதேசத்தின் ஹிங்கலாஜ் மாதா வழிபாடு, மேய்ச்சல் வாழ்க்கை வாழும் நாடோடியினத்தவருக்கும் பனியாக்களுக்கு மிக விசேஷமானதாக இருந்துவருகிறது; சுந்தரவனப் பகுதியின் வன அம்மனான வன்பீவி வழிபாடும் இத்தகையதே. இவற்றில் சில பௌராணிக இந்து சமயத்தோடு சேர்த்துக் கோக்கப்பட்டுவிட்டன. சில அதனோடு நெருக்கமாக வைக்கத்தகுந்த *(Juxtaposed)* பிரிவுகளாக அடையாளம் கொண்டன. இவற்றைப் பின்பற்றுவோரில் பெரும்பாலோர் அந்தந்தப் பகுதியைச் சேர்ந்தவர்களாக இருப்பதும், ஒரு பகுதியின் வழிபாட்டுமுறை மற்றொரு பகுதியினருக்குப் பரிச்சயமில்லாமலிருப்பதும் இவை எல்லாமே உள்ளூர் மட்டத்திலுள்ள வழிபாட்டுமுறைகள் என்பதை அறியத்தருகின்றன. ராதை கிருஷ்ணன் போன்ற முந்தைய காலகட்டத்து வழிபாட்டுக் கடவுளர்கள், இலக்கிய சமயச் சொற்பொழிவுகள் மூலமாக பரந்த ஏற்பையும் பிராபல்யத்தையும் பெற்றார்கள். பல்வேறு விதமான மக்களை இந்த வழிபாட்டுமுறைகள் ஈர்த்ததால், தவிர்க்க முடியாதபடி பலவிதமான கதையாடல்களும் தோன்றின. இப்படியாக, உள்ளூர் சார்ந்த கதைகள் இவற்றிற்கு உள்ளூர் மணத்தை அளித்தன; உள்ளூர்க் கதையோடு இணைந்த பெருங்கதையாடல் இவற்றைப் பரந்த அளவுக்குக் கொண்டு சென்றது. சில நேரங்களில் உள்ளூர்க் கதைகள், நிலைபேறு பெற்ற பனுவலிருந்து வேறான ஒன்றைச் சொல்வதாகக்கூட அமைந்திருந்தன.

இனி அக்காலத்திய இன்னொரு நிலைமையை, அதாவது, முஸ்லிம் என்பவர் பிறனாகவே எப்போதும் பார்க்கப்பட்டு,

அவரது சமயமான இஸ்லாமே அவரது பண்புக்குறிப்பாக (*qualification*) எடுத்துக்கொள்ளப்படும் பார்வையைப் பார்ப்போம். ஆதாரங்களை மேலோட்டமாகப் பார்த்தாலே ஒரு விஷயம் தெரிந்துவிடும்: அன்றைய இந்தியச் சமூகக் கட்டமைப்புக்குள் இருந்த, ஏற்றுகொண்டவையென்றோ அல்லது எதிர்த்தவையென்றோ, பொருந்திப்போனவையென்றோ அல்லது பொருதியவையென்றோ முத்திரை குத்துவதற்குச் சாத்தியமுள்ளவையான விஷயங்கள் உண்மையில் நாம் எண்ணியிருப்பதைக் காட்டிலும் அதிக நுண்மையானவை என்பது. இது ஒன்றும் புதிய அம்சமல்ல; நாம் பார்த்ததுபோல முற்கால வரலாற்றில் நன்கு வரையறுக்கப்பட்ட சமூகங்களில் இருந்த ஒன்றுதான். ஏற்பாகவோ அல்லது பலதரத்திலான எதிர்ப்பாகவோ உருவான மாற்றத்தை அறிவதும் இந்த மாற்றத்தின் திசையைத் தீர்மானித்தவை எவை என்று வினவுவதும்தான் முக்கியம்.

இஸ்லாத்தின் சிறிய தடயம் இருந்தாலே அதை முஸ்லிம்களுக் கானது என்று இன்று நாம் முத்திரை குத்திவிடுகிறோம். பொதுவெளி விவாதங்களில் இது எப்போதாவதுதான் பயன்படுத்தப்பட்டது; அதுவும் முந்தைய நூற்றாண்டுகளோடு தொடர்புடையவற்றைக் குறிக்கும் இடங்களில்தான். ஆனால் நாம் ஒன்றைப் பார்க்கத் தவறிவிடுகிறோம்; இன்றுபோல அக்காலத்தில் முஸ்லிமல்லாதவர்கள், முஸ்லிம்களை முஸ்லிம் என்ற ஒற்றை அடையாளத்தில் குறிப்பிடவில்லை என்பதுதான். அக்காலத்தில், முஸ்லிம்கள் சமஸ்கிருதத்திலும் வேறுபல மொழிகளிலும் யவனர்கள் என்றோ சகர்கள் என்றோ துருக்கர்கள் என்றோதான் குறிப்பிடப்பட்டார்கள். இந்தப் பெயர்கள் இனத்தைக் குறிப்பனவே தவிர, சமயத்தைக் குறிப்பனவல்ல. மேலும் இவை முந்தைய கால வரலாற்றின் தொடர்ச்சி என்பதும் சுவாரஸ்யமான விஷயம். யவனர்கள் என்பது முதலில் கிரேக்கர்களையும் மேற்கிலிருந்து வந்தவர்களையும் குறிக்கப் பயன்படுத்தப்பட்டது. எனவே பின்னர் அது அராபியரைக் குறிப்பதற்கும் மேற்கிலிருந்துவரும் எவரையும் – விக்டோரியா மகாராணி உட்பட – குறிப்பதற்குப் பயன்படுத்தப்பட்டது. சகர்கள் என்போர் மத்திய ஆசியாவைச் சேர்ந்த சிதியர்கள் (*scythians*); துருக்கர் அல்லது துருக்கியரின் தாயகமும் இதுதான். துருக்கர்களை மத்திய ஆசியாவோடு தொடர்புப்படுத்திப் பேசுவது, பதினொன்றாம் நூற்றாண்டைச் சேர்ந்தவரான கல்ஹணர் தனது 'ராஜதரங்கிணி' நூலில் கிறிஸ்து சகாப்தத்தின் முதல் ஆயிரத்தில் இந்தியாவுக்குள் வந்த குஷாணர்களையும்கூடத் துருஷ்கர்கள் என்று குறிப்பிடும் அளவுக்கு இருந்தது. எனவே இவைதான் மத்திய ஆசியப்

பகுதியிலிருந்து வந்தவர்களான அராபியர்கள், ஆப்கானியர்கள், துருக்கியர்கள், முகலாயர்கள் இவர்களைக் குறிக்கும் சரித்திரபூர்வமான உண்மைப் பெயர்களாக விளங்குகின்றன. அவர்கள் அப்பிரதேசத்தில் முன்பிருந்தவர்களின் வழித்தோன்றல்கள் என்பதையும் குறிப்பதாக அமைந்திருந்தன. இவர்களில் சிலர் வரலாற்றுரீதியாகவே அப்பகுதியைச் சேர்ந்தவர்கள் என்பதும் உண்மைதான். சமயத்தை முன்வைத்து மனிதர்களை இந்துக்கள் முஸ்லிம்கள் என்று சீராகப் பிரிக்கும் போக்கு மிகப் பின்னால்தான் வந்தது.

சமஸ்கிருத நூல்கள் சில, துருக்கர்கள் சிலரை மிலேச்சர்கள் என்று – இழிவழக்காகவோ அல்லது போகிறபோக்கில் வித்தியாசப்படுத்துவதற்காகவோ – குறிப்பிடுகின்றன. எடுத்துக் காட்டாக, தக்காணத்தில் கிடைத்துள்ள காகதியர்கால சமஸ்கிருத-தெலுங்கு கல்வெட்டொன்று இந்தப் பகுதிக்குப் படையெடுத்துவந்து வென்ற முகமது பின் துக்ளக்கைப் பற்றிச் சொல்கிறது; அவரால் தோற்கடிக்கப்பட்ட உள்ளூர் அரசன் ஒருவன், அவரை பிராமணர்களைக் கொன்ற, கோவில்களை அழித்த, விவசாயிகளைக் கொள்ளையடித்த, பிராமணர்களுக்கு வழங்கப்பட்ட நிலங்களைப் பிடுங்கிய, கள் குடிக்கும், மாட்டிறைச்சி உண்ணும் கொடூரனாகக் காட்டுகிறான். முஸ்லிம்களைப் பற்றிய எதிர்மறை பிம்பத்தை முன்நிறுத்தும் தேவை ஏற்படும்போதெல்லாம் மேற்சொன்ன வகைமாதிரி உருவகமே எடுத்தாளப்பட்டது. ஆயிரம் ஆண்டுகளுக்கு முந்தைய நூலான யுகபுராணத்தில் குறிப்பிடப்படும் காலா(கருப்பு) யவனர்கள் என்ற – இது அன்றைய இந்தோ கிரேக்கர்களைக் குறிப்பிடும் இழிச்சொல்லாக இருந்திருக்கலாம் – உருவகத்தையே இதுவும் எதிரொலிக்கிறது. யவனர்களில் சிலர் பௌத்தத்துக்கு ஆதரவு அளித்ததால் இவ்வாறு பழிக்கப்பட்டிருக்கலாம். பத்தொன்பதாம் நூற்றாண்டில் மராத்தாக்களைக் குறிப்பிடுவதற்கு இதே உருவகம் பயன்படுத்தப்பட்டது. வங்க மொழியிலுள்ள மகராஷ்டிரப் புராணத்தில் மராத்தாச் சூறையாளர்கள் (raiders), பசுவையும் பிராமணர்களையும் வதைப்பவர்களாகக் காட்டப்படுகிறார்கள். இதுபோன்ற நிகழ்வுகள் நடக்கச் சாத்தியமில்லாத சந்தர்ப்பங்களிலும்கூட, வன்மையான பகைமையை வெளிப்படுத்துவதற்காக இந்தச் சொல்வழக்கு சிலநேரம் பயன்படுத்தப்பட்டதாகத் தோன்றுகிறது.

மீண்டும் துக்ளக்குக்கு வருவோம்: வேறொரு இடத்தில் கிடைத்துள்ள கல்வெட்டு ஒன்று அதே மனிதரைப் பற்றி வேறுவிதமான சித்திரத்தைத் தருகிறது. தில்லிப் பகுதியில் கிடைத்துள்ள ஒரு சமஸ்கிருதக் கல்வெட்டு அது. இந்து வணிகர்

ஒருவரால் பொறிக்கப்பட்டது. துக்ளக் வம்ச அரசர்களைப் புகழ்ந்து எழுதப்பட்டுள்ள இது அவர்களை தோமர், சௌகான் ரஜபுத்திர வம்சங்களின் வழித்தோன்றலாகக் குறிப்பிடுகிறது– அவர்களில் ஒருவரை மிலேச்சர் என்று போகிறபோக்கில் சொல்லியிருந்தபோதும். ஆனால் இந்த இடத்தில் அது வேற்றுமொழி பேசுகிறவர்கள் என்ற பொருளிலேயே வழங்கப் பட்டுள்ளது என்பதும் இழிபொருளில் வழங்கப்படவில்லை என்பதும் தெளிவு. ஏனென்றால் அதே கல்வெட்டு துக்ளக் வம்ச அரசர்களைப் புகழ் பாடுகிறது. மேலும், ஒரு சுல்தானை வெறுப்புச் சொல்லால் குறிப்பிடும் துணிச்சல் யாருக்குத்தான் வரும்?

இந்த அடையாளப்படுத்துதலில் எல்லாம் அச்சத்தின் அம்சம் இல்லாது போய்விடவில்லை. எடுத்துக்காட்டாக, பதிமூன்றாம் நூற்றாண்டைச் சேர்ந்த பிருஹத் தர்ம புராணம், யவனர்கள் சாதிச் சமூகத்தின் பிராமணியச் சித்தாந்த அடிப்படைக் கட்டமைப்பான வர்ணாசிரம விதிமுறையைத் தகர்த்துவிட்டு, அதே இடத்தில் தங்களின் கடவுள்கள், புனித நூல்கள், போதனைகள் இவற்றைப் புகுத்திவிடுவார்கள் என்று கவலை தெரிவிக்கிறது. பிராமணியத்தின் பார்வையில் வர்ணரீதியிலான சமூகம் தொடர்வது மிக முக்கியமாகும்.

இஸ்லாமியர்கள் என்று குறிப்பிடப்படும் பிறன்மையில் சிக்கல் என்னவென்றால் இவர்களை ஒற்றை அடையாளத்தில் அடைக்க முடியாது என்பதுதான். இவர்களில் பல தான்கள் இருந்தார்கள். யவனர்கள் என்று ஆரம்ப காலத்தில் குறிப்பிடப் பட்ட பிரிவினர், இஸ்லாம் தோற்றம் கொள்வதற்கு முன்பே இந்தியாவின் மேற்குக்கடற்கரைப் பகுதியில் வணிகம் செய்துவந்த அராபியராக இருக்கலாம். முஸ்லிம்களான பிறகும் இவர்கள் வணிகத்தைத் தொடர்ந்தார்கள். இந்திய தீபகற்பத்தின் கிழக்கு, மேற்கு இரு கடற்கரைகளிலும் இவர்கள் குடியேறினார்கள். இவர்களின் குடியேற்றம் பற்றியும் உள்ளூர் சமூக வாழ்வில் இவர்களின் பங்கேற்பு பற்றியும் சாசனங்கள் தெரிவிக்கின்றன. உள்ளூர் சமூகவாழ்வில் பங்கேற்பு என்பது மண உறவு என்ற வடிவம் கொண்டதும் உண்டு. ராஷ்டிரகூடர்களின் ஆட்சியில் நடந்ததுபோல, இவர்கள் உள்ளூர் நிர்வாகத்தில் பெரும்பங்கு வகித்த சந்தர்ப்பங்களும் இருந்தன. ராஷ்டிரக்கூட அரசரின் சார்பாக மேற்கு இந்தியாவைச் சேர்ந்த ஒரு அராபியக் கவர்னர், பிராமணர் ஒருவருக்குத் தானமாக நிலம் வழங்க உத்தரவிட்டுள்ளார்.

இந்தப் புதிய குடியேற்றங்கள், தவிர்க்கவியலாத விதத்தில் புதிய உறவுமுறைகளிலும் சமயப் பிரிவுகளிலும் பணிகளிலும்

தாக்கத்தை ஏற்படுத்தின. பல்வேறு உள்ளூர் இந்து சமயப் பிரிவுகளின் நம்பிக்கைகள், நடைமுறைகளும் இஸ்லாமிய நம்பிக்கைகள், நடைமுறைகளும் இணைந்த ஒரு பண்பாட்டைச் சில பகுதி மக்கள் கடைபிடித்தது இதைப் பிரதிபலிக்கிறது. மேற்கு இந்தியாவில் போக்ராக்கள் கோஜாக்கள், சற்று தெற்கே நவயாத்கள், கேரளத்தில் மாப்பிளாக்கள் போன்றோர் இவ்வாறாக உருவானவர்கள். வங்காளத்திலும் இதன் பாதிப்பு இருந்தது. அரபிக்கடல் வணிகம் காரணமாக போக்ராக்களும் கோஜாக்களும் மேற்காசியாவிலும் – எடுத்துக்காட்டாக யேமன், கிழக்காப்பிரிக்க நாடுகளில் – குடியேறினார்கள். பலவகையான சமய நம்பிக்கை, நடைமுறைகள் கொண்ட பிரிவினரிடமிருந்து இவர்கள் தோற்றம்கொண்டதால், ஒவ்வொரு பிரிவினரும் தங்களுக்குள்ளேயே வித்தியாசம் பாராட்டி, நடப்பிலுள்ள சமயங்களோடான அவர்களின் அணுக்கம் அல்லது தொலைவு இவற்றின் வாயிலாகத் தங்களின் தனித்தன்மையை வெளிப்படுத்தினார்கள். ஆரம்பத்தில் இவர்கள் தாங்கள் மேற்கொண்டிருந்த தொழில் சார்ந்து பிரிந்தே இருந்தார்கள்; ஏனெனில் இத்தொழில் தொடர்புகள் புதிய புதியப் பண்பாட்டுக் கூறுகளை உள்ளே கொண்டுவந்தன. நிலைபெற்ற சமயங்களி லிருந்து விலகி நின்றவர்கள் ஒருவிதத்தில் தங்களின் எதிர்ப்பைத் தெரிவித்தார்கள் என்று சொல்லலாமா?

இந்தக் குறிப்பிட்ட பிறன்மை வேறான பரிமாணத்தைக் கொண்டிருந்ததற்கு அதன் தோற்றம் மட்டுமே காரணமல்ல, அது தன்னுள்ளில் கொண்டிருந்த பல 'தான்'களும்தான் காரணம். முஸ்லிம்கள் குடியேறி நிலைபெற்ற பகுதிகளில் அவர்கள் 'மிலேச்சர்' என்று மேல்சாதி இந்துக்களால் பார்க்கப்பட்டார்களா என்று கேட்கலாம். வெளிப்படையான பல காரணங்களால் அவர்கள் அவ்வாறு பார்க்கப்படவில்லை. கடற்கரைப் பிரதேசங் களில் குடியேறிய அராபிய வம்சாவளியைச் சேர்ந்த பல்வேறு சமூகங்களுக்குள்ளேயே வேறுபாடுகள் இருந்தன. அவர்கள் குடியேறி மணவினை கொண்ட சமூகங்களிலும் இவை பிரதிபலித்தன. இஸ்லாத்தைப் பின்பற்றுபவர்கள் என்ற பொதுத்தன்மை அவர்களிடம் இருந்தாலும், ஒரு குழுவினர் மற்றொரு குழுவினரைத் தங்களவராக அடையாளப்படுத்திக் கொள்ளவில்லை. உள்ளூர்ப் பண்பாட்டு அம்சங்கள் பலவிதங் களில் அவர்களிடம் தமது அடையாளங்களைப் பதித்தன. எடுத்துக்காட்டாக, குஜராத்தின் போக்ராக்கள், கேரளத்தின் மாப்பிளாக்களிலிருந்து தங்களை வேறுபடுத்தியே பார்த்தார்கள். சம்பிரதாய இஸ்லாம் (orthodox Islam), இந்தக் குழுவினரை எதிர்ப்பாளர்கள் என்றோ காஃபிர்கள் என்றோ பார்த்ததா? அல்லது அவர்கள் ஏற்புடையவர்களாக இருந்தார்களா?

எதிர்ப்புக் குரல்கள்

சுல்தானிய, முகலாய நிர்வாகத்தில் மிக முக்கியமான பொறுப்புகள் சிலவற்றில் ரஜபுத்திரர்களும் பிராமணர்களும் காயஸ்தர்களும் ஜைனர்களும் நியமிக்கப்பட்டிருந்தார்கள். முதல் பிரிவினர் சமூகத்தில் உயர்ந்த அந்தஸ்தில் ஏற்கனவே இருந்தவர்கள்; அடுத்த பிரிவினர் உயர்ந்த பொறுப்புகளை வகித்தவர்கள்; காயஸ்தர்கள் பல சமஸ்தானங்களில் பாரம்பரிய மாக நிர்வாகப் பொறுப்பில் இருந்துவந்தார்கள்; ஜைனர்கள் வணிகத்திலும் நிதி மேலாண்மையிலும் தேர்ச்சிபெற்றவர் களாகக் கருதப்பட்டார்கள். சமூக இடைவெளி என்பது சாதி சார்ந்ததாகவே இருந்ததால் மேல்சாதியினர் நீதித்துறைக்குச் சென்றார்கள். உள்ளூர் நிர்வாகம் பெரும்பாலும் உள்ளூர் கனவான்கள் கைகளிலேயே இருந்தது. அவர்களை மேற்பார்வையிடுவதற்கு அரசாங்கத்தின் தரப்பிலிருந்து சிலர் நியமிக்கப்பட்டார்கள். அவர்கள் பணியாற்றிய அரசர்கள் சாதி விதிகளின்படி மிலேச்சர்கள் என்பது ஒரு பிரச்சினையாக இருந்ததாகவே தோன்றவில்லை; அல்லது அது கண்டுகொள்ளப் படாமல் இருந்திருக்கலாம். யார் எவருக்கு எதிர்ப்பு தெரிவிக்கிறார்கள் என்பது ஒரு பெரும் பிரச்சினையாகவே இருந்திருக்கவேண்டும்.

சமூக ஏணியில் கீழ்மட்டத்திலிருந்தவர்களுக்கு, அவர்களின் பணிகள் காரணமாகவும் சமயம் சார்ந்து அவர்களிட மிருந்த நெகிழ்வுத்தன்மை காரணமாகவும், அனைத்துத் தரப்பினரோடும் பிறரைக் காட்டிலும் அதிக இயல்பாகக் கலந்து உறவாட முடிந்தது. சமய விழாக்கள், தொழில்ரீதியிலான பரஸ்பர சார்புநிலைகளைக் கடந்து செல்வதற்கான சந்தர்ப்பங் களாக அமைந்து, அனைவரும் சேர்ந்து கொண்டாடுபவையாக இருந்தன. அதுபோலவே உள்ளூர் சந்த்களையும் பிர்களையும் வழிபடுவதும். ஆக, எதிர்ப்பு என்பது வெறும் சமயத்தை மாற்றிக்கொள்ளுதல் என்பதாக மட்டும் நின்றுவிடாமல், அதிக ஊடுபாவுகள் நிறைந்ததாக இருந்தது. சமயத்தின் மெருகைப் பெற்றிருந்தாலும்கூட, சமூகம் இவர்களைப் பார்த்த விதம் இன்னமும் பிரச்சினைக்குரியதாகத்தான் இருந்ததா?

சவர்ண பிரிவினருக்கும் அவர்ண பிரிவினருக்கும் இடையிலான சமூக இடைவெளி மாறாததாகவே இருந்தது. இஸ்லாத்தைத் தழுவியவர்களிடையேயும் சீக்கியராக மாறியவர்களிடையேயும்கூட இந்த இடைவெளி தொடர்ந்தது. கொள்கைரீதியாக இந்தச் சமயங்கள் சாதி வேற்றுமையை ஆதரிக்கவில்லை என்றபோதும், மேல்சாதியினராகவும் தாழ்ந்த சாதியினராகவும் முன்பு இருந்தவர்களிடையே நடைமுறையில் இடைவெளி இருக்கத்தான் செய்தது. அல்லாவின் பார்வையில்

வேண்டுமானால் தாழ்த்தப்பட்டோரும் மேல்சாதியினரும் ஒன்றாக இருக்கலாம்; ஆனால், மேல்சாதியினரின் பார்வையில் – அவர்கள் எந்தச் சமயத்தைப் பின்பற்றினாலும் சரி – அவ்வாறு இல்லை. தாழ்த்தப்பட்ட சாதியையும் அவர்ணப் பிரிவையும் சேர்ந்த பக்தர்களிடம் பழைய சமூகக் கட்டுப்பாடுகள் மீதான எதிர்ப்பை வெளிப்படுத்தும் சமூகச் செய்தி இருந்தது. அது நாம் செவிமடுக்க வேண்டிய ஒன்றாகும்.

பிறப்பால் முஸ்லிம்களான கிருஷ்ண பக்தர்கள் இரண்டு தரப்பு 'தான்'களால் 'பிற'னாகப் பார்க்கப்பட்டார்கள். வழமை இஸ்லாத்தைச் சேர்ந்த காஜிகளும் முல்லாக்களும் இவர்களை வன்மையாக மறுதலித்தது போலவே, வைதீக பிராமணர்களும் மறுதலித்தார்கள். காஜிகள் பேச்சுவார்த்தைகள் மூலம் இந்தக் கிருஷ்ண பக்தர்களை மீண்டும் தங்கள் சமயத்துக்குள் கொண்டுவரும் முயற்சிகளைச் சில சந்தர்ப்பங்களில் மேற்கொண்டார்கள் என்றாலும், அவர்கள் அரிதாகவே வெற்றிபெற முடிந்தது. நிலைபெற்ற சமயங்கள் இந்தக் கிருஷ்ண பக்தர்களின் போதனைகளை உள்வாங்கித் தங்களுக்குச் சாதகமாகப் பயன்படுத்திக்கொள்ளும்வரையிலும் இந்த நிலை தொடர்ந்தது. எனவே, 'தானை'யும் 'பிற'னையும் வேறுவேறான வரலாற்றுப் பின்னணியில் வைத்துப் பேசும்போது, எவர் 'தான்', எவர் 'பிறன்' என்பதைக் கவனமாக வரையறுக்க வேண்டும். அவர்களைச் சரியாக அடையாளப்படுத்துவதற்கு இது அவசியமான முயற்சியாக இருக்கும். அதிலும் குறிப்பாக. இரண்டு அடையாளங்களும் ஒன்றுயொன்று மேவி நிற்கும்போது.

இதுபோன்ற சந்தர்ப்பங்களைப் பற்றிய மிக சுவாரஸ்யமான குறிப்பு பதினாறாம் நூற்றாண்டைச் சேர்ந்த, மிகவும் மதிக்கப்பட்ட தத்துவாசிரியரான மதுசூதன சரஸ்வதி எழுதிய 'பிரஸ்தான பேதம்' என்ற நூலில் காணப்படுகிறது. இது, அன்று நடைமுறையிலிருந்த தத்துவச் சிந்தனைப் பள்ளிகள் குறித்த விவரணை நூல். சமயம்பற்றி இந்த நூலில் காணப்படும் அபிப்ராயங்களின்படி பார்த்தோமானால், இதில் கூறப்படும் பிரிவுகள் எல்லாம் ஒற்றைத்தன்மை கொண்டதாகச் சொல்லப்படும் இந்து சமயத்திற்குப் பொருந்திப் போனவையாகக் காட்டப்படவில்லை. பௌத்தர், சமணர், சார்வாகர் போன்றோரைத் தனியாகத்தான் குறிப்பிடுகிறார். துருக்கர் பற்றியும் குறிப்பிடுகிறார். அவர் சொல்பவற்றிலிருந்து அவர் தன்னை ஓர் இந்துவாக அன்றி பிராமணராகக் கருதுகிறார் என்பதற்கான அத்தாட்சியாக இதை எடுத்துக்கொள்ளலாமா? அவரைப் பொறுத்தவரையில், வைதீகம் அவைதீகம் என்ற பிரிவே தத்துவ, சமயச் சிந்தனையின் பெரும் பிரிவுகள்.

ஆஸ்திகம் நாஸ்திகம் பற்றிய பழைய விளக்கங்களை அவர் பயன்படுத்திக்கொள்கிறார். பௌத்த, சமண, சார்வாகப் பிரிவு களை அவைதீகம் என்று சேர்த்துக்கூறும் அவர், இந்த இடத்தில் துருக்கர்களின் (இன்று முஸ்லிம்கள் என அழைக்கப்படுவோர்) போதனைகளும் அவற்றைப் போன்றதே என்கிறார். ஏன்? ஏனெனில் இவர்கள் அனைவரும் நாஸ்திகர்கள்.

சார்வாகர்கள், சமணர்கள், பௌத்தர்களைப் பொறுத்த வரையிலும் இது பல நூற்றாண்டுகளுக்கு முன்னால் பிராமண நூலாசிரியர்கள் அவர்களைப் பற்றிச் சொன்னவற்றை மீண்டும் கூறுவதேயாகும். சிரமணர்கள் என்று குறிப்பிடப்பட்ட பௌத்தர்களும் சமணர்களும் மேல்சாதி நூலாசிரியர்களின் சமஸ்கிருதப் படைப்புகளில் வெறுப்புடன் பேசப்பட்டிருந்தார்கள். சில சமஸ்கிருத நாடகங்களில், சமணத்துறவி எதிர்ப்படுவது மோசமான சகுனமாகச் சித்தரிக்கப்படுகிறது. மேற்சொன்ன மூன்று பிரிவினரோடும் நாலாவதாகத் துருக்கரையும் மதுசூதன சரஸ்வதி சேர்க்கிறார். முதல் மூன்று பிரிவினரும் இறை என்ற ஒன்றை நம்புவதில்லை; எனவே அவர்களை நாஸ்திகர்கள் என்று குறிப்பிடுவது பொருத்தமே. ஆனால், துருக்கர் இறைநம்பிக்கையாளர்கள், அவர்கள் அல்லாவை நம்புகிறவர்கள். என்றாலும், அல்லா வேதம் அல்லது புராணங் களில் குறிப்பிடப்படும் கடவுள்களில் ஒருவரல்ல; எனவே அவர் ஏற்புடையவர் அல்ல. இதனால் அவரை வணங்குபவர்களும் நாஸ்திகர்களே. இதில் சுவாரஸ்யம் என்னவென்றால், மதுசூதன சரஸ்வதி இவர்கள் நால்வரையுமே மிலேச்சர்கள் என்ற அடைப்புக்குள் கொண்டுவருவதுதான். சமய பக்தர்கள், குறிப்பாகப் புராணக் கடவுள்களை வழிபட்ட பிரிவைச் சேர்ந்த பக்தர்கள், வேதம் குறிப்பிடும் கடவுள்களைப் பற்றி மிகக் குறைவாகப் பேசியிருந்தாலும் அல்லது எதுவுமே சொல்லாமல் இருந்தாலும், விலக்கப்படவில்லை என்றே தோன்றுகிறது.

பக்தி ஞானிகளுக்கும் சூஃபி ஞானாசிரியர்களுக்கும் இடையிலிருந்த பரஸ்பர உறவுமீது தாமதமாகவேனும் இப்போது கவனம் திரும்பியிருக்கிறது. பக்திக்கும் உருவமற்ற இறைவன்மீதான அன்புக்கும் அவர்கள் அளித்த முக்கியத்துவம் அவர்களை நெருங்கிவரச் செய்தது. ஆனாலும் இவ்விரு விஷயங் களும் வெளிப்பட்ட விதத்தில் வேறுபாடுகள் இருக்கத்தான் செய்தன. அவர்கள் சிலரது போதனைகளில் எதிர்ப்பின் அம்சம் இருந்தது; சிலரது போதனைகளில் காணப்படவில்லை அல்லது குறைந்த அளவில் இருந்தது. இவர்களில் சிலர் பிற சமயங்களில் காணப்படும் மடங்கள்போல துறவு மடங்கள்

அல்லது அமைப்புகளை நிறுவினார்கள். அந்தந்தப் பிரிவுகளைப் பின்பற்றுவோர் தனித்தனியே பேசுவதைக் காட்டிலும் ஒன்றிணைந்து ஒரே குரலில் அதிகாரத்தில் இருப்போரை நோக்கிப் பேச வழிவகை செய்வதால், தங்களின் பிரிவுகளுக்கு நிறுவன அடிப்படையை உருவாக்குவது அவர்களுக்குப் பயனுள்ளதாக இருந்தது. நிறுவனங்களுக்குச் சொத்துக்கள் சேர்ந்தபோது எவர் அவற்றை வாரிசுரிமையாகப் பெற்றுக்கொள்வது என்பதில் சர்ச்சை எழுந்தது. இதனால், பின்பற்றுவோரிடையே பிளவு ஏற்பட்டு மேலும் பல பிரிவுகள் தோன்றின; இவற்றில் சிலவற்றிற்கிடையே சிந்தனையிலும் செயல்பாட்டிலும் ஓரளவு நெருக்கம் இருந்தது; சில முற்றிலும் வேறுபட்டவையாக இருந்தன.

இருக்கின்ற நம்பிக்கைகள், வழிபாட்டுமுறைகள் இவற்றின் பின்னணியிலேயே சமயங்கள் தோன்றி வளர்ந்தன. ஒன்று இவை கறாரான ஓர் ஒழுங்கைக்கொண்டிருந்தன; அல்லது புதியபுதிய கொள்கைகளை உள்வாங்கிக்கொள்ளும் சுதந்திரம் பெற்றவையாக இருந்தன. எனவே புதிய சமயக் கருத்தானது இந்தச் சூழலிலிருந்து தனக்குத் தேவையானவற்றை எடுத்துக் கொள்வதாகத்தான் அமைந்திருக்கும். கி.பி. இரண்டாம் ஆயிரங் களில் உருவான பிரிவுகளில் இந்தத் தன்மையைப் பார்க்க முடியும். 'தாக்கம்' என்ற வார்த்தையைப் பயன்படுத்தத் தயங்க வேண்டியிருக்கிறது. ஏனென்றால் இதில் ஒன்று மற்றொன்றை மேலாண்மைசெய்வது என்ற பொருள் வந்துவிடுகிறது. 'ஒன்றிணைந்த' என்பதோ இரண்டும் வேறுவேறானவை என்று குறிப்பதாகிவிடுகிறது. ஆனால் எதைத் தேர்ந்தெடுப்பது என்பதில் பக்தி ஞானிகள் கொண்டிருந்த சுதந்திரம் அடிப்படையில் பிற சிந்தனைகளை வரவேற்கும் பண்பைக் குறிக்கிறது. பல்வேறு நம்பிக்கைகள் நிலவிய சூழலையும் வரலாற்றுப் பின்னணியையும் இங்கே கணக்கில் எடுத்துக்கொள்ள வேண்டும். சிந்தனைகளை வரவேற்பது என்பதன் உள்ளார்ந்த பொருள், புதிய சமயச் சிந்தனைக்கு முகமொன்றை அளித்து அடையாளப்படுத்துவதற்கு வசதியாக பிரக்ஞைபூர்வமாகத் தெரிந்தெடுப்பதற்குரிய தனித்த தெளிவான அம்சங்கள் அன்று இருந்தன என்பதுதான். ஒரு(சமயப்) பிரிவு நடைமுறையிலிருக்கும் குறிப்பிட்ட எந்தச் சமயத்தைச் சேர்ந்தது என்பதன்மீதான விவாதம் அப்பிரிவைப் புரிந்து கொள்வதற்கு எந்தப் புதிய ஒளியையும் தரப்போவதில்லை; மேலும் அது எல்லா சந்தர்ப்பங்களிலும் தேவையான ஒன்றுமல்ல. புதிய பிரிவைத் தோற்றுவித்த ஞானாசிரியர்கள் அன்று நடைமுறையிலிருந்த எந்தெந்த அம்சங்களைத் தேர்ந்தெடுத்தார்கள், எவற்றைப் புதிதாக உருவாக்கினார்கள் என்பதை அறிவதுதான் அவை பற்றிப் புரிந்துகொள்வதற்கு உதவுவதாக இருக்கும்.

இக்காலகட்டத்தில் நினைவுகூரத்தக்க உரையாடல்களில் ஒன்று, சூஃபிகள் சிலருக்கும் சில யோகி/ஜோகிப் பிரிவுகளுக்கும் நிகழ்ந்ததாகும். இவ்விரு பிரிவினருமே இஸ்லாம், இந்து சமயம் இவ்விரண்டாலும் 'பிற'னாகப் பார்க்கப்பட்டார்கள் என்பது சுவாரஸ்யமானது. மத்திய ஆசியாவிலிருந்து வந்த சூஃபி பிரிவினர் கொண்டிருந்த புதிய கொள்கைகளை வரவேற்கும் பண்பு, முன்பொரு காலத்தில் மத்திய ஆசியப் பிரதேசத்தில் நிலைபெற்றிருந்தவையும் புத்த சமயத்தில் புதிய சிந்தனைகள் தோன்றக் காரணமாக இருந்தவையுமான பல்வேறு பௌத்தப் பிரிவுகள் கொண்டிருந்ததான புதியவற்றை வரவேற்கும் பண்பின் தொடர்ச்சியாக இருக்கலாமோ என்று நாம் எண்ணலாம். இது நிகழ்ந்தது இரண்டாம் ஆயிரத்தில் இஸ்லாம் அங்கெல்லாம் பரவுவதற்கு முன்பு. பௌத்தம் வட இந்தியாவிலும் மத்திய ஆசியாவிலும் இஸ்லாம் வருவதற்குச் சற்று முந்தைய காலகட்டத்தில்தான் வீழ்ந்தது என்பது சிந்தித்துப் பார்ப்பதற்குரியது. இவ்விரண்டிற்கும் சிந்தனைகளில் ஏதாவது இசைவு இருந்ததா?

சமூகத்தின் விளிம்பில் வாழ்ந்தவர்களான சமூக நலனுக்கும் தனிமனித உயர்வுக்கும் சாதகமான மாற்றுவழிகளைச் சிந்திக்கும் சுதந்திரம் கொண்டிருந்தவர்களின் பரந்த வரிசையில், தங்களின் பிரிவிலிருந்து மாறாமலேயே பிற பிரிவினரோடு சமூக நலன், தனிமனித உயர்வு தொடர்பாக உரையாடலை நிகழ்த்தியவர்கள் இருக்கத்தான் செய்தார்கள். இவர்கள் உரையாடிய விஷயங்கள், இந்தியாவிலும் அதன் எல்லைப் பிரதேசங்களிலும் நிகழ்ந்த விவாதங்களில் வேர்கொண்டிருந்தன. எடுத்துக்காட்டாக, நாத யோகிகள் பல்வேறு சூஃபி பிரிவினரோடு உரையாடிவந்ததாகச் சொல்லப்படுகிறது. பதினாறாம் நூற்றாண்டில் குவாலியரில் பிறந்த ஷதாரி சூஃபி பிரிவைச் சேர்ந்த முகமது கௌத், நாத யோகிகளின் சிந்தனையில் அதிக ஈடுபாடு காட்டினார் என்பது ஓர் எடுத்துக்காட்டு. 'அமிர்த குண்டம்' என்ற அவர்களின் நூலொன்றை அவர் பெர்ஷிய மொழியில் மொழிபெயர்த்தார். நாத யோகிகளின் இந்தப் பனுவல்மீதான ஷதாரியின் ஈடுபாடு, அறிவார்வம் சார்ந்தது மட்டுமேதானா அல்லது எதிர்ப்பின் சில அம்சங்களை வளர்த்தெடுப்பதற்காக சிலரது சிந்தனைகளை, அப்பனுவலை மொழிபெயர்ப்பதன் வாயிலாகப் புரிந்துகொள்ளும் முயற்சியும்கூடவா?

5

விவாதத்தின் சுருக்கம்

எதிர்ப்புகுறித்த எனது இதுவரையிலான அலசல், இந்தியாவின் கடந்த காலத்தில் மேலோங்கி இருந்த சமயங்களை – அதிலும் குறிப்பாக மிக முன்னணி சமயம் ஒன்றை – உருவாக்கிய அம்சங்களைக் கேள்வியெழுப்பிய குழுக்களை முன்வைத்து அமைந்திருந்தது. மறுபக்கத்தில் இந்த எதிர்ப்பு, அதன் பங்களிப்பாக அந்தச் சமயங்கள் அங்கீகரிக்கும்படியான சில புதிய வடிவங்களை உருவாக்கியது; இந்த வடிவங்கள் சிலவற்றில் சம்பிரதாயத்தின் தாக்கம் இருந்தது; சில அதிலிருந்து முற்றிலும் விடுபட்டிருந்தன. ஓர் ஒற்றைப்படையான, ஒருமைத்தன்மையுள்ள, சீரான சமயம் என்பதற்கு அழுத்தம் தருவதன் மூலம், ஒரு வாதம் தேவையில்லாமல் புகுத்தப்பட்டு விவாதமே ஒருவிதத்தில் முடிவுக்கு வந்துவிடுகிறது. பல்வேறு வகைப்பட்ட, பல்திறத்திலான எதிர்ப்புகளையும் எதிர்ப்பின் வழிமுறைகளையும் அல்லது ஏற்று இடமளித்தல் போன்றவற்றையும் நாம் கண்டறிய வேண்டும் என்பதில் நான் உறுதியாக இருக்கிறேன். சமயங்களுக்கும் சமூகங்களுக்கும் இடையிலான உறவாடல்பற்றிய வரலாற்றில் இப்போது இவை அங்கீகரிக்கப்பட்டுவருகின்றன. இந்தியச் சமயங்களைப் பற்றிப் பேசும்போது இது மிகவும் பொருத்தமானது. இந்தச் சமயங்கள் உருவாக்கிய, இவற்றின் சிந்தனைகளையும் செயல்பாட்டையும் பிரதிநிதித்துவப்படுத்திய சமயப் பிரிவுகளை முழுமையாக ஆய்ந்தறிந்தால், இந்தச் சமயங்களுக்குள் நடந்த சீரமைப்புகளைச்

சரியாகக் கண்டு புரிந்துகொள்ள முடியும் என்று எனக்குப் படுகிறது. ஆபிரகாமிய சமயங்களுக்கும் அவற்றின் சமூகங்களுமிடையிலான தொடர்பின் அமைப்பு இந்தியப் பின்னணிக்குப் பொருந்திவராது. வெளிப்படையாகத் தெரியக்கூடிய காரணம், இந்தச் சமூகங்கள் கட்டமைக்கப்பட்டுள்ள விதம் இந்தியச் சமூகம் கட்டமைக்கப் பட்டவிதத்திலிருந்து வேறுபட்டிருப்பதுதான்.

சமயம் சார்ந்த விஷயங்கள் ஒரேமாதிரியாகவும், சீரானதாகவும் இருக்க வேண்டும் என்பதற்கு முன்பு அழுத்தம் கொடுக்கப்படாததால்தான், எதிர்ப்பு தான் எடுத்திருந்த வடிவத்தை எடுக்க முடிந்தது, ஒரு விதத்தில் தொடர்ந்து எடுத்தும்வருகிறது என்று நான் வாதிட விரும்புகிறேன். மோதல்கள் நிச்சயம் நடந்தன; இன்று நிகழ்வதுபோல் சில வன்முறை வடிவம் கொண்டன; இந்தியச் சமுதாயத்தில் உள்ள கூர்மையான சமூக வேறுபாடுகளின் பின்னணியில் வைத்துப் பார்த்தால் இது நமக்கு வியப்பை அளிக்காது. என்றாலும், எதிர்ப்புணர்வுகளை அடுத்தடுத்து வைக்கவும் அவற்றிக்கான இடத்தை வழங்கவும் சாத்தியங்கள் இருப்பதால் மோதலிலும் நெகிழ்வுத்தன்மை இருக்கிறது. இது இந்து சமயத்தை – பெரும் எண்ணிக்கையிலானவர்களைக் கொண்ட சமயம் இது – ஒற்றைத்தன்மைகொண்ட, மாற்றமே அடையாது தொடர்ந்து வரும் ஒரு நிறுவனமாகப் பார்க்காமல், சீரமைக்கப்பட்ட அமைப்புகளின் வரிசையைக் கொண்ட ஒன்றாக நம்மைப் பார்க்கச் செய்கிறது; இந்த அமைப்புகளில் சில ஏற்கனவே இருந்ததோடு இணைந்துவிடுகின்றன; சில அடுத்தடுத்துள்ள இவைபோன்ற பலவற்றோடு தனிப்பிரிவுகளாக உயிர்ப்புடன் தொடர்கின்றன, இந்தப் பிரிவுகளுக்கும் பல்வேறு சமூகங்களுக்கும் உள்ள உறவாடலும், அவை தத்தமக்குள் கொண்டிருந்த உறவாடலும் அவ்வவற்றுக்குரிய வடிவங்களைக் கொண்டிருக்கும். இந்த வடிவங்கள், ஒரு சமயத்தை மாறுபாடுகளைக் கொண்டிராததாகவும் ஒருபடித்தானதாகவும் முன்னிறுத்துவதற்காகக் காட்டப்படும் வடிவங்களிலிருந்து வேறுபட்டவை. சேர்ந்து வாழ்ந்துவரும் அல்லது அவ்வப்போது பொருதிக்கொள்ளும் பெரிய ஒற்றைச் சமயங்களின் பார்வையிலேயே இந்தியாவிலுள்ள சமயங்களை – அடிக்கடி நடந்து வருவதுபோல – பார்ப்போமானால் அது தவறான முடிவுகளுக்குக் கொண்டுசெல்லலாம்.

'பிரிவு' என்ற பதம் குறிப்பிட்ட ஒரு சிந்தனைவழியைப் பின்பற்றுவோரைக் குறிக்கும்; இதில் உறுப்பினராவது தனிப்பட்டவரின் தெரிவு சார்ந்தது. பழங்கால நூல்களில் இதற்குப் பொதுவாகப் *பாஷாண்டம், சம்பிரதாயம்* என்ற பதங்கள்

ரொமிலா தாப்பர்

வழங்கப்பட்டன. முதல் பெயர் ஒரு பிரிவாகத் தன்னைத்தானே அறிவித்துக்கொண்டவைகளுக்கு வழங்கப்பட்டதாகத் தோன்றுகிறது. இவற்றைப் பற்றிய அசோகச் சக்கரவர்த்தியின் குறிப்புகள், இப்பிரிவுகளை ஏற்புடையவை, ஏற்கப்படாதவை என்ற வேறுபாடு இல்லாமல் நடுநிலையில் குறிப்பிடுகின்றன. ஆனால் பின்னால் வந்த புராணங்கள் போன்ற பனுவல்களில், இந்தப் பெயர் கருத்து மாறுபாடு கொண்டவர்களைக் குறிக்கவே பயன்படுத்தப்பட்டது; சில நேரங்களில் சிரமணர்களின் பிரிவுகளைக் குறிக்கவும் பயன்படுத்தப்பட்டது. அது நடுநிலைத் தன்மையை இழந்துவிட்டிருந்தது. *சம்பிரதாயம்* என்பது ஒப்பீட்டளவில் நிலையான பொருளைக் கொண்டிருக்கிறது; தங்கள் போதனைகள் பழைய மரபைச் சேர்ந்தவை என்று – இதுபோல பலவும் கூறிக்கொள்கின்றன – கூறிக்கொள்வதும் எதிர்காலத்திலும் இதன் தொடர்ச்சி இருக்கும் என்று நம்புவது மான ஒரு குழுவில் சேருவோரை அது குறிக்கும்.

சமயத்தோடு தொடர்புடையவையாக எழுந்தவற்றை மட்டுமே எதிர்ப்பு வடிவங்களாகக் குறிப்பிடுவது எனது நோக்கமல்ல. சமயத்தோடு தொடர்புடைய பார்வைகளை எனது உதாரணமாக எடுத்துக்கொண்டதற்குக் காரணம், இந்த வடிவங்கள் கடந்த காலத்தில் மிகப் பரவலான தாக்கத்தைக் கொண்டிருந்ததும் மிகவும் வெளிப்படையாகத் தெரிபவையாக இருந்ததும்தான். இவற்றைக் குறித்தே கடந்த காலங்களில் அடிக்கடி எழுதப்பட்டும் வந்துள்ளது. சமயம் சார்ந்த நோக்குநிலையில் மாற்றங்களை உருவாக்கியதோடு இவை நின்றுவிடவில்லை; சமுதாய நிறுவனங்களிலும் இவை தலையிட்டன. நான் கொடுத்த எடுத்துக்காட்டுகளின் பின்னணியும் நன்கு தெரிந்ததே. எனவே இத்தகைய எடுத்துகாட்டுகள் மூலமாக விளக்குவது அதிகத் தெளிவை அளிக்கக்கூடும்.

இந்த இடத்தில் சற்று நின்று, இந்தியாவின் முன்னணி சமயத்தின் வேறுவேறு கட்டங்களைப் பற்றிய எனது பார்வையைச் சுருக்கமாகத் தருகிறேன். இந்த நூலின் இறுதிப் பகுதியில் நான் பேசப்போகும் விஷயத்துக்கு ஒரு பின்னணியைத் தருவதாகவும் இது அமையும். எதிர்ப்பு வடிவங்களால் சமயம், சமூகம் சார்ந்த வடிவங்களின் கருத்தாக்கங்களைச் சீர்ப்படுத்த முடியும்; சீர்ப்படுத்தவும் செய்கின்றன என்பதையும் நான் அழுத்திச் சொல்ல விரும்புகிறேன். இந்து சமயம், முக்கியமான வரலாற்று மாற்றங்களுக்கு எதிர்வினையாற்றித் தகவமைத்துக்கொண்டதில் பலவிதமான சீரமைப்புகளுக்கு உள்ளானது, சமுதாயத்தின் சில பிரிவினர் மாறிவரும் வரலாற்றுச் சூழலின் தேவைகளை உணர்ந்திருந்தனர் என்பவை என் துணிபுகள். இப்படிக்

காலத்தை அனுசரித்துச் சென்றதானது இந்து சமயத்தை – அது அடிக்கடி முன்நிறுத்தப்படுவதைப் போலக் குறுகிய வடிவம் கொண்டிராமல் – மிகவும் நெளிவுசுளிவுள்ள சமயமாகவும் அதிக ஆற்றல்கொண்டதாகவும் ஆக்கியது. இந்தப் பார்வை, அந்தந்தக் காலகட்டத்தில் செல்வாக்குப் பெற்றிருந்த காலனிய வாய்ப்பாடுகளின் புதியஅர்த்தங்களினூடாக இந்து சமயத்தை வரையறுக்க முயன்ற, சக்திவாய்ந்த சமூக அரசியல் குழுக்கள் அளித்த நெருக்கடியோடு போராடிவந்தது; இப்போதும் போராடிவருகிறது.

இந்து சமயத்தின் வரலாற்றில் அது பெற்றிருந்த புதிய சீரமைப்புகளுக்கும் இந்தியச் சமூகத்தோடு அது நிகழ்த்திய சந்திப்புகளுக்கும் நாம் கவனம் அளிக்கவில்லை; அதுபோல, இவையெல்லாம் வரலாற்று மாற்றங்களுக்கும் எதிர்க் கருத்துக் குழுக்களின் சவால்களுக்கும் ஏற்றாற்போல் தன்னைச் சரிசெய்து கொள்ளும் முயற்சிகள் என்பதும் போதுமான அளவுக்குப் புரிந்துகொள்ளப்படவில்லை. இவ்வாறு சரிசெய்துகொள்ளுவது என்பது உலகெங்குமுள்ள எல்லா நம்பிக்கைமுறைகளும் செய்துவருவதுதான்; சில சமயங்கள் இவற்றை எளிதாகவும் வெளிப்படையாகவும் செய்கின்றன; சில பிறவற்றைக் காட்டிலும் சற்றுப் புதிரான முறையிலும் சில சிக்கலான விதத்திலும் செய்கின்றன. இவை தம்மளவில் அவற்றுக்கெதிரான எதிர்ப்பின் வடிவங்களையும் பாதிப்புக்குள்ளாக்குகின்றன. இந்த வேறுபாடுகளைச் சுட்டுவதன்வாயிலாக நான், இந்து சமயம் என்று நாம் அழைத்துவருவது வரலாற்றுக்கு மிக இணக்க மாக எதிர்வினையாற்றி, அதன் நம்பிக்கைகளிலும் அதைப் பின்பற்றுவோரிடத்திலும் வெளிப்படையாகத் தெரியும்படி யான சீர்த்திருத்தங்களையும் மாற்றங்களையும் உருவாக்கிய ஒரு சமயம் என்று குறிப்பிடுகிறேன். இது இந்து சமயத்திற்கு மட்டுமே உரியதல்ல; எல்லாச் சமயங்களைப் பற்றியும் இவ்வாறு கூறமுடியும்; ஆனால், இந்து சமயம் என்று நாம் கூறும், பல்வேறுவிதமான வரலாற்று வடிவங்களின் திரளுக்கு இந்த அம்சம் மிகவும் தொடர்புடையது.

இம்மாதிரியான சீரமைப்புகளுக்கு எதிர்க் கருத்துகளின் பங்களிப்பையோ அல்லது அவசியமான மாற்றங்களை ஊக்குவிப்பதில் அவை அடைந்த தோல்வியையோ அலட்சியம் செய்வது, இந்தியாவில் சமயத்தின் பரிணாம வளர்ச்சியைச் சீர்தூக்கிப் பார்த்ததிலும் பல சமூக வடிவங்களுக்கு அடிகோலியிருப்பதிலும் எதிர்ப்பு ஆற்றிய அற்புதமான பங்கை அலட்சியம் செய்வதற்கு ஒப்பானது. நான் முன்வைத்த மூன்று

எடுத்துக்காட்டுகளிலும் இதைக் காட்ட முயன்றிருக்கிறேன். இந்து சமயத்தின் வரலாற்றுக் கதையாடலின் மிக முக்கியமான மூன்று மாற்றங்களின் வகைமையாக இந்த எடுத்துக்காட்டுகளைச் சுட்டலாம்.

சமயத்தின் வரலாறு குறித்தான மதிப்பாய்வு *(Survey)* என்று வழக்கமாகச் சொல்லப்படுவதற்கு இந்தியத் துணைக் கண்டத்தைப் பொறுத்தமட்டில் துவக்கப் புள்ளி என ஒன்று இல்லை. ஏனென்றால் ஹரப்பாவின் சமயம்பற்றி நமக்கு இன்றுவரை எந்தத் தெளிவுமில்லை. உருவபொம்மைகள், பாண்டங்களில் வரையப்பட்டுள்ள குறியீடுகள், முத்திரைகளில் காணப்படும் காட்சிகள், எண்ணங்களின் சித்திர வடிவங்கள் போன்றவைபற்றிய தர்க்கபூர்வமான ஆய்விலிருந்து சில விவேகமான ஊகங்கள் பெறப்பட்டுள்ளன. எனவே, இந்தக் குறியீடுகள் குறித்த நம்பகமான கண்டறிதல் நடந்து அவற்றில் குறிக்கப்பட்டிருப்பவை என்னவென்று தெரியவரும்வரை காத்திருக்க வேண்டியவர்களாக நாம் இருக்கிறோம் நாம். இதற்கிடையில், அச்சின்னங்கள்பற்றி முடிவாக எதுவும் தெரியாத நிலையில், ஏராளமான கோட்பாடுகள் நிலவுகின்றன. ஹரப்பன் சமயத்தின் தொடர்ச்சியை, மேலாண்மையிலுள்ள சமயத்தைக் காட்டிலும் ஹரப்பனுக்குப் பிந்தைய காலகட்டத்தைச் சேர்ந்த கீழடுக்கிலுள்ள சமயங்களில்தான் அதிகமாகப் பார்க்க முடியும் என்று சிலர் வாதிடுகிறார்கள்.

எனவே நாம், நன்கு வரையறுக்கப்பட்டுள்ள, அடிப்படையான நூல்கள் கிடைக்கக்கூடிய, முதலில் உருவானதாக இன்றுகருதப்படும் சமயத்தை எடுத்துக்கொள்வோம். வேத சமயம்தான் அது. வேத பிராமணியம் என்று அழைக்கப்படுகிறது. நம்மிடமுள்ள பனுவல்களின்படி, இது ஒரு குறிப்பிட்ட சமூகப் பிரிவின் – பிராமணர்களின் – சமயமாக சடங்கு, நம்பிக்கை இவ்விரண்டிலிருந்தும் உருப்பெற்று வளர்ந்ததாகத் தோன்றுகிறது. என்றாலும், முழுமையாக வரையறுக்கப்படாத, அதிகம் அறியப்படாத வேறுசில சமய நம்பிக்கைகள், நடைமுறைகள் பற்றிய சில விவரங்கள் அதிலிருந்து கிடைக்கின்றன. இந்த நம்பிக்கைகள் அன்று இருந்தன, அதிகமும் மறைமுகமாகத்தான், நேரடியாக இல்லை, என்பது தெளிவு; இப்போது இது நன்கு தெரியவந்துள்ளது. என் முதல் எடுத்துக்காட்டின் மூலமாக நான், அன்று நிலவிய வேறுபாடுகளைக் குறிப்பிட்டு, மோதலைத் தவிர்ப்பதற்காக மேற்கொள்ளப்பட்ட சரிக்கட்டல்களையும் சுட்டிக்காட்ட முயன்றேன். “தானி”ன் பண்பாடு என்று நாம் கருதுவதில் கசிந்திருக்கக்கூடிய ’பிறனி’ன் பண்பாட்டுக் குணங்கள் எவை?

இந்த முதல் கட்டத்தில் அதிக முக்கியத்துவம் பெறாத பல தெய்வங்கள் இந்து சமயத்தின் இரண்டாவது கட்டத்தில் தலைதூக்கியதுபோலத் தோன்றுகிறது, முதல் கட்டத்திலிருந்து இந்தக் கட்டம் சில வேறுபாடுகளைக் கொண்டிருந்ததன் குறியீடாக இதைக் கொள்ளலாம். இந்த இரண்டாவது கட்டம் பௌராணிக இந்து சமயம் என்று அழைக்கப்படுகிறது; புராணங்களிலும் வேதகாலத்துக்குப் பிந்திய வளர்ச்சிநிலை யிலும் இதன் முத்திரை உள்ளது. முதன்மை பெற்ற தெய்வங்கள் என்பது போக, வழிபாட்டுமுறைகளிலும் கோவில்கள் கட்டுவது, சிலைகளை வணங்குவது போன்ற மாற்றம் நிகழ்ந்தது. மிக பிரம்மாண்டமான யாகங்களோடு ஒப்பிடுகையில் ஆரம்பத்தில் இவை மிக எளிய அளவிலேயே இருந்தன. வேதங்கள் வணங்குதற் குரியவையாகவே தொடர்ந்து இருந்து வந்தன; ஆனால் பெரும்பான்மை மக்களுக்கு அதனோடு கிட்டத்தட்ட தொடர்பு இல்லை. இந்தப் பௌராணிகச் சமய வடிவம், வேத பிராமண சமயத்தின் அடிப்படைக் கோட்பாடுகளை மறுத்த சிரவண சமயங்களுக்கும் சிந்தனைப் பள்ளிகளுக்கும் – முதன்மையாக பௌத்தம்; அத்துடன் சமணம், ஆசிவகம் – போட்டியாக இருந்தது. சார்வாகமும் இதில் அடக்கம்.

பிராமண சமயத்துக்கும் சிரமணத்திற்குமான சமய இருமை கி.பி. முதலாயிரத்தின் நடுப்பகுதியிலிருந்து பிற்பகுதிவரை மிகத் துலக்கமாகத் தெரிந்தது. எனது இரண்டாவது எடுத்துக் காட்டில் இதை விவரித்துள்ளேன். சிரமண சமயங்களுக்கு வலுவையும் அதிகாரத்தையும் அளித்த பல முக்கிய அம்சங்களில் அவற்றின் அமைப்புகளுக்கும் நிறுவனங்களுக்கும் மிக முக்கியப் பங்கு உண்டு. பௌத்தத்தைப் பொறுத்தவரையில், அமைப்புகளாகச் சங்கமும் விகாரைகளும் இருந்தன. இத்துடன், வசதி படைத்தவர்களிடமிருந்து தொடர்ந்து நன்கொடைகள் வருவதற்காகச் செய்யப்பட்டிருந்த ஏற்பாடும் சேர்ந்துகொண்டது, இது பிற சமயங்களுக்கு ஒரு பாடமாக இருந்திருக்கலாம்; அனைத்துச் சமயங்களும் புரிந்துகொண்டுவிடவில்லை; என்றாலும், சில மிக நன்றாகவே புரிந்துகொண்டன. பௌத்தர்கள் எதிர்ப்புக் குழுவினர் என்பதால் அவர்கள் சமூகத்தோடு தங்களின் தொடர்பிற்கான சிறந்த முத்திரைகளாக அமைப்பையும் நிறுவனங்களையும் பயன்படுத்திக்கொண்டார்கள். கிறிஸ்து வருடத்துக்குச் சற்று முன்பும் அதன் துவக்கத்திலுமான நூற்றாண்டுகளில் அவை ஏற்படுத்திய கட்டுமானங்களின் தரம் மிகச் சிறப்பானது; வேத பிராமணிய சமயம் தனது வழிபாட்டுக் காகப் பயன்படுத்திய கட்டுமானங்களிலிருந்து இது வேறானது, இது அதன் எதிர்ப்பின் ஒரு பகுதி; மற்றொரு பகுதி அது கேள்விக்குட்படுத்திய சமயத்தின் நம்பிக்கைகளுக்கு விடுத்த சவால்.

இறைத்தன்மை என்பது இரண்டிற்கும் இடையிலான பெரும் பிளவாக இருந்தது; ஆனால் பின்னால் வந்த நூற்றாண்டுகளில் இதில் மாற்றம் ஏற்பட்டது. அதற்குப் பின் வந்த ஆயிரத்தில் பிராமண–சிரமண இருமை வேறு வடிவங்களை எடுத்தது.

இந்த இரண்டாம் கட்டத்தில் பிராமணியத்தின் கட்டுப்பாடு வேறு விதமாக வெளிப்படலாயிற்று. பௌராணிக இந்து சமயத்தின் ஆதார நிறுவனங்களான கோவில்கள், மடங்கள் இவற்றுக்கும் அது விரிந்தது. ஒரு தளத்தில் இந்தக் காலகட்டத்தை மேல்சாதியினரின் சமயத்தைப் பல நூற்றாண்டுகளாகக் கட்டுப்படுத்திவந்த பிராமணியம் தன்னை வேறு வடிவத்தில் திடப்படுத்திக்கொண்ட காலகட்டமாகப் பார்க்கலாம்; மற்றொரு தளத்தில், பிராமணியத் தன்மையற்ற பக்தி இயக்கங்கள் – பல விதங்களில் தங்களை வெளிப்படுத்திக்கொண்ட தெய்வங்கள், பக்தியை மையமாகக் கொண்ட வழிபாட்டு நெறி இவை மூலமாக – கோவில்களைப் போலவே பரவலான மக்களைச் சென்றடைந்த சமயமாக இருந்தன; ஆரம்ப காலகட்டத்தில் இவற்றுக்குக் கோவில் என்ற நிறுவனம் மையமாக இருக்க வில்லை. சமுதாயத்தில் போதிய சுதந்திரம் பெற்றிராதவர்களாக இருந்த பெண்களுக்கும், தாழ்த்தப்பட்டோர்க்கும் சில சலுகைகள் அளிப்பதையும் உள்ளடக்கியதாக இருந்தது இந்தச் சமயம். சில நேரங்களில் பிராமணிய வடிவங்களுக்கு இணையாக இருந்த சமய வடிவங்கள் ஓரளவுக்கு நெருங்கிவந்து சேர்ந்து நின்றன; சில சந்தர்ப்பங்களில், அவை பிரிந்து நின்றன.

வேத பிராமணியத்தின் மீது மதிப்புக் கொண்டிருந்த பௌராணிக இந்து சமயம், வேதத்தில் அதிக முக்கியத்துவம்பெறாத சில கடவுள்களையும் சடங்குகளையும் தன்னுள் சேர்த்துக் கொண்டது. ஆனால், வேத சமயம் அடிப்படையில் பிராமணர் களுக்கும் வேத சமயத்தின் புரவலர்களான சில உயர்ந்த சாதியினருக்குமான சமயமாகவே இருந்துவந்தது. அதன் புரவலர்கள் சமூகரீதியாகவும் பொருளாதாரரீதியாகவும் வலிமையுடன் இருந்தார்கள்; எனவே அவர்களின் ஆதரவைப் பெற்றவர்கள் நன்மையடைந்தார்கள். முதல் ஆயிரத்தில் இந்தச் சமயம் எடுத்திருந்த வடிவம் புதிய அம்சங்களைக் கொண்டிருந்தது: விஷ்ணு, சிவன் இரு தெய்வங்களும் மையமான தெய்வங் களாகக் கவனம் பெற்றார்கள்; கடவுளர்களின் எண்ணிக்கையும் அதிகரித்துக்கொண்டேவந்தது; குறிப்பாக சாக்தம் (சக்தி) போன்ற பிற வழிபாட்டுமுறைகள் உள்வாங்கிக்கொள்ளப்பட்டபோது இது நிகழ்ந்தது. குப்தர்களின் காலத்தில்தான் கோவில்கள்பற்றிய சிந்தனையே உதயமாகி, அவை நிர்மாணிக்கப்படலாயின; முந்தைய காலகட்டத்தைக் காட்டிலும் அதிக முனைப்புடன்

சிலைகள் வழிபடப்பட்டன. முன்புக்கு இது ஒரு மாற்று வழி ஆகும். பௌராணிகம் பழையவற்றிற்குச் சென்று, முற்காலப் புராணங்களைக் கோத்துக்கொண்டது. இந்தச் சமயம் மக்களிடையே பரவிச் சென்றதற்குக் காரணம் அது பௌராணிக தெய்வங்களோடு பல விதமான உள்ளூர் தெய்வங்களையும் வெற்றிகரமாக இணைத்து நெய்தெடுத்ததும் சமூகப் படிநிலையில் கீழ்மட்டத்தில் இருந்தவர்களை அதிக அளவில் பின்பற்றச் செய்ததும்தான். சிரமண சமயங்களிலிருந்து சில கருத்துகளும் நிறுவனமாதிரிகளும் ஓசையின்றிப் பெறப்பட்டிருக்கும் என்று எண்ணுவதும் நியாயம்போல் தோன்றுகிறது. பின்னர் வந்த காலகட்டத்தில் இந்த இணைத்து நெய்யும் பணி மிகத் தொலைவான இடங்களுக்கும் தாழ்த்தப்பட்ட சாதிகளுக்கும் சென்று சேர்ந்தது; இதற்குக் காரணம், உயர்மட்டத்தி லிருந்தவர்களுக்கு அவர்களின் உழைப்பும் கைத்தொழிலும் தொழில்நுட்பமும் தேவைப்பட்டதும் தாழ்த்தப்பட்டோர் வேலைவாய்ப்புக்கு மேல்சாதியினரை நம்பியிருந்ததும்தான்; அவர்கள் மீது தங்களின் கட்டுப்பாட்டைச் செலுத்துவதற்கு ஒரு வழிமுறையாக இந்தப் புதிய சமய வடிவம் இருந்திருக்கலாம் என்று தோன்றுகிறது.

மேல்சாதியினரின் சமயம் அதிகமும் பௌராணிக இந்து சமயத்தை மையம் கொண்டதாயிருக்க, தாழ்ந்த சாதியினரின் சமயம் அதிகமும் உள்ளூர், பிரதேச அம்சங்களைக் கொண் டிருந்தது. மரங்கள், தாவரங்கள், விலங்குகள் இவற்றின் வழிபாடு மிகப் பழங்காலத்தைச் சேர்ந்தது; அதைப் போலவே பல்வேறு பூத (யக்ஷி) வழிபாடுகள், கிராம தெய்வங்களை வணங்குதல் இவையும். தொன்றுதொட்டே தொடர்ந்து நடந்துவருவது என்பதுதான் நிலைபெற்ற சமயத்திற்கான அளவுகோல் என்றால், இந்த வழிபாட்டுமுறைகள்தான் பனுவல்கள் சார்ந்த வழிபாட்டுமுறைகளைவிட நீண்டகாலமாக இருந்துவருபவை.

உள்ளூர் வழிபாட்டுமுறைகளையும் அவை உயர்தளத்துக்கு எடுத்துச்செல்லப்பட்டதையும் பற்றிப் பேசும்போது, உள்ளூர்ரீதி யாக வணங்கப்பட்ட மாந்தர்களும் தெய்வங்களும் முடிவில் பௌராணிக சமயத்தில் சேர்த்துக்கொள்ளப்படுவதற்கு சிறந்த எடுத்துக்காட்டாக மகராஷ்டிரத்தின் ஒரு முக்கியமான சமய வெளிப்பாட்டைச் சொல்லலாம். நாட்டின் இந்தப் பகுதியில் பரவலாகக் காணப்பட்ட, ஒருகுறிப்பிட்ட விஷயத்துக்காக ஒருவரை உயர்ந்த நிலையிலாக்கும் வீரவழிபாட்டுமுறையோடு இணைந்தது இது. சதிக்கல் வழிபாடு என்பதோடு இது சிலநேரம் இணைத்துப் பேசப்பட்டாலும், இது எல்லா இடத்திலும் ஒரேமாதிரியாக இருக்கவில்லை; ஆரம்பத்தில், தனது

கிராமத்தையோ கால்நடைகளையோ காப்பாற்றுவதற்காக உயிர் துறந்தவர்கள் அல்லது உள்ளூர்ச் சண்டையில் இறந்தவர்களின் நினைவைப் போற்றும் வகையில் பெரிய வீரவழிபாட்டுக் கற்கள் நடப்பட்டன; இவற்றில் ஒரு வீரன் ஆயுதத்துடன் – சில நேரங்களில் ஒரு குதிரையில் – இருக்கும் காட்சி எளிமையாகச் செதுக்கப்பட்டிருக்கும்.

காலப்போக்கில் இந்த நினைவுக்கல் செதுக்குதல் என்பது விரிவாக வளர்ந்தது; சிலவற்றில் மரணக் காட்சியும் அப்சரஸ்கள் மரணமடைந்த வீரனைச் சொர்க்கத்துக்குக் கொண்டுசெல்வதும் செதுக்கப்பட்டன; இத்துடன் அவனது சமய நம்பிக்கையைக் குறிக்கும் அடையாளங்களும் அந்த நிகழ்வு பற்றிய கதையும் செதுக்கப்பட்டன. இந்தக் கற்களில் சில கிராமத்திலிருந்து நகர்த்தப்பட்டு, கோவிலின் பிராகாரங்களில் வைக்கப்பட்டன. சதி ஏறியதன் நினைவான கற்கள், பெரும்பாலும் சதியோடு தொடர்புடைய சில தனித்த குறியீடுகள் பொறித்த அடையாளக் கற்களே. பிற்காலத்தில் சில இடங்களில் அவை அவற்றிற்கெனக் கட்டப்பட்ட கோவில்களில் வைக்கப்பட்டன.

மகராஷ்டிரத்தின் பண்டரிபுரத்தின் முக்கியக் கோவிலில் விட்டலன் / வினோபா வடிவில் விஷ்ணு வழிபடப்பட்டு வருவது, பன்முகங்கள் கொண்ட வழிபாட்டுமுறைகள் பல ஒன்றுசேர்ந்து பௌராணிக இந்து சமயத்தை உருவமைத்துள்ளதை எடுத்துக்காட்டுகிறது. அங்கு சன்னிதியில் உள்ள விட்டல சிலை அப்பகுதியில் காணப்படும் வீரவழிபாட்டுக் கல்லில் உள்ள சிற்பம்போன்றே உள்ளதாகச் சிலர் வாதிக்கிறார்கள்; இடையர்களின் சமயத்திலிருந்து அது தோன்றியிருக்கலாம் என்பது இதன் குறிப்பு. அவர்களின் ஆநிரைகளைக் காப்பவனே அவர்களின் வீரன். கால்நடை சார்ந்த பொருளாதாரம் பரவலாகக் காணப்படும் ஓரிடத்தில் இந்த வழிபாடு வியப்பைத் தராது. வீரன் விட்டலன் இப்போது வைணவ பௌராணிகத்தில் இணைந்துவிட்டான்; இதற்கு முக்கியக் காரணம் இந்தப் பிரதேசத்தைச் சேர்ந்த பக்தி ஞானிகளுக்கு – மிகமுக்கியமாக நன்கு மதிக்கப்படும் துக்காராமுக்கு – முதன்மைக் கடவுளாக அவன் மாறிவிட்டிருந்ததுதான். இந்தச் செயல்பாட்டோடு தொடர்புடைய சமய, சமூகத் தேவைகளின் உறவாடலை நோக்குவதற்கான பல திறப்புகளைத் தரும் ஆதாரமாக இது ஆகியுள்ளது. ஒரு புள்ளிவரையிலும் சமூக அடையாளங்கள் அளிக்கும் சாத்தியங்கள் வெற்றிகரமான வழிபாட்டுமுறையை அல்லது ஒரு பிரிவை உருவாக்குவதில் பங்கு வகிக்கின்றன; இந்த அடையாளங்களே எதிர்ப்பை, அது எப்போது தேவைப்படு கிறதோ அப்போது, வலுவுடன் தெரிவிக்கவும் அனுமதிக்கின்றன.

பௌராணிக இந்து சமயம் நான் முன்னர் குறிப்பிட்ட இரு பிளவாக இருந்தது. கோவில்களும் மடங்களும் பாடசாலை களும் பிராமணர்களின் கட்டுப்பாட்டில் இருந்தன; ஆனால் மிகவும் பிரபலமானதும் எளிதாகச் சென்றடைவதுமான சமயம் பக்தி ஞானிகளையும் அவர்கள் வாழ்ந்த இடங்களையும் மையம் கொண்டிருந்தது; இவ்விடங்களிலெல்லாம் அதிக அளவில் அதன் பக்தர்கள் கூடினார்கள்; அங்கு வருவதற்கு அவர்களின் சொந்தச் சமய நம்பிக்கையோ அல்லது சாதி அடையாளமோ தடையாக இருக்கவில்லை. எனவே, கோவில் களில் நுழையத் தடைசெய்யப்பட்ட, இன்று தலித்துகள் என்று குறிப்பிடப்படும் சாதியினர் பக்தித் தலங்களில் வழிபாடுகளில் கலந்துகொள்ள முடிந்தது. சில இடங்களில் அவர்களுக்கு அனுமதி மறுக்கப்பட்டது; வரலாற்றில் எந்தக் கட்டத்தில் இந்த அனுமதி மறுப்பு நுழைக்கப்பட்டது என்பதை ஆராய்வது சுவாரஸ்யமாக இருக்கும். நாம் பக்தி என்ற ஒற்றை அடையாளத்தில் இணைத்துப்பேசும் பல்வேறு போதனைகளை நுணுக்கமாக ஆராய்ந்து அவற்றின் வேறுபாடுகளை விளக்க வேண்டியுள்ளது.

பௌராணிக இந்து சமயத்தின் அடிப்படையிலேயே ஏதோ ஒரு முரண் உள்ளது; அதைப் போன்றே வளர்ச்சிமுறைக்கு உள்ளான பிற சமயங்களும் இதை அனுபவித்திருக்கும். ஒரு சமயம் விரிவாகப் பரவி ஆதிக்க அந்தஸ்தைப் பெறவேண்டுமானால், அது மக்களிடம் பரவலாக உள்ள பிற நம்பிக்கை நெறிகளின் போட்டியையும் அவற்றோடு ஏற்படக்கூடிய மோதலையும் எதிர்கொண்டாக வேண்டும். ஆதிக்கச் சமயம் பிற சிறிய சமய நெறிகளைத் தன்னோடு சேர்த்துக்கொள்ள விரும்பினால் அதுவும் சில மாற்றங்களுக்கு உட்பட்டாக வேண்டும். குப்தர்கள் காலத்துக்குப் பிறகு பௌராணிக இந்து சமயத்தில் நிகழ்ந்ததுபோல, ஒரு சமயமானது புதிய பகுதிகளுக்குப் பரவும்போது அங்குள்ள மேல்தட்டு வகுப்பினர் அதன் நம்பிக்கைகளையும் வழிபாட்டுமுறைகளையும் ஏற்றுக்கொள்பவர்களாக மாற்றப் படுவார்கள்; அவர்களுக்குக் கவர்ச்சிகரமான ஓர் உயர் அந்தஸ்தும் அளிக்கப்படும். ஆனால், கீழ்ச்சாதியினரோ பெரிய அளவு கவனம்பெறாமல், அவர்கள் முன்பு கொண்டிருந்த நம்பிக்கைகளோடும் நடைமுறைகளோடுமே தொடர்ந்து வாழும்படி இருக்கும். சில சந்தர்ப்பங்களில் பௌராணிக இந்து சமயத்தின் சிறு ஸ்பரிசம் இருந்திருக்கலாம். உள்ளூரில் மிகவும் அணுக்கமாக உள்ள வடிவங்கள் தொடர்ந்தன. பௌராணிக சமயப் பண்டிதர்கள் முக்கியம் என்று எண்ணிய சில சமயங்களில் இந்த வடிவங்கள் அந்த வழிபாட்டுமுறையில் சேர்த்துக்கொள்ளப்பட்டதும் உண்டு. சமயத்திற்குள் பன்முகத் தன்மை என்பது அத்தியாவசியமாக இருந்தது; புதுப்புது

நம்பிக்கைகள், நடைமுறைகள் ஒருங்கிணைத்த ஒரு கலவையாகச் சமயம் உருவாக இது துணைபுரிந்தது.

இந்து சமயத்தின் இந்த வடிவத்தின் மீது பிராமணர்களுக்கு இருந்த கட்டுப்பாடு வேத பிராமணியம் மீது அவர்களுக்கு இருந்த கட்டுப்பாட்டிலிருந்து வேறுபட்டிருந்தது. இரண்டாவது, முக்கியமாக உயர் வர்ணத்தவரின் சமயமாக தனித்துப் பிரித்து வைக்கப்பட்டிருக்க, பௌராணிக இந்து சமயமோ பல்வகைப் பட்ட நம்பிக்கைகளையும் வழிபாட்டுமுறைகளையும் தனக்குள் ஏற்றுக்கொண்டது. சமயத்துக்குப் புரவலர்ஆதரவு கிடைப்பதுபோலவே பக்தர்களின் பங்கேற்பும் முக்கியமானதாக இருந்தது. பூசகர் இப்போதும் முக்கியமானவராகத்தான் இருந்தார்; ஆனால் வேறொரு வகையில். வேத பிராமணியத்திற்கு அரசர்களிடமிருந்தும் வள்ளல்களிடமிருந்தும் ஆதரவு கிடைத்தது; அதாவது பிராமண மடங்கள் முக்கியப் பங்கு வகித்தன. ஏராளமான நிலங்கள் நன்கொடைகளாக அவற்றிற்குக் கிடைத்ததால் காலப்போக்கில் அவையும் செல்வத்தைப் பெருக்கிக்கொண்டன. பௌராணிக இந்து சமயத்தில் செல்வாக்கு செலுத்திய பிராமணருக்கு அரச குடும்பத்தினரிடமிருந்தும் மேல்தட்டினரிடமிருந்தும் ஆதரவு பெரும்பாலும் கோவில்கள், அவற்றோடு தொடர்புடைய சடங்குகள் மூலமாகக் கிடைத்து வந்தாலும் இங்கும் தாராளத்துக்குக் குறைவில்லை.

மடங்கள், விகாரைகள் இரண்டுக்குமே கிடைத்துவந்த புரவலர் ஆதரவு காரணமாக, கல்விகற்ற மேல்தட்டினர் பனுவல்களை எழுதுவது, படிப்பது இவற்றின் வழியே தங்களை வெளிப்படுத்திக்கொள்ள முடிந்தது. விவாதங்களும் சொற்பொழிவுகளும் அவற்றுக்குரிய மையங்களில் அன்றாட வாடிக்கையாக இருந்தன. சமஸ்கிருதம் 'தான்', 'பிறன்' இருவருக்குமே கலந்துரையாடுவதற்கான மொழியாக ஆகிக் கொண்டிருந்தது; அதைப் பயிற்றுவைப்பது, அப்போதுவரை வெளித்தெரியாமல் இருந்த பிராந்திய மொழிகளின் இருப்பைத் தெரிந்துகொள்வதற்கான முன்னோட்டமாக ஆனது. இந்த மாற்றம், உள்ளூர்ப் பண்பாடுகளின் பன்முகங்கள், சமூகத்தில் மிகவும் உயர்ந்த நிலையில் வைக்கப்பட்டிருந்த அமைப்புகளில் தென்படத் துவங்கியதற்கு இணையாக நடந்தது. எதிர்ப்பு இப்போது குறைந்தது இரு மட்டங்களில் வெளித் தெரியும்படியாக இருந்தது – அக்காலகட்டத்தில் நிகழ்ந்த உரையாடல்களிலும் சமய வடிவங்களில் ஏற்பட்ட மாற்றங்களிலும்.

குறிப்பிட்ட ஒரு கடவுளுக்குரிய புராணம் போன்ற மரபிலான நூல்கள் அவ்வப்போது உருவாகிப் படிக்கப்பட்டன; அதேநேரம் புதியதாக வெளிப்பட்டுக்கொண்டிருந்த பிரதேச

மொழிகளில் மெல்லமெல்லப் புதிய பனுவல்கள் இயற்றப்பட்டன. இந்து சமயத்தின் நவீன பண்டிதர்கள் பகவத் கீதையை இந்து சமயத்தின் சாரம்சமாகப் பேசிவருகிறார்கள்; பக்தி ஞானிகள் சிலர் அதிலிருந்து விஷயங்களை எடுத்துக்கொண்டார்கள் என்றாலும் அவர்களில் அதிகமானோரின் போதனைகளுக்கு வேறு பனுவல்களே அடிப்படையாக இருந்தன. அவர்கள் விடுத்த செய்தி கீதை கூறுவதை ஒத்ததாகவே இருக்க வேண்டும் என்ற தேவையிருக்கவில்லை. சிலர் அவர்கள் காலத்திலிருந்த பிற போதனைகளையும் பயன்படுத்திக்கொண்டனர்.

இஸ்லாத்தின் வருகை மேலும் சில திருப்பங்களைக் கொண்டுவந்தது; சன்னி இஸ்லாம்தான் சுல்தான்களின் அவைகளில் இடம்பெற்றன; அதற்கும் ஷியா பிரிவுக்கும் மோதல்கள் இருந்துவந்தாலும் ஷியாக்களுக்கும் இடமளிக்கப்பட்டது இல்லை. அதிகமும் மத்திய ஆசியாவைச் சேர்ந்தவர்களான சூஃபி ஞானிகள் நாடோடிகளாகவே வந்தார்கள்; அவர்கள் தனித்தனியான மையங்களை ஏற்படுத்தினார்கள்; இதனால் இந்தத் துணைக்கண்டம் நெடுகிலும் பலவிதப் பிரிவுகள் பரவின. இந்தப் பிரிவுகள் அவ்வப்போது சம்பிரதாயமான இஸ்லாத்தோடு பொருதி நின்றன; ஆனால் இவை அதிக அளவு மக்களை ஈர்த்தன. குறிப்பாக இவர்களின் தர்காக்கள், இஸ்லாத்தைச் சேராத மாற்று சமயத்தவர் பலருக்கும் வழிபாட்டுத்தலங்களாகவும் புனித யாத்திரைக்குரிய இடங்களாகவும் இருந்தன. என்றாலும், சில சந்தர்ப்பங்களில் சூஃபி பிர்கள் அரசு அதிகார மையங்களோடு நெருக்கமாக இருந்தார்கள்; அவர்களுக்கு அரசர்களின் ஆதரவும் கிடைத்துவந்தது.

இஸ்லாமிய நம்பிக்கைகள், நடைமுறைகளோடு ஓரளவு தொடர்புடைய, அதேநேரம் பலவகையான பிற மரபுகளிலிருந்து தோற்றம்கொண்ட பிரிவுகள் பல இருந்தன; இவற்றில் சிலர் அரபு வணிகர்களின் வழியாக வந்தவை; இவர்கள் வணிகர்களாக இருந்ததால் அவர்களின் வணிகம் நடைபெற்றுவந்த மேற்குக் கடற்கரைப்பகுதிகளில் நிரந்தரமாகக் குடியேறினார்கள். நான் முன்பு குறிப்பிட்ட போக்ராக்கள், கோஜாக்கள், நவயாத்துகள், மாப்பிளைமார்கள்தான் இவர்கள். இதுபோன்ற நிகழ்வுகள், உள்பிரதேசங்களிலும் நடைபெறத்தான் செய்தன; ராஜஸ்தானிலும் ஹரியானாவிலும் இருக்கும் மியோ சமூகத்தினரைப் போன்ற இஸ்லாமிய, இந்துப் பண்டிகைகளையும் சடங்குகளையும் சேர்ந்து கொண்டாடும் சமூகங்கள் உருவாகின. சமய அடையாளங்களைக் காலனியக் காலத்துக்கு முந்தைய இந்தியத் துணைக்கண்டம் முழுமைக்குமாகப் பொதுமைப்படுத்துவது சிக்கலைத் தரும். ஏனென்றால், சாதி, பிரிவு ஆகிய அடையாளங்கள்தான் ஒரு

குறிப்பிட்ட பிரதேசத்தின் சமய வழக்கங்களில் அதிகமும் பிரதிபலித்தன.

காலனியத்தின் வருகை சமயம் சார்ந்த இவ்விதமான கலந்துருவாக்கங்களில் பெரிய மாற்றத்தைக் கொண்டுவந்தது; இந்தியாவில் நடைமுறையிலுள்ள சமயங்களை வகைப்படுத்துவதில் புதிய முத்திரை ஒன்று புகுத்தப்பட்டது, ஒவ்வொன்றுமே எல்லாவற்றையும் உள்ளடக்கிய முழுமையான ஒரு அமைப்பாகப் பார்க்கப்பட்டு, நம்பிக்கைகளும் விதிகளும் வழிபாட்டு நெறிகளும் வலுக்கட்டாயமாக அதில் திணிக்கப்பட்டு, சீரான தன்மைக்கு அழுத்தம் அளிக்க முயற்சிகள் மேற்கொள்ளப்பட்டன. காலனிய அறிவுத் துறை இந்து சமயத்தை புதிய விதமாக வடிவமைத்தது; இஸ்லாத்தைச் சேராத – கிறிஸ்தவ, ஸொராஸ்டிய சமயங்கள் தவிர்த்து – எல்லாவற்றையுமே இந்து சமயத்தில் உள்ளடக்கிவிட்டது. எதிர்ப்பின் முந்தைய கால வரலாறு, எல்லாவற்றையும் உள்ளடக்கிய சமயத்தின் மற்றொரு அம்சமாக உள்வாங்கப்பட்டது, இல்லையென்றால் ஒதுக்கப்பட்டது. தாழ்ந்த சாதியினரின் சமயங்களுக்கான இடம் தொடர்ந்து இருந்துவந்தபோதும், அவற்றை ஆராய்வது இனவரைவியலாகக் கருதப்பட்டது; இந்து சமயம் என்பது அதிகமும் மேல்சாதியினரின் பனுவல்கள், அவர்களின் நம்பிக்கை நடைமுறை இவற்றை அடிப்படையாகக் கொண்டே கட்டமைக்கப்பட்டது. அரசியல் மாற்றங்களுக்குத் தகுந்தாற்போல இந்தச் சமயத்தை மீள்வரையறை செய்யவும் புதிய வடிவம் அளிக்கவும் வேண்டியிருந்தது.

மீள்வரையறை செய்ய வேண்டிய விஷயமாகச் சமயம் மட்டுமே இருக்கவில்லை. ஐரோப்பியருக்கு இதிலிருந்த ஈடுபாடு, ஐரோப்பாவின் சமகாலப் பிரச்சினைகளுக்குக் கீழைத்தேச அனுபவங்களிலிருந்தும் சிந்தனையிலிருந்தும் விடைதேடுவதற்கான விழைவால் விளைந்த கீழைத்தேய மறுமலர்ச்சிக்கான தேட்டம் என்று குறிப்பிடப்படுகிறது. இந்தியவியல் ஒருவிதத்தில் இதற்கான ஒரு விடையாகவும் மற்றொரு விதத்தில்இந்தியாவைப் புரிந்துகொள்வதற்கான முயற்சியாகவும் இருந்தது. இந்த ஆய்வுகள் எவ்வளவு தூரம் அக்காலத்திய ஐரோப்பியச் சிந்தனையில் பிரதிபலித்தன என்பதையும் நாம் பார்த்தாக வேண்டும்; குறிப்பாகக் கீழைத்தேயம் என்று அறியப்படுகின்ற ஐரோப்பிய கருத்தின் உருவாக்கத்தில் இவை பிரதிபலித்தன.

இதன் ஒரு பலவீனம், இந்தியக் கலாச்சாரத்தை – அதாவது இந்திய வாழ்க்கைமுறையை – மேல்சாதியினரின் வாழ்வு, சிந்தனை இவற்றிலிருந்து எடுத்துக் காலனிய நோக்கு சல்லடைசெய்த விஷயங்களால் கட்டமைக்கப்பட்டதே. ஐரோப்பியக் கலாச்சாரத்தால் பாராட்டப்பட்ட மதிப்பீடுகளை

இந்தியர்கள் தேடியலைந்தார்கள்; ஆனால் இந்தியாவுக்கே உரிய – ஐரோப்பிய மதிப்பீடுகளோடு சரிவரப் பொருந்தாத – ஒன்றுக்குத் திரும்புவதுதான் எப்போதும் நடந்தது. காலப்போக்கில் மேல்சாதி இந்தியர்கள் காலனிய நோக்கைக் கொஞ்சம் பரிவோடு எடுத்துக்கொள்ளும் நிலைக்கு வந்துவிட்டிருந்தார்கள். இந்தியாவின் அனைத்துச் சமயங்களிலும் வர்ண அவர்ண பிரிவினருக்கிடையே இருந்த உறவுநிலையை அறிந்துகொள்ளச் சிறிய முயற்சிகூட எடுக்கப்படாததற்கும் பல்வேறு பண்பாடு களிலும் இருந்த எதிர்ப்புக் குரல்களின்பால் அதிக கவனம் செலுத்தாமல் போனதற்கும் காரணம் இதுதான்.

இந்து சமயம் பற்றிய காலனிய வாசிப்பு பிராமணியப் பனுவல்களை வாசித்து ஆய்வதிலேயே நிறைவுபெற்றுவிட்டது; இந்தப் பனுவல்களின்வழி வெளிப்படும் சமயம், சமுதாயத்தில் மிகச்சிறிய ஆனால் முக்கியத்துவம் வாய்ந்த ஒரு பகுதியினரின் சமயம்தான் என்ற வரம்பை அவர்கள் பார்க்கவே இல்லை. இந்தப் பகுதியினரின் சமயம், இந்து சமூகத்தவர் என்று குறிப்பிடப்படும் அனைவரும் பின்பற்றும் சமயம் அல்ல. அவர்கள் தகவல் பெறுவதற்காகத் தேர்ந்தெடுத்த ஆதாரங்கள் எடுத்துக்காட்டாத, அதனால் புரிந்துகொள்ளப்படாத விஷயம் என்னவென்றால், ஒரு இந்து தனது பிரிவோடும் சாதியோடும்தான் உடனடியாகத் தன்னை அடையாளப்படுத்திக்கொள்கிறானே தவிர ஒருங்கிணைந்த சமயத்தோடல்ல என்பதுதான். இந்த அடையாளம் அதற்கு ஒரு நெகிழ்வுத்தன்மையை அளித்திருந்தது. சமயங்களைப் பற்றிக் கட்டமைக்கும்போது இவர்கள் இந்தியாவில் சாதிக்கும் சமயத்திற்கும் – குறிப்பிட்ட சமயம்தான் என்றில்லை – உள்ள நெருங்கிய உறவைக் கவனிக்கத் தவறினார்கள். பல்வகைப்பட்ட நம்பிக்கைகளையும் வழிபாட்டுமுறைகளையும் உள்ளடக்கியதாக எழுந்த அமைப்பான சமயப் பிரிவுகள்தான் சமய அடையாளத்தை அளித்தன. இந்தப் பிரிவுகள் பல விதமான இயல்புகளைக் கொண்டவை; சில நடைமுறையிலுள்ள சமயத்தோடு சமரசம் செய்துகொண்டு அந்தச் சமயத்தை முன்னெடுத்துச் சென்றன; சில அதனோடு முரண்பட்டு எதிர்த்தன.

இந்து சமயத்திற்கு நவீன வகையிலான, முந்தைய காலத்தி லிருந்து வேறானதான நிறுவனங்களையும் அமைப்புகளையும் அளிக்கும் முயற்சி, சமய – சமூக சீர்த்திருத்த இயக்கங்களான பிரம்ம சமாஜம், பிரார்த்தனா சமாஜம், சநாதன தர்மம், ஆரிய சமாஜம் இவற்றின் தோற்றத்தோடு துவங்கியது. ஒவ்வொரு பிரதேசங்களிலும் உள்ள மத்திய தர வர்க்கம் ஒன்றிணைந்து, சமகாலத் தேவைகளுக்குப் பொருத்தமானது என்று அது கருதிய விதத்தில் சமயத்தை வடிவமைக்க இவை வழிவகுத்தன. இது

புதுவிதமான இந்து சமயமாக இருந்தது; இதை சமாஜ இந்து சமயம் என்றழைக்கலாம். உயர் சாதிகள், இடைநிலைச் சாதி களைச் சேர்ந்த மத்தியதர வர்க்கத்திற்கு அதிக இசைவான விதத்தில் சமயத்தைப் புத்துருவாக்கம் செய்யும் முயற்சிதான் இது. ஒருவகையில், இது சமயம்குறித்த காலனிய நோக்கிற்கான எதிர்வினைதான். சமாஜ இயக்கங்கள் ஒவ்வொன்றும் வெவ்வேறான உள்ளடக்கங்களையும் முன்னுரிமைகளையும் கொண்டிருந்தன. சமகால சமூகத்தின் தேவைகளுக்கு இடமளிப் பதில் அக்கறையுள்ளதாக சமயத்தைச் சீர்ப்படுத்தி, அது செல்ல வேண்டிய திசையைக் கடந்த காலத்திலிருந்து பெற்றுத்தரும் புதியதொரு அமைப்பை ஏற்படுத்துவதற்கான முயற்சிகள்தான் இவை. அரசியல் உரையாடலில் அப்போது புதிதாக நுழைந்திருந்த பலவித தேசியவாதங்களுக்கு ஆதரவாளர்களை உருவாக்குவதற்கான அமைப்புகளாகவும் இந்த சமாஜங்கள் பயன்பட்டன. காலனிய அறிவுத் துறையால் வரையப்பட்ட இந்தியச் சமூகம் என்ற வரைபடத்தை ஏற்றுக்கொண்ட பல்வேறு சமயக் குழுக்களிடம் தேசியவாதம் அறிமுகப்படுத்தப்படலாயிற்று.

சமாஜங்களுக்கு அவற்றிற்குரிய வரம்புகள் இருந்தன. நவீனமயமாதல் கொண்டுவந்துள்ள சமூக மாற்றத்துக்குத் தயாராகும் விதத்தில் மேல்சாதி இந்துகளின் நம்பிக்கைகள், நடைமுறைகளைச் சீர்த்திருத்தத்தான் அவை கிளம்பின. என்றாலும் அன்று நடைமுறையிலிருந்த பிற சமயங்களைச் சுத்தமற்றவை என்று முழுமையாக ஒதுக்குவது அவற்றிற்குக் கடினமாக இருந்தது. எடுத்துக்காட்டாக, ஆரியசமாஜம் பிற சமயங்களுக்கு மாறிய இந்துக்களை மீண்டும் இந்து சமயத்துககுத் திருப்ப அனுமதித்தது. ஆனால் அதற்காக அவர்கள் சுத்தி (சுத்தப்படுத்தல்) – இன்றைய கர் வாபஸி (தாய்சமயம் திரும்புதல்) – என்ற சடங்கைச் செய்ய வேண்டியிருந்தது. இதன் உட்பொருள் நிச்சயமாகப் பிற சமயங்களுக்கு ஏற்புடையதாக இருந்திருக்காது. சகிப்புத்தன்மை என்று நவீன இந்து பெருமை பேசிக்கொள்ளும் ஒன்றிற்கு இது எடுத்துக்காட்டாக இருக்காது. தூய்மை – தீட்டு என்பதை இந்திய நாகரிகத்தின் அடிப்படையாக மேல்சாதியினர் கருதினர். அசுத்தம் என்ற இந்தப் பழியால் அதிகம் பாதிக்கப்பட்டவை இஸ்லாமும் கிறிஸ்தவமும்தான். ஆனால் இந்தச் சமயங்களிலிருந்து இந்து சமயத்துக்குத் திரும்புதல் என்பது அதிக அளவு நடக்கவில்லை.

சமாஜங்களுக்கிடையில் ஒப்புமை இருந்தாலும் வேற்றுமைகளும் இருக்கத்தான் செய்தன; இவற்றின் போதனைகள் ஒன்றுபோல் இல்லை என்பதால் மோதல்கள் நடந்தன. சநாதன தர்மம் இயக்கத்திற்கும் ஆரிய சமாஜத்திற்கும் ஆகவே

ஆகாது. சநாதன தர்ம இயக்கம், தர்மம் என்பதைச் செய்ய வேண்டிய கர்மம் என்று வரையறுத்தது; சமயமாக அல்ல. எனவே, பிராமணிய நூல்களை – குறிப்பாக வேதத்தை – அடிப்படையாகக் கொள்வதைப் போலவே, தர்ம சாஸ்திர விதிகளைக் கடைபிடிப்பதும் அவசியமாக இருந்தது. ஒரே கடவுளை ஏற்றுக்கொள்வதும், ஆத்மா, கர்மா, மறுபிறப்பு இவற்றை நம்புவதும், பிராமணர்களால் பூஜை செய்யப்படும் விக்கிரகங் களை வழிபடுவதும் இவர்களுக்கு கடமையாக விதிக்கப்பட்டன.

ஆரிய சமாஜமோ வேதத்தை மற்ற எல்லா பனுவல்களைக் காட்டிலும் உயர்ந்த நிலையில் வைத்தது; இதன்மூலம் பௌராணிக இந்து சமயத்தைக் காட்டிலும் வேத பிராமணியத்திற்கு முக்கியத்துவம் அளித்தது. வேத ஆசாரத்தின் அடிப்படையில் உருவ வழிபாடு அனுமதிக்கப்படவில்லை. அவர்களுக்கு அவர்கள் பாணியிலான கோவில்கள் இருந்தன; அவற்றில் பூசகர்களும் உண்டு; ஆனால் சிலைகள் மட்டும் கிடையாது. சைவமா அசைவமா என்பது முடிவெடுக்கப்படாத ஒன்றாகவே இருந்தாலும் மாட்டிறைச்சி தடைசெய்யப்பட்டிருந்தது. இஸ்லாமும் கிறிஸ்தவமும் இந்து சமயத்துக்கு எதிரானவை யாகப் பார்க்கப்பட்டன. தங்கள் கொள்கைகளைப் பரப்பும் எண்ணம் ஆரியசமாஜிகளிடம் வலுவாக இருந்ததால், பள்ளிகளை யும் கல்லூரிகளையும் நிறுவி புதிய தலைமுறையினரைச் சென்றடைந்து, அவர்களையும் சமாஜிகளாக்க முயன்றனர்.

அரசியல் ஆசைகள் காரணமாக, சமாஜங்கள் ஒத்த குறிக்கோள் கொண்ட பிற சமய அமைப்புகளோடு இணைந்து பயணித்தன. இந்து சமயத்தின் சில அம்சங்களைச் சீர்த்திருத்தும் அவர்களின் அக்கறை தொடக்கத்தில் மேல்சாதி பிரிவினர் சிலரிடம் தாக்கத்தை ஏற்படுத்தியது. இவையெல்லாமே நிலைபெற்று விட்ட சமயத்தைச் சீர்த்திருத்தி புதிய முறையில் தருவதற்கு ஆதரவு தேடும் வழிமுறைதான். எனவே, மேல்சாதியினரை முன்னிறுத்திப் பேசுவதிலேயே அவர்களின் ஈடுபாடு இருந்தது. தாழ்ந்த சாதியினர்மீது கவனம் செலுத்தப்படவே இல்லை; அதைப்போலவே, இந்தியச் சமூகத்தின் பலதரப்பட்ட சமயங்களுக்கிடையிலான உறவாடல் பற்றியும் பெரிய அளவு அக்கறை காட்டப்படவில்லை. இருபதாம் நூற்றாண்டில் சமயமும் தேசியமும் முடிச்சிடப்பட்டதால், இந்த அமைப்பு களுக்கு இருந்த அரசியல் ஆசைகள் மேலும் வலுவடைந்தன.

நாம் ஏற்கனவே பார்த்ததுபோல சமயத்தை ஒரு அரசியல் செயல்கருவியாகப் பயன்படுத்தவேண்டுமானால், அதற்கு ஆதாரமான சில அமைப்புகள் தேவை. இது தன்னளவில் ஒரு தேசத்தைக் கட்டியெழுப்புவதற்கான கருத்தியலின் கருவாக

அமையலாம்; ஆனால் இந்த நோக்கம் நிறைவேறுவதற்கு சமயம் மீளுருவாக்கம் (reformulate) செய்யப்படவேண்டும். இந்து சமயத்தைச் சீரான, ஒரே தன்மையதான, மிகத்தெளிவான அரசியல் நோக்கம்கொண்ட ஒரு சமயமாக சீரமைக்கும் முயற்சிகளை மேற்கொண்ட, சமீபகாலமாக மேற்கொண்டுவரும் இந்துத்துவாவின் உருவாக்கத்தோடு இது நிகழ்ந்தது. இந்து சமயத்தை மீள்வரையறை (redefine) செய்யும் முயற்சி அதனை காலனியம் செய்த வரையறையோடு ஒத்ததாக்கியது. ஆனால் சென்ற நூற்றாண்டின் அரசியல் தேவைகளை அது ஒதுக்கிவிடவில்லை; எனவே குறிப்பிட்டவிதமான ஒரு இந்து சமயத்தைக் கட்டமைப்பதற்கு, சம்பிரதாயச்சாய்வுகொண்டவை, சம்பிரதாயத்தை ஏற்றுக்கொள்ளாதவை, பழமைப் பிடிப்புள்ளவை, முரண்பட்டவை, எதிர்த்தவை என எல்லாப் பிரிவினைகளும் தள்ளிவைக்கப்பட்டன. மத்திய காலத்தில் நாஸ்திகம் என்று பிராமண நூலாசிரியர்கள் ஒதுக்கி வேறுபடுத்திவைத்ததுபோல இப்போது வைக்கப்படவில்லை. ஆபிரகாமிய சமயங்களான இஸ்லாம், கிறிஸ்தவத்தின் குணாம்சங்களை ஒத்த குணாம்சங்களை உட்புகுத்தி இந்து சமயத்தை மீளமைப்புச் (reorganize) செய்ய முயற்சி மேற்கொள்ளப்பட்டது.

எனவே இந்து என்பவர் அவரது மூதாதையரை வைத்தும் இந்தியப் பிரதேசத்தில் – அதாவது பிரிட்டீஷ் இந்தியாவில் – தோன்றிய அவரது சமயத்தை வைத்தும் அடையாளப்படுத்தப்பட்டார்; அது இங்கு பெரும்பான்மையோர் கடைபிடிக்கும் சமயம் என்பதால், இந்துவே முதன்மைக் குடிமகனாகக் கொள்ளப்பட்டார். இந்துக்கள் ஆரியர்கள் எனச்சொல்லப்பட்டதால் ஆரியர்களின் தாயகமும் இந்தியாவாகத்தான் இருக்க வேண்டும், அவர்கள் இந்தியாவைப் பூர்வீகமாக கொண்டவர்களாகத்தான் இருக்க வேண்டும் என்று சொல்லப்பட்டது. ஆரியர்கள் இந்தியாவுக்கு ஆர்டிக் பகுதியிலிருந்து வந்திருக்க வேண்டும் என்ற திலகரின் கூற்று சிக்கலான ஒன்றாக இருந்ததால், வடதுருவம் அந்தக் காலத்தில் பிகாருக்கு அருகில் இருந்தது, ஆகவே ஆரியர்கள் பூர்வகுடிகள் என்று சுற்றிவளைத்து நிரூபிக்கவும் முயன்றார்கள். (பார்க்க: 5ஆவது அத்தியாயத்துக்கான நூல் பட்டியலிலுள்ள பால கங்காதர திலகர், கோல்வல்கர் ஆகியோரின் நூல்கள்.)

பிரதேசம்குறித்த கேள்வி இந்துத்துவத்திற்கு மிக அடிப்படையாக இருந்தது என்பது சுவாரஸ்யமானது. ஒருவரை இந்து என்றோ அல்லது இந்து சமயத்தை ஒரு சமயம் என்றோ வரையறைசெய்வதற்கு இதற்கு முன்புவரை பிரதேச எல்லைகள் இருக்கவில்லை. பிரதேசம் என்பது தேசியம் என்ற கருத்துருவுக்கு முக்கியமாக இருக்கலாம்; ஆனால் சமயத்திற்கு

அது முக்கியமல்ல. பிரதேசத்தை வரையறை செய்வது தேசியத்தை வலுப்படுத்த முக்கியமானது; எனவே அதை இந்துத்துவம் இங்கே புகுத்தியதிலிருந்து அதற்கு, தேசியத்தில் ஒரு அரசியல் செயல்கருவியாகப் பங்கேற்கும் நோக்கம் இருந்தது, இருக்கிறது என்பது தெளிவாகிறது. தேசியத்துக்கும் பிரதேசத்துக்குமான தொடர்பு தேசியங்கள் பலவற்றிலும் பொதுவாக இருந்ததுதான் என்றாலும் சமயம் அல்லது மொழி இவற்றின் குறுக்கீடு அங்கே இருந்ததில்லை. வரைபடத்தில் எல்லைகளை வரையவும் விரிக்கவும் சுருக்கவும் முடியுமென்பதால், பிரதேசத்தைத் துல்லியமாகக் காட்ட வரைபடக்கலை உதவியாக இருந்தது.

சங்க பரிவாரம் என்று சேர்த்து அழைக்கப்படுவையான ராஷ்டிரீய ஸ்வயம்சேவக சங்கம் (ஆர்எஸ்எஸ்), விஸ்வ ஹிந்து பரிஷத் (விஹெச்பி), பஜ்ரங் தள் போன்ற ஒன்றுக்கொன்று தொடர்புடைய பல குழுக்களின் சித்தாந்த ஆதாரமாக இந்துத்துவம் இருக்கிறது. இதில் சித்தாந்த உள்ளடக்கம் குறைவே; ஏனெனில் புறவயமாக இருப்பைக் காட்டுதல், கட்டுப்பாடு இவைதான் அழுத்தம் பெற்றுள்ளன. இதற்கான சமீபத்திய புதிய கண்டுபிடிப்பு, கூட்டு வழிபாடு. நம்பிக்கையும் வழிபாடும் இப்போது தர்ம சந்த்கள் போன்ற சமயச் சபைகளின் கட்டுப்பாட்டில் வந்துவிட்டன. கிறிஸ்துவ ஊழியச் சபைகளைப் பின்பற்றி இந்தியா நெடுகிலும் அதிக எண்ணிக்கையிலான ஷாகாக்களுடன் ஆர்எஸ்எஸ் ஒரு வலுவான ஊழிய இயக்கமாக உள்ளது. கல்வி அளிப்பது மக்களோடு கலப்பதற்கான ஒரு முக்கிய வழி என்பதைச் சேசுசபையிடமிருந்து கற்றுக்கொண்டிருப்பதால், ஆயிரக்கணக்கில் அதற்குப் பள்ளிகள் இருக்கின்றன. உலகின் பல்வேறு பாகங்களில் சென்று குடியேறியுள்ள இந்தியர்களையும் சென்றடைந்து அவர்களிடம் கணிசமான நன்கொடைகளை யும் பெற்றுக்கொள்கிறது. முந்தைய சமயம் அதன் பல்வேறு காலகட்டத்தில் கொண்டிருந்த விரும்பத்தக்க நெகிழ்ச்சி அடித்துச்செல்லப்பட்டுவிட்டது. இந்துத்துவம், இந்து சமயம் இருந்ததுபோலவும் இல்லை; ஒரு சமயம் எப்படி இருக்க வேண்டுமோ அப்படியும் இல்லை.

இந்தப் பார்வையை ஏற்றுக்கொண்டவர்கள் அதை இந்து சமயத்தின் மிக சமீபத்திய சீர்ப்பட்ட வடிவம் என்று கருதுகிறார்கள். ஆபிரகாமிய சமயங்களுக்கு இணையான விஷயங்கள் இதற்கு உண்டு; இந்து ராஷ்டிரத்தை நிறுவும் இறுதிக் குறிக்கோளை அடைய வகைசெய்வதுதான் அதன் நோக்கம். புராதன ஆச்சாரியர்களும் சமய நிறுவனர்களும் வரலாற்று ஆளுமைகளாக ஆக்கப்படுகிறார்கள்; நம்பிக்கைகள் தெளிவாக வரையறுக்கப்படுகின்றன; இந்து சமயக் கடவுள்களின்

கூட்டத்தில் குறிப்பிட்ட தெய்வங்கள் தெரிவுசெய்யப்படுகின்றன; சமயக் கொள்கையை வரையறுக்கவும் ஒரு நூலையே புனிதப் பனுவலாக ஏற்கவைக்கவும் மறுபிறப்புக் கோட்பாட்டை நம்பவைக்கவும் முயற்சி நடக்கிறது. இந்தியப் பிரதேச எல்லைக்குள் பிறந்தவர் இந்து; இந்து சமயம்தான் அவரது சமயம் என்று மீள்வரையறை செய்யப்பட்டது. எனவே இந்து ராஷ்டிரத்தில் அவருக்குத்தான் முன்னுரிமை. இந்த மீள்வரையறை சமயம்குறித்த மேல்சாதியினரின் இயல்பான புரிதலிலிருந்து பெறப்பட்டது; ஆனால் அரசியல் ரீதியாகப் பயன்படுத்துவதற்கு அது பரந்துபட்ட மக்களைச் சென்றடைய வேண்டும்; அந்தந்தக் காலகட்டத்தின் அரசியலுக்கு ஏற்றாற்போலச் சுருதிசேர்க்கப்பட வேண்டும். இந்து தேசியத்திற்கும் இந்து ராஷ்டிர உருவாக்கத்துக்கும் இது மிகவும் பொருத்தமாக இருக்கிறது. வேறொரு இடத்தில் நான் குறிப்பிட்டதுபோல; ஒரு ஒற்றைக் குறிக்கோளுக்காகவே இது உருவாக்கப்பட்டிருப்பதால் இது சிண்டிகேட்டேட் இந்து சமயம். நான் இந்த இடத்தில் குறிப்பிடுவது, இந்து தேசியம் –அதாவது இந்துக்களுக்கு முன்னுரிமை அளிக்கும் அமைப்பைக் கொண்டுவர அர்ப்பணிக்கப்பட்ட ஒரு தேசியம் – என்பதற்கு அழுத்தம் தருவதன் மூலம் வலுப்பெறுகின்ற ஒரு அரசியல் திட்டத்தையே. இதை நிறைவேற்றுவதற்கான அரசியல் கட்சியும் அமைப்புகளும் நிச்சயம் பின்தொடர்ந்து உருவாகும்.

சமீபகாலமாக ஒரு வாதம் சென்றுகொண்டிருக்கிறது: இந்து சமயம் என்பதைப் பத்தொன்பதாம் நூற்றாண்டில் கண்டுபிடிக்கப்பட்டது என்று கூறலாமா? ஏனென்றால், காலனியச் சிந்தனையிலும் அதோடு தொடர்புடைய சிந்தனையிலும் அது இணைத்துக் கட்டமைக்கப்பட்ட விதம். இதை மேலும் எடுத்துச்சென்று இருபதாம் நூற்றாண்டுக்குப் பொருத்திப்பார்ப்பவர்களும் இருக்கிறார்கள் என்று எண்ணுகிறேன். நான் வேறு நிலைப்பாட்டை முன்வைக்க விரும்புகிறேன். இந்து சமயம் ஒரு வரலாற்று ஆளுமையால் தோற்றுவிக்கப்பட்ட சமயம் அல்ல; பெரிய அளவு மாறுதல் அடையாமல் வரலாற்றுத் தொடர்ச்சியில் வேர்கொண்டதுமல்ல. இந்து சமயத்தை ஒருவிதமான திரட்டிச் சேர்க்கப்பட்ட சமயம் (agglutinative religion) என்று வகைப்படுத்துவது சரியாக இருக்கலாம். சில வடிவங்கள் இயற்கையாகவே மெல்லமெல்ல உருவானவை; சிலவற்றின் வரவால் முந்தைய வடிவங்கள் கிட்டத்தட்ட வெளித் தெரியாமலேயே ஒதுக்கப்பட்டன அல்லது குறைந்தபட்சம் விளிம்புக்குத் தள்ளப்பட்டன. இந்த நிகழ்வுக்கும் சாதிகள், இனங்கள் இவற்றின் சமய வெளிப்பாடுகளுக்கும் தொடர்பு இல்லாமலில்லை. ஆக, அதன் (இந்து சமயத்தின்) அங்கங்கள் பெரும் மாற்றத்துக்கோ

மாறுதலுக்கோ அல்லது சீரமைப்புக்கோ உள்ளாயின. இந்தச் செயல்பாடு அனைத்துச் சமயங்களின் வரலாற்றிலும் நிகழ்வதுதான். அமீபியாபோல சிறிதுசிறிதான வளர்ச்சி அல்லது உடைந்து பிரிதல் இவற்றுக்குத் தமக்கே உரிய வரலாற்றுப் பின்னணி உண்டு; இவை சிலநேரங்களில் பிரிவுகளாக வடிவம் எடுத்தன. எதிர்க்குரல்கள் எழும்போதெல்லாம் அவை இந்து சமயத்தில் பெரும் மாற்றத்துக்கும் சீரமைப்புக்கும் காரணமாக அமைகின்றன. இது பிற சமயங்களைவிட இந்து சமயத்தில் அதிக அளவு நிகழ்ந்திருக்கிறது. வெளிப்படையாகத் தெரியும் பன்மைத்தன்மைக்குக் காரணம் இதுதான்.

சில எதிர்ப்புக் கருத்துகள் தற்செயலாக எழுந்தவை; சில முறையாக வளர்த்தெடுக்கப்பட்டுத் துல்லியமான வடிவம் பெற்றவை. சிரமணப் பிரிவுகளும் சில பக்திப் பிரிவுகளும் எதிர்ப்பு வடிவங்களாக நிறுவனமயமாக்கப்பட்டதால், இவை தங்களின் எதிர்ப்பில் உறுதியாக நின்று இந்தியாவின் நிலைபெற்ற சமயங்களின் சீரமைப்புக்கு நாம் அங்கீகரிப்பதைக் காட்டிலும் அதிக அளவு பங்களிப்பைச் செய்திருக்கக்கூடும். பல்வேறுபட்ட பிரிவுகள் இருந்ததையும் காலப்போக்கில் அவை பெருகிவந்ததை யும் வைத்துப் பார்த்தால் எதிர்ப்புக் குரல் கொடுத்த குழுக்கள் ஏராளம் இருந்திருப்பது நிச்சயம். எதிர்ப்பை வெளிப்படுத்துவது என்பது எந்த ஒரு சமயத்தின் படைப்பாற்றலுக்கும் முக்கியம்; ஏனென்றால் விவாதங்கள்தான் கருத்துக்களை முன்னேகச் செய்கின்றன.

சமயப் பிரிவும் சாதியும்தான் மிகவும் உடனடித் தொடர்புடைய சமய அடையாளங்களாகப் பார்க்கப்பட்டன. சமீபத்திய நூற்றாண்டுகள்வரை இப்படித்தான் இருந்தது. வேத பிராமணியத்துக்கு ஒருவிதமான தொடர்ச்சி இருந்தது; என்றாலும் அது சில மாறுதல்களுக்கு உள்ளானதோடு சமூகத்தின் ஒரு சிறிய பிரிவிற்கு, ஒரு வர்ணத்திற்குரியதாகச் சுருங்கியது. பௌராணிக இந்து சமயமும் அதன் நம்பிக்கைகளிலும் வழிபாட்டுமுறைகளிலும் சில மாற்றங்களுக்கு உள்ளானது. சமாஜ இந்து சமயம் அதற்குரிய சாதி, சமூக அந்தஸ்துசார்ந்த பின்னணியைக் கொண்டிருந்தது; சமாஜங்கள் ஒவ்வொன்றுமே துவக்கக் காலத்தில் பெரும்பாலும் அவற்றின் பிரதேசம் சார்ந்த நோக்கங்களையே கொண்டிருந்தன. மக்களில் பெரும்பான்மையினரான அவர்ணப் பிரிவினர் தங்களின் விருப்பம் சார்ந்து உள்ளூர் தெய்வங்களை வணங்குவதோடு பிற பக்தி வடிவங்களை வரவேற்பவர்களாகவும் இருந்தார்கள்; இந்த வடிவங்கள் ஆரம்பத்திலெல்லாம் பிறழ்ந்தவையாகக் கருதப்பட்டன. சமய நம்பிக்கையின் வெளிப்பாடு, சாரம்சத்தில்

பிரிவுகளின் அடையாளத்தின் வழியாகவே நிகழ்ந்தது. இந்தியாவில் சமயங்களைக் குறித்த ஆய்வானது, இந்தப் பலவித பிரிவுகளின் வரலாறு, அவற்றின் வளர்ச்சி, உறவாடல் இவற்றை ஆராய்வதாகத்தான் இருக்க வேண்டும்.

இவையெல்லாம் எவ்வாறு ஒன்றுசேர்ந்தன? இது கோட்பாட்டளவில்தான் நடந்ததா? இல்லை யதார்த்தத்தில் நிகழ்ந்ததா? இந்து சமயம் காலனிய காலகட்டத்தில் கண்டுபிடிக்கப்படவில்லை; ஆனால் அதன் மாற்றங்களையும் அதனோடு வந்து சேர்ந்தவற்றையும் கலைத்துப்போட்டு ஒருசீரான வரலாற்றையும் வடிவத்தையும் கொடுக்கும் முயற்சி அப்போதுதான் மேற்கொள்ளப்பட்டது. 'தானி'ன் குரல்களும் 'பிற'னின் குரல்களும் ஒரே அடைப்புக் குறிக்குள் கொண்டுவரப்பட்டன; பழங்கால நூல்கள் இவற்றைத் தனித்தனியாகத்தான் பிரித்துவைத்திருந்தன. காலனிய பார்வையில் 'பிறன்' என்ற ஒன்றின் இருப்பே நிராகரிக்கப் பட்டது. இந்தச் செயல்பாட்டினால், ஐரோப்பியக் கிறிஸ்துவத்தி லிருந்தும் மேற்காசிய இஸ்லாத்திலிருந்தும் வேறுபட்ட ஒரு சமயமாக அதை வைத்திருந்த – அதற்குப் பன்மைத்தன்மையை யும் நெகிழ்வையும் அளித்த – அம்சங்கள் பலவும் தொலைந்தன.

6

இக்காலத் தேசியவாதத்தின் பின்னணியில் நவீன எதிர்ப்பு இயக்கம்

இந்தியாவை ஒரு சுதந்திர ஜனநாயக நாடாக நிறுவ உதவிய எதிர்ப்புக் குரலொன்றின் மகத்தான கணம் பற்றி நான் இனி ஆராயப்போகிறேன். இதற்கு முந்திய பகுதிகளில் நாம் பேசிய விஷயமான, எதிர்ப்பின் உருவாக்கத்தில் 'தான்', 'பிறன்' இவற்றின் பழைய இழைகளிலிருந்து இந்த நவீன இயக்கம் சிலவற்றைப் பெற்றிருப்பதால் நான் இந்த இயக்கத்தைப் பற்றிப் பேசுவதற்குத் தேர்ந்தெடுத்தேன். இந்த இயக்கமானது ஒற்றைக் குறிக்கோள் கொண்ட குழுக்களாலான 'சிண்டிகேட்டட் இந்துயிசம்' அல்லது இந்துத்துவத்தின் அடிப்படைகளைக் கேள்விக்குள்ளாவதாகவும் இருக்கிறது. இந்த எதிர்ப்பு வடிவம் நமக்கு நன்கு தெரிந்ததே. நமது காலத்தில் தொடர்ந்து இருந்துவருவது; கடந்த ஒரு நூற்றாண்டாக அதிகம் விவாதிக்கப்பட்டது. ஒருவிதத்தில் இது இந்தியாவின் கடந்த காலத்தில் அறியப்பட்டிருந்த எதிர்ப்பு வடிவங்களின் அம்சங்கள் சிலவற்றின் ஓரளவு ஒருங்கிணைந்த வடிவம்தான். நான் முன்பு சொல்லிய உதாரணங்களை இவை தொட்டுச்செல்லுகின்றன. என்றாலும், இந்த அம்சங்களிலிருந்து இது தனக்கான சமகால வடிவம் ஒன்றை உருவாக்கிக்கொண்டது. முந்தைய உதாரணங்களைப் போலல்லாது, இந்த எதிர்ப்புக் குரல், முந்தைய காலச் சிந்தனைகள், செயல்பாடுகள் இவற்றின் தொடர்ச்சி என்பதையும்

தனது குரல்களுக்குச் செவிமடுப்பவர்கள் எவர் என்பதையும் அறிந்து வைத்திருந்தது. இந்த வகையில் இந்த எதிர்ப்புக் குரல் ஓரளவு வித்தியாசமானதே. நான் இங்கு குறிப்பிடுவது காந்தி சத்தியாக்கிரகம் என்று அழைத்ததைத்தான்.

சத்தியாக்கிரகமானது இந்தியத் தேசியத்தின் பிரிக்க முடியாத பகுதியாக இருந்ததால் அதைப் பற்றிச் சிறிது சொல்கிறேன். இந்தியாவில் அது தோன்றிய காலகட்டத்தில் முதன்மையாக ஒரு காலனிய எதிர்ப்பு தேசியமாகத்தான் இருந்தது – பெரும்பாலான பிற காலனிய நாடுகளிலும் இதுதான் பொதுவான அனுபவமாக இருந்தது. தனது சுதந்திரத்தை ஒடுக்கும் பல்வேறு விதமான அரசியல் பழமைவாதங்களுக்குச் சவால்விடத் தயாராக இருக்கும் குடிமகனின் துணிவை அது உட்கிடையாக கொண்டிருந்தது.

தேசியம் எனும் இந்த அடையாளம் தோன்றியபோதே தான் ஒரு புதிதான வடிவம் என்ற உணர்வு அதற்கு இருந்தது. என்றாலும் கடந்த காலத்தோடு கொண்டிருந்த தொடர்பால் இது ஒரு நீண்ட மரபின் உள்ளார்ந்த தொடர்ச்சியாகவும் இருந்தது. எனவே வரலாறு இதற்கு முக்கியம். காலனிய அனுபவம் என்பதே அதனளவில் – ஒரு தனிமனிதன் புதிதான ஒரு சமூகச் சூழலில் தன்னை வைத்துப் பார்த்துப் புரிந்துகொள்வதில் மாற்றத்தை உருவாக்கிய – ஒரு வரலாற்று மாற்றத்தின் அனுபவம்.

தேசியம் என்பது பிரம்மாண்டமான வரலாற்று மாற்றத்தின் ஒரு பகுதி என்பதை நாம் நினைவில் வைத்துக்கொள்ள வேண்டும். உலகம் தன்னைப் பார்த்துக்கொள்ளும் விதத்தில் இது, கடந்த மூன்று நூற்றாண்டுகளாக மாற்றத்தைக் கொண்டுவந்திருக்கிறது. தொழில்மயமாக்கத்துடன் இணைந்து முற்றிலும் புதிய தொழில்நுட்பங்கள் அறிமுகம் செய்யப்பட்ட காலகட்டம் அது. புதிதாக உருவாகிவந்த முதலாளித்துவம், இந்தத் தொழில்நுட்பங்கள் பலவிதமான சமூக நடவடிக்கைகளிலும் பங்கேற்றுச் செயலாற்ற உறுதுணையாக இருந்தது. இவை இரண்டும் புதியதொரு மத்தியதர வர்க்கம் உருவாக ஊக்கமளித்தன. மாற்றத்தை இந்த மத்தியதர வர்க்கம் தன் கட்டுப்பாட்டில் வைத்திருந்ததால், இக்காலகட்டத்தில் தான் இதுகாறும் கட்டமைத்திருந்த சமூகத்தைப் புதிய விதமாகப் பார்க்கத் தலைப்பட்டது. அறிவியல், தத்துவத் துறைகள், சமயங்கள், இலக்கியங்கள் போன்றவற்றிலெல்லாம் அறிவுத் தளத்தில் புதுமைகள் நிகழ்ந்தன. அதேபோல வாழ்வியல் முறையிலும்.

இந்த மாற்றம் வெளிப்பட்ட வழிகளில் ஒன்று தேசியம் பற்றிய கருத்துகள். முந்தைய காலகட்டங்களில் அரசாட்சி

என்பதைக் கட்டமைத்த நிலமானிய அரசுகளோ காலனிகளோ வேறு வகையான வரலாற்றைச் சேர்ந்தவை; சுதந்திரமான தேசிய அரசுகளால் அகற்றபட இருந்தவை. பிரஜைகளைப் பண்டைய ராஜாக்களோ பிரிட்டீஷ் அரசாங்கமோ அரசாள்வது என்பது போய் புதிய ஒரு வகுப்பு ஆளும் ஆட்சிக்கு அவை வழிவிட்டன: குடிமகன் என்ற புதிய வகுப்பு; குடிமகனுக்கும் அரசுக்குமான உறவாடல், சர்வாதிகாரமானதோ அல்லது அந்நியமானதோ அல்லாத, மக்களின் பிரதிநிதிகளால் ஆன அரசாங்கம் மூலமாகத் தன்னை வெளிப்படுத்திக்கொண்டது. குடிமக்களின் ஆதர்சத்தைப் பிரநிதித்துவப் படுத்தும் அரசாங்கம் என்பது இதற்கு முன்பு வழங்கிவந்த வரையறையிலிருந்து முற்றிலும் வேறுபட்டுநின்றது.

குடிமகனுக்கும் அரசுக்குமான உறவு, முந்தையகால உறவுநிலையிலிருந்து மாறுபட்டு நின்ற உறவு மட்டுமல்ல; உரிமைகள் கொண்ட குடிமகன், அவற்றைப் பாதுகாக்கும் அரசு என்பதை அடிப்படையாகக் கொண்டதான உறவும்கூட. இந்தப் புதிய உறவு, குடிமகனுக்கும் அரசுக்குமான ஒரு ஒப்பந்தம்; அரசியலமைப்பால் பதியப்பட்டது. ஆக, தேசியம் என்பது சம உரிமையும் சம அந்தஸ்துமுள்ள குடிமக்கள் அனைவரும் ஒருங்கிணைந்து, சுதந்திரமான ஒரு தேசிய அரசை உருவாக்குவதற்காகத் திரள்வதே ஆகும். ஒவ்வொரு குடிமகனும் இதில் பங்கேற்பதால், தேசியம் தனது குடிமக்களைச் சமயம், இனம், மொழி அல்லது இதுபோன்ற அடையாளங்களின் அடிப்படையில் வேறுபடுத்த முடியாது. எனவே, ஒரு குறிப்பிட்ட சமயத்தவர்களுக்குச் சாதகமான சமய அடையாளம் கொண்ட தேசியமானது தன்னைத் தேசியம் என்று அழைத்துக்கொள்வதற்கான நியாயம் பெற்றதல்ல.

அப்படியானால், சமயம் சார்ந்த தேசியம் ஒரு நூற்றாண்டுக்கு முன்பு, பெரிதாகச் சொல்வதற்கில்லை என்றாலும், ஏன் இருந்தது என்று நாம் கேட்கலாம். சாராம்சத்தில் அது, சமயத்தை ஒரு தேசிய அரசு உருவாக்கத்திற்கான துணை என்று கருதிய இந்தியர்கள் சிலர் காலனிய ஆட்சிக்குக் கொடுத்த எதிர்வினைதான். 1947 இந்தியப் பிரிவினைக்கும் அதன் பிறகு நடந்த சம்பவங்களுக்கும் சமய அரசியலை நாம் குற்றம்சாட்டுவது சரியே; ஆனால், அப்படிச் சொல்லும்போது, காலனியம் உருவாக்கிய கருத்தாக்கங்களின் ஆழமான தடங்கள் அதிலிருந்ததைப் பார்க்கத் தவறிவிடுகிறோம்.

காலனிய நாட்டின் பண்டைய கால வரலாறு பற்றிய காலனிய எடுத்துரைப்பு, காலனிய நாடு தனது அடையாளத்தை

உருவாக்கிக்கொள்வதற்குப் பங்களிப்பைச் செய்தது; இந்த அடையாளம் காலனியாதிக்கத்தின் பார்வையிலிருந்து பெற்ற அடையாளம். அநேக காலனிய நாடுகளில் இதுதான் வழமையாக இருந்தது. காலனியர் பார்வையிலான வரலாற்றின் அம்சங்கள் சிலவற்றை இந்தியக் காலனிய எதிர்ப்பு ஏற்றுக்கொண்டது; சிலவற்றைக் கேள்விக்கு உட்படுத்தியது. இந்தக் கேள்விக்கு உள்ளாக்கல், உண்மையான காலனிய எதிர்ப்புத் தேசியத்தின் தோற்றத்திற்குச் சிறிதளவு பங்களிப்பைச் செய்தது. ஆனால் வரலாறு பற்றிய காலனிய எடுத்துரைப்பு, நியாயமற்ற இரண்டு வடிவங்கள் உருவாகவும் வழிவகை செய்துவிட்டது; சமயம் சார்ந்த தேசியங்கள்தான் அவை. இவை ஏன் நியாயமற்றவை என்றால், தேசியம் என்பது எல்லா அடையாளங்களையும் உட்படுத்திய ஒற்றை அடையாளம் ஒன்றை ஏற்றுக்கொள்வது; சமயம் சார்ந்த தேசியமோ எல்லாம் உள்ளடக்கியதாக அல்லாத, வலிந்து தேர்ந்தெடுத்த அடையாளம் ஒன்றை – பிற அடையாளங்களை விலக்கி ஒன்றை மட்டுமே – முன்னிறுத்துவது;

காலனியச் சிந்தனை சமயம் சார்ந்த தேசியத்திற்கு வேராக ஏன் அமைந்தது என்ற கேள்வி எழலாம். இந்தியாவைப் பற்றிய காலனியப் புரிதல் இரு தேசக் கோட்பாட்டில் கட்டியெழுப்பப்பட்டது. 1817இல் ஜேம்ஸ் மில், இந்திய வரலாறு என்பது சாரம்சத்தில் இரு தேசங்களின் – இந்து, முஸ்லிம் – வரலாறே என்றும், இவை இரண்டும் நிரந்தரமாக ஒன்றோடொன்று பகையோடே இருக்கும் என்றும் வாதிட்டார். இந்தக் கருத்தையும் இதன் உள்ளூறையான பிறவற்றையும் அடிப்படையாகக் கொண்டு உருவான காலனிய அறிவுத் தேர்ச்சி, இந்திய வரலாறு, சமூகம் குறித்த தனது ஆராய்ச்சியில் இவற்றைப் பொருத்திப் பார்த்தது. இந்து, முஸ்லிம், பிரிட்டீஷ் காலகட்டங்கள் என மூன்றாகப் பிரித்தது. வரலாற்று அடிப்படையற்ற இந்தக் காலகட்டப் பிரிப்பு அரை நூற்றாண்டுக்கு முன்பே – வரலாறு குறித்த காலனியப் பார்வை கேள்விக்குள்ளாகி அதன் முடிவுகள் பலவும் கழித்துக்கட்டப்பட்ட காலகட்டம் இது – கைவிடப்பட்டுவிட்டது.

ஆனால் இந்தக் காலனிய கோட்பாடு முஸ்லிம், இந்து ஆகிய இரு தரப்புத் தேசியங்களாலும் விசுவாசமாகப் பின்பற்றப் பட்டது. இஸ்லாமிய அரசு என்ற கருத்தாக்கமும், இந்துத்துவம் கற்பித்த வரலாற்றை அடிப்படையாகக் கொண்ட இந்து ராஷ்டிரம் என்ற கருத்தாக்கமும் இந்திய வரலாறு பற்றிய காலனியப் புரிதலில் வேர்கொண்டவை. இரண்டும் ஒன்று மற்றொன்றை விலக்கின; இவை இரண்டுமே காலனிய எதிர்ப்புத் தேசியத்திலிருந்து விலகி நின்றன.

முஸ்லிம், இந்து தேசியங்கள் பற்றிய காலனியப் பிரச்சாரம் சமயம் சார்ந்த தேசியத்திற்கு உத்வேகம் அளித்தது. இஸ்லாமியத்தால் அங்கீகாரம் பெற்றவை என்று கூறிக்கொள்ளும் பிரிவுகளுக்கிடையேயான வேறுபாடுகள் இலகுவாக அறிந்து கொள்ளக்கூடியவையாக இருந்தன; வரலாற்றில் இதற்கான தடயங்கள் இருந்ததால் அவை வெளிப்பட்ட விதம் அறியக் கூடியதாக இருந்தது. பின்னர் எதிர்ப்புப் பார்வைகள் திட்டமிட்டு ஒடுக்கப்பட்டன; இன்றுவரையிலும் இது நடந்து வருகிறது – சுன்னி முஸ்லிம்கள் பெரும்பான்மையாக உள்ள பகுதிகளில் ஷியாக்கள்மீது தாக்குதல் நடத்தப்படுவது போன்ற சம்பவங்கள். இஸ்லாத்திலுள்ள பிரிவுகளுக்கிடையே சண்டை உண்டு என்பதை மனதில்கொண்டோமென்றால், கஜினி முகமது இந்து கோவில்கள்மீது படையெடுத்த அதே நேரத்தில் முல்தானிலுள்ள ஷியா மசூதி மீதும் படையெடுத்தார் என்பது வியப்பைத் தராது.

இந்து தேசம் ஒன்றை முன்நிறுத்துவதற்கு அதிகமான திட்டமிடல் அவசியம். ஏனென்றால் அவ்வாறு ஒன்றை உருவாக்கத் தேவையான வரலாற்றுக் குறிப்பான்கள் தெளிவற்றவை. வரலாற்றை மீள்வாசிப்பு செய்து, அதன் இறுதிக் குறிக்கோளே இந்து ராஷ்டிரம் அல்லது இந்து தேசியத்தை உருவாக்குவதுதான் என்ற முன்விதி வாதத்தை (teleology) முன்வைத்து, இந்து தேசம் என்ற கருத்து கட்டமைக்கப்பட்டது. இதற்கு சமயத்தை இந்துத்துவம் என்பதாக மீள்வார்ப்பு செய்ய வேண்டியிருந்தது; இந்துக்களை அரசியல்ரீதியாக அணிதிரட்டவும் அதே நேரத்தில் பெருமளவிலான சிறுபான்மைச் சமூகங்களை விலக்கிவைக்கவும் ஏற்ற வகையில் இது கட்டமைக்கப்பட்டது. மிகப்பெரிய சிறுபான்மைச் சமூகமான முஸ்லிம் சமூகத்திலும் இதற்கு இணையான போக்குகள் உருவாகிவந்தன.

புத்துருவாக்கும் இந்த முயற்சி தேசியவாதத்தில் இரட்டை நிலைப்பாட்டிற்கு வழிவகுத்தது: காலனிய எதிர்ப்பை வளர்த்தெடுப்பதும், சமய வேறுபாடுகளைக் கடந்ததும், எல்லாவற்றையும் உள்ளடக்கியதுமான ஒரு தத்துவமாக தேசியத்தை எண்ணியவர்கள் ஒருபுறம்; தேசியத்தை இந்து, இஸ்லாமியக்கூறுகளை மட்டுமே கொண்ட, சமயம் சார்ந்த – ஒன்று மற்றதன் நேரெதிர் இணையான – தேசியமாக எண்ணியவர்கள் இன்னொருபுறம்.

பரந்த எண்ணமிக்க காலனிய எதிர்ப்புத் தேசியம் வேறுவிதமான குறிக்கோள்களைக் கொண்டிருந்தது. வேறுவேறான பின்னணியைக் கொண்டிருந்தாலும் அடிப்படையில் ஒரேவிதமான அடையாளம் கொண்ட குடிமக்களின் தேசமாக

இந்தியாவை அது பார்த்தது; அவர்கள் எல்லோரும் ஒரே நிறை; சுதந்திரமானதும், சமயச் சார்பற்றதுமான ஒரு ஜனநாயக தேசிய அரசை உருவாக்க ஒன்றிணைந்துள்ளவர்கள். குறிப்பிட்ட ஓர் அடையாளத்தை முதன்மையாகக் கொண்ட, அதை மட்டுமே கொண்டிருக்கும் குடிமக்களைக் கற்பனைசெய்த சமயம் சார்ந்த மற்ற இரு தேசியங்களிலிருந்து இது வேறானது. ஒரு தேசியம் பல்வேறு அடையாளங்களிலிருந்து ஒற்றை அடையாளத்தை மட்டுமே தனதாக வரையறைத்துக்கொள்ளுமானால் அது தேசியமாக இருக்காது, பெரும்பான்மையோரின் சர்வாதிகார மாக அது வடிவம் பெற்றுவிடும் – இது சமயச் சார்பற்ற ஜனநாயகத்துக்கு எதிரானது; பாசிஸமாக மாறும் அபாயத்தைக் கொண்டிருப்பது. அது தன் நோக்கத்தில் வெற்றிபெறுவதற்காக ஒரு பலியாட்டை அடையாளம் காண முயலும்-குறிப்பாக ஒரு சிறுபான்மைச் சமூகத்தை; சமயத்தாலோ மொழியாலோ வேறுபட்ட ஒரு சமூகத்தை. அதை உள்ளுக்குள்ளேயே இருக்கும் எதிரியாக முன்னிலைப்படுத்தும். கடந்த சில ஆண்டுகளாகச் சிறுபான்மைச் சமூகங்களைப் பலிகடாக்களாக ஆக்கும் முயற்சியைச் சிலர் மேற்கொண்டுவருகிறார்கள். அதில் அவர்கள் ஓரளவு வெற்றியும் அடைந்துவிட்டார்கள். அரசாங்கம் தனது பணியில் தோற்கும்போதெல்லாம் மக்களின் கவனத்தைத் திசைதிருப்ப இந்தப் பலிகடாக்கள் தேவைப்படுகின்றன. ஆனால் பண்பட்ட சமூகங்கள் எவையும் எந்த ஒரு சமுதாயத்தினரையும் பலிகடாவாக நடத்தாது என்பது மனம்கொள்ளத்தக்கது.

7

காந்தியின் சத்தியாக்கிரகம்

சமயம் சார்ந்த தேசியத்தைப் போலல்லாமல், காலனிய எதிர்ப்புத் தேசியம், அது உருப்பெற்றுவந்த போதும் சரி காலனிய ஆட்சியை எதிர்த்தபோதும் சரி, எதிர்ப்புக் குரலை விலக்கிவைத்ததில்லை. காலனிய எதிர்ப்புத் தேசியத்தைச் சமயம் சார்ந்த தேசியங்களிலிருந்து வேறுபடுத்திய பல குணாம்சங் களில் இது ஒன்று. காலனிய எதிர்ப்புத் தேசியம், காலனிய ஆட்சிக்கு எதிரான பல்வேறு எதிர்ப்பு வடிவங்களுக்கும் – அவை எந்த ஓர் ஒற்றை அடையாளத்திற்கும் முன்னுரிமை அளிக்காமல் இருக்கும்பட்சத்தில் – இடமளிப்பதாக இருந்தது. இந்திய தேசியத்தின் மனதில்பதிந்த சிறந்த வடிவங் களில் காந்தியின் சத்தியாக்கிரகத்துக்கு ஓர் இடமுண்டு. இப்படி ஏன் சொல்கிறேன் என்றால், இந்திய வரலாற்றின் முந்தைய பல்வேறு காலகட்டங்களில் வெளிப்பட்ட எதிர்ப்புக் கருத்தாக்கங்களைச் சில விதங்களில் இது எதிரொலித்தது. சத்தியாக்கிரகம் என்பதை வடித்தெடுக்கும்போது காந்தி இம்மாதிரி யான பழைய கருத்தாக்கங்களோடு பரிச்சயம் கொண்டிருந்தாரா இல்லையா என்பதில் நான் அவ்வளவு அக்கறை காட்டவில்லை; எனது ஈடுபாடு இந்திய மக்களின் அடிமனதில் இவை எப்படி எப்போதும் இருந்தன என்பதை அறிவதுதான். இந்த விஷயத்தில் இதுவரை காட்டியதிலும் அதிகமான கவனத்தை நாம் செலுத்த வேண்டியிருக்கிறது. எனவே, சத்தியாக்கிரகம் என்பதற்குக் காந்தி அளித்த பொருள் முந்தைய காலக் கருத்தாக்கங்களில் வேர்கொண்டிருந்ததா என்பதில் சிறிய அளவே

கவனம் செலுத்துகிறேன். இதைக் குறித்து இந்நூலில் சொல்லி வந்துமிருக்கிறேன். காந்தியின் சத்தியாக்கிரகத்திற்கு மக்கள் மத்தியிலிருந்த அபாரமான வரவேற்புக்கான காரணங்களைப் புரிந்துகொள்வதில்தான் நான் அதிக கவனத்தைக் குவிக்கிறேன். இந்திய மக்கள் அதை எவ்வாறு பார்த்தார்கள்? ஏன் இவ்வளவு மகத்தான ஓர் எதிர்வினை அதற்குக் கிடைத்தது?

இந்தியாவில் பொதுமக்களின் எதிர்ப்புணர்வு மிகப் பரவலாக வெளிப்பட்டது, காந்தியின் தலைமையிலான இந்திய தேசிய காங்கிரஸ் முன்னெடுத்த ஒத்துழையாமை இயக்கத்தின்போதும் சட்டமறுப்பு இயக்கத்தின்போதும்தான். இந்திய விடுதலை இயக்கத்திற்குக் கணிசமான உந்துதலை அளித்தவை இவை. ஒத்துழையாமை குறித்துக் காந்தி விரிவாக வாசித்திருந்தார். இந்த வாசிப்பிலிருந்தும் அவரது சிந்தனையி லிருந்தும் தோன்றியதுதான் சத்தியாக்கிரகம் என்று அவர் அழைத்த ஒன்று. இதன் நேர்ப் பொருள், சத்தியத்தைக் கடைப்பிடித்தல் என்பது; இது 'ஆத்ம சக்தி' என்றும் அழைக்கப்படுவதுண்டு. குடிமக்கள் குறிப்பிட்ட ஒரு அரசாங்கம் விதிக்கும் உத்தரவு களுக்கும் சட்டங்களுக்கும், அவை சட்ட விரோதமானவை என்று அவர்கள் கருதும்பட்சத்தில், அடிபணிய மறுக்கும் உரிமைதான் இது. பிரிட்டீஷ் காலனிய அரசாங்கம் தங்கள்மீது சில சட்டங்களைத் திணிப்பதைத் தடுப்பதுதான் மக்களின் நோக்கம். ஒத்துழையாமை இயக்கத்தின் நோக்கம், இந்தச் சட்டங்களை எதிர்ப்பதும், இந்த எதிர்ப்பு எதற்காக என்று தெரிவிப்பதும்தான். இந்த எதிர்ப்பு தார்மிக நியாயத்தையும் உட்கொண்டிருந்தது.

ஜனநாயகச் சமூகங்களில் இது சட்டபூர்வமான போராட்ட வடிவமாகக் கருதப்படும்; சர்வாதிகாரத்திலோ இது சட்டத்திற்குப் புறம்பானது. எதிர்ப்பு எல்லாச் சட்டங்களுக்கும் எதிராக அல்ல, சில குறிப்பிட்ட சட்டங்களுக்கு எதிராக மட்டுமே. இந்த எதிர்ப்பு ஒரு குடிமகனின் அடிப்படை உரிமை. அதிலும் குறிப்பாகப் பேச்சு சுதந்திரத்திற்கான உரிமை. காந்தியின் ஒத்துழையாமை இயக்கத்தின் உச்சம், உப்புச் சத்தியாக்கிரகத்திற்கான அவரது அழைப்பு – பிரிட்டீஷாரின் குறுக்கீடோ வரிகளோ இல்லாமல் கடலிலிருந்து உப்பு எடுப்பது. பரந்துவிரிந்த ஒரு போராட்டத்திற்கு விதையாக அமைந்தது இதுதான்.

இந்த இயக்கங்களை எதிர்ப்பு என்பதன் மாற்று வடிவங்கள் என்று சொல்லும்போது நமக்குள் சில கேள்விகள் எழுவது உண்மைதான்: ஏன் இவற்றுக்கு இவ்வளவு வரவேற்பு? இவற்றின் உள்ளோட்டமாக இருந்த எதிர்ப்புக் குரலுக்கு ஏன் இவ்வளவு அபாரமான ஆதரவு? பிரிட்டீஷ் துணிகளைப்

பயன்படுத்தாமல் இருப்பது அல்லது தனக்குத் தேவையான உப்பைத் தானே விளைவித்துக்கொள்வது என்பதன் குறியீடா? இந்த குறியீடுகள் இந்திய மனத்தைச் சலனப்படுத்தினவா? காந்தியின் ஈர்ப்பாளுமையா அல்லது அவரது துணிபுகள்மீது மக்களுக்கு இருந்த நம்பிக்கையா? காலனியத்திற்கு எதிரான கோபம் வலுப்பெற்று வெளிப்பட்டதா? அல்லது இந்தியச் சமூகத்தில் எப்போதும் அடியோட்டமாக இருக்கும் எதிர்ப்புணர்வு, சட்டத்திற்குப் புறம்பானவை என்று கருதப்பட்ட சில நடவடிக்கைகள் பிரகடனப்படுத்தப்பட்ட போது மேலெழும்பி வந்தனவா? இந்தக் கேள்விகளுக்குப் பதிலளிப்பதற்கு இந்தியச் சிந்தனையிலும் செயல்பாட்டிலும் எதிர்ப்புக் குரல் என்பது பண்டைக்காலம் முதல் இருந்து வந்திருப்பதைச் சற்று ஆராய்ந்தறிய வேண்டியுள்ளது. ஒருவிதத்தில் நான் இந்த அத்தியாயத்தில் மேற்கொள்ளப்போவது இதைத்தான்.

இந்த இடத்தில் என் சொந்த அனுபவம் ஒன்றைச் சொல்லி, எனது ஈடுபாடு எப்படிச் சிறு சலனம் பெற்றது – பெரிதாகத் தூண்டப்படவில்லை என்றாலும் – என்பதையும் குறிப்பிடுகி றேன். மிக நீண்ட காலத்துக்கு முன்னால் நான் காந்தியை மிகக் குறைந்த நேரம் சந்தித்து, ஒரு சாதாரண விஷயத்தைப் பற்றிப் பாதி வார்த்தை அவரோடு பரிமாறிக்கொள்ளும் சந்தர்ப்பம் வாய்த்தது. அந்தச் சந்திப்பு, விஷயங்களைக் குறித்து வெளிப்படையாகத் தெரிந்தவற்றைத் தாண்டிச் சென்று, சிந்தனையையும் செயலை யும் அவற்றின் பின்னணியில் வைத்துப் பொருத்திப்பார்ப்பதில் எனக்கிருந்த மனச்சாய்வைத் தட்டி எழுப்பியது. ஒருவிதத்தில் இது ஆச்சரியமான நிகழ்வுதான்.

1940களில் நான் புனேயில் பள்ளியில் படித்துக்கொண் டிருந்தேன். காந்தி, புனேயில் சிறைச்சாலையில் இல்லாத நாட்களில் பிரார்த்தனைக் கூட்டங்கள் நடத்திவந்தார். வளர்ந்துவந்த இளைய தேசியவாதிகளான நாங்கள் அவற்றில் பங்கெடுக்க வேண்டும் என்பதில் குறியாக இருப்போம். ஒரு மாலையில் நான் எனது ஆட்டோகிராப் ஆல்பத்தைக் கூட்டத்திற்கு எடுத்துச் சென்று, இதயம் படபடக்க, காந்தியிடம் கையெழுத்துக் கேட்டு நீட்டினேன். (அப்போது மொபைல் ஃபோன் கிடையாது. இருந்திருந்தால் ஒரு செல்ஃபி எடுக்கக் கேட்டிருப்பேன்!) அந்த ஆல்பத்தில் கையெழுத்து இட்டுவிட்டு அதைத் திருப்பித் தரும்போது காந்தி என்னிடம் காதியில் நெய்த சல்வார் கமீசை அணியாமல் நான் ஏன் மில் துணியில் தயாரானதை அணிந்துகொண்டிருக்கிறேன் என்று கேட்டார். நான் உடனே ஒப்புக்கொண்டு அப்படியே செய்வதாக வாக்கும் கொடுத்தேன். கையால் நூற்ற நூல்கொண்டு, கையால் நெய்யப்படும் பருத்தி

ஆடை என்பதைத் தவிர காதி எதைக் குறித்தது? (காந்தி அதைத் தொழில்மயமாக்கத்திலிருந்து விலக்கியெடுத்து, பொருளாதாரத் தன்னிறைவின் குறியீடாக மாற்றியிருந்தார்). அகிம்சை வழியில் எதிர்ப்பைத் தெரிவிப்பது என்பது தன்னம்பிக்கையின் துணிந்த வெளிப்பாடா? காதி அணிதல் சத்தியாக்கிரகத்தின் ஒரு வடிவமா?

இந்த இரண்டிற்கும் உள்ள நெருங்கிய தொடர்பு அப்போது எனக்குப் புலப்படாததால், இக்கேள்விகள் என்னை ஏனோ தொந்தரவு செய்துகொண்டிருந்தன. பதின்ம வயதுப் பெண்ணாக இருந்த நான், காலனியப் பொருளாதாரம் நடப்பிலிருக்கும் இந்தியப் பொருளாதாரத்தை என்ன செய்துகொண்டிருக்கிறது என்பதைப் பற்றிப் பேசுவதைக் கேட்டிருக்கிறேன். சட்ட மறுப்பு இயக்கம், ஒத்துழையாமை இயக்கம் இவை பற்றியும் பேசப்பட்டன; காந்தி சொன்ன பலவும் பேசப்பட்டன. எங்கிருந்தோ அது எதிர்பாராமல் சட்டென்று முளைத்ததைப் போலப் பேசப்பட்டது. 'இந்திய விழுமியங்கள்' என்பதோடு இதை அவ்வப்போது மேலோட்டமாகத் தொடர்புப்படுத்தி பேசி வந்ததும் நம்பும்படியாக இல்லை. இந்தக் கேள்வி என் மனத்தில் பதில் கிடைக்காமலேயே இருந்துவந்தது; சத்தியாக்கிரகம் – ஒரு கருத்தாக்கமாக மட்டுமின்றி, காலனிய எதிர்ப்புத் தேசியத்திற்கு அது எந்த அளவு பொருத்தமானதாக மாறியது என்ற வகையிலும் – என்பதன் பொருள் எனக்குப் பிடிபட ஆரம்பிக்கும் வரையிலும் இது நீடித்தது. தேசிய விடுதலை இயக்கத்தில் பங்கேற்றவர் பலரிடத்தும் இது எப்படி, ஏன் எதிரொலித்தது என்பது எனக்கு அதிக முக்கியமானதாகத் தோன்றியது. இது மட்டும் மக்களிடம் எதிரொலிக்காமல் இருந்திருக்குமானால் வெறும் ஒரு முழக்கமாக மட்டுமே எஞ்சிப் போயிருக்கும்.

1940களில் நடந்த சம்பவங்களான வெள்ளையனே வெளியேறு இயக்கமும் ராயல் இந்தியக் கடற்படையின் 'கலக'மும் தம்மளவில் ஒரு செய்தியைச் சொல்லின: இந்திய விடுதலை தவிர்க்க இயலாதது;இந்தியாவின் எதிர்காலம் விவாதம் பொதிந்ததாகத்தான் இருக்கும். காலனியாக இருந்துவரும் ஒரு நாடு எப்படி ஒரு சமயச் சார்பற்ற ஜனநாயக நாடாக உருமாற்றமடையப்போகிறது? இந்தியர்களாகிய நாம் சுதந்திரமடைந்த குடிகளாக என்ன அடையாளத்தைக் கொண்டிருக்கப் போகிறோம்? நம்மால் உருவாக்கப்பட்ட அரசோடு புதிய உறவைக் கொள்ளப்போகிறோம். அரசியலமைப்புச் சட்டம் என்பது குடிமக்களுக்கும் அரசுக்குமிடையேயான, இருவரின் உரிமைகளும் கடமைகளும் பதிவுசெய்யப்பட்ட, ஒரு உடன்படிக்கை. இந்தக் கேள்விகள் எல்லாவற்றோடும், விடுதலையை அடைய நாம் கடைப்பிடித்த

வழிமுறைகள் குறித்த கேள்விகளும் நின்றுகொண்டிருந்தன. நமது தேசிய இயக்கத்தைப் பிறவற்றிலிருந்து வேறுபடுத்திக் காண்பித்தது சத்தியாக்கிரகம் என்ற கருத்தாக்கம்தான் என்று பரவலாகக் கருதப்பட்டது.

காலனியத்திற்கு எதிரான இந்தியத் தேசியத்தின் உறுதியான அடிப்படையாக அந்தக் கருத்தாக்கம் ஏன் அமைந்தது என்று என்னை நானே பல ஆண்டுகளாகக் கேட்டுவருகிறேன். இந்தக் கருத்தாக்கத்திற்கு இரு சமயம் சார்ந்த தேசியங்களான இந்து முஸ்லிம் தேசியங்களில் இடம் கிடைக்கவில்லை. இது எதிர்பார்க்கக் கூடியதே. இந்த இரண்டு தேசியங்களும் தத்தமது சமயங்களை அரசியல் முகமைகளாக மாற்றிவிட்டன: முஸ்லிம் லீக் ஆதரித்த இஸ்லாமிய தேசமும், ராஷ்டீரிய ஸ்வயம்சேவக சங்கம் முன்னிறுத்திய இந்துத்துவத்தின் கண்ணோட்டத்திலான இந்து சமயத்தை அடிப்படையாகக் கொண்ட இந்து ராஷ்டிரமும். இந்தக் கருத்தாக்கங்களின் அரசியலில் இந்திய வரலாறு, பண்பாடு பற்றிய காலனிய விளக்கத்தின் வித்து முளையிட்டு வளர்ந்து அறுவடை கண்டது.

இந்தப் பின்னணியைப் புரிந்துகொள்வதற்காக நான் காலத்தில் பின்னே சென்று, இந்திய நாகரிகத்தின் அடிப்படை என்று கருதப்படுகிற கருத்தாக்கங்கள் சிலவற்றின் சுவட்டைச் சற்றுத் தேட முயல்கிறேன். இந்தக் கருத்தாக்கங்கள் மூவாயிரம் ஆண்டுகளாக இந்தியச் சமூகத்தில் தங்கள் இருப்பை வெளிப்படையாக அறியத்தந்திருக்கின்றன. ஏற்கனவே சொன்னவற்றையே, கவனத்தை மட்டும் கொஞ்சம் வேறுபக்கம் குவித்து, இங்கே மீண்டும் கூறுகிறேன். சமயம் அரசியலாக்கப்பட்டு விட்டதால், நமது காலத்தில் சமயம் எவ்வாறு உருப்பெற்றது என்பதைப் பார்க்கவிருக்கிறேன். நாம் கைகொண்ட எதிர்ப்பு வடிவம் எது? இன்றைய காலகட்டத்தில் அது எவ்வாறு சமயத்தோடு தன்னைத் தொடர்புபடுத்திக்கொள்கிறது?

கடந்த இரண்டு நூற்றாண்டுகளாக இந்தியச் சமயங்கள் காலனிய அறிவுத் துறை தந்துள்ள பார்வையின் அடிப்படையிலேயே பெரும்பகுதியும் மீள்கட்டமைப்பு செய்யப்பட்டு வருகின்றன. இந்தப் பார்வை அரிதாகவே தீவிரத்தோடு எதிர்க்கப்பட்டிருக்கிறது; எனவே இது ஏற்றுக் கொள்ளப்பட்டு விட்டது. நம்பிக்கைகள், சடங்குகள், பனுவல்கள் இவையே பரவலான கவனம் பெற்றிருக்கின்றன; சமூக, அரசியல் அணிதிரட்டலுக்கோ அல்லது மாற்றத்துக்கோ ஒரு காரணமாகச் சமூகத்தில் சமயம் கொண்டிருந்த தாக்கத்தை ஆய்வுசெய்யச் சிறிதும் இடமிருக்கவில்லை. என்ன விதமான சமூக வடிவங்களை

இது உருவாக்கியது அல்லது ஏற்கும்படி செய்தது? இந்த வடிவங்கள் இதற்கு முந்தைய காலத்தில் இருந்தவற்றிலிருந்து எந்த வகையில் வேறுபட்டிருந்திருக்கக்கூடும்? ஏற்பும் எதிர்ப்பும் எவ்வாறு தத்தமக்குள் பெற்றும் கொடுத்தும் கொண்டன? இவை பற்றிய வரலாற்றியல்ரீதியான விவாதங்கள் நடந்துவந்திருந்தாலும் பொதுவெளியில் போதுமான அளவு இவை இடம்பெறவில்லை.

முன்பு நான் சொன்னதைப்போல, ஒரு சமயப் போதனை அதைப் பின்பற்றுவோர் உருவாகும்போது நிறுவனங்களை நிறுவுகிறது. இவை முதலில் வழிபாட்டுத் தலங்களாகத்தான் வடிவம்கொள்கின்றன: சைத்தியங்கள், விகாரைகள், கோவில்கள், ஆஸ்ரமங்கள், மசூதிகள், குருத்வாராக்கள் என. பின்னர் இவை மக்களை ஒன்றாகப் பிணைக்கும் நிறுவனங்களாக மாறுகின்றன. எனவே இவற்றைக் கட்டட வடிவமைப்பாளர் களுக்கும் அதன் வரலாற்றாசிரியர்களுக்கும் ஈடுபாட்டுக்குரிய கட்டடக்கலை அம்சங்களைக் கொண்டவையாக மட்டும் பார்க்கக் கூடாது. வழிபாட்டுத் தலங்கள் என்ற நிலையிலும், சமூகத்தைச் சமய விதிகளோடு பிணைக்கும் சமூகமயமாக்கலுக்கான நிறுவனங்கள் என்ற நிலையிலும் அவை மக்கள்மீது அதிகாரத்தைச் செலுத்துகின்றன. இந்த இடத்தில், சித்தாந்தரீதியிலான ஆதரவோ எதிர்ப்போ மேலாண்மையை நிலைநிறுத்துவதற்கான ஒரு விஷயமாக மாறிவிடுகிறது.

இந்தியச் சமயங்கள், பொதுவாக வேறுபாடுகளைக் கொண்டிராத ஒற்றைத்தன்மையிலானவையாகக் கருதப்படுவ தில்லை. அதிலும் குறிப்பாக அவற்றின் நடைமுறைகளில், சமயம், அருகருகே அமைந்த பல பிரிவுகளின் தொடர்வடிவம் என்றே அதிகமும் தன்னை வெளிப்படுத்தியது; இவற்றில் பல பிரிவுகள், இருப்பவற்றோடு சிறிதளவிலான தொடர்பைக் கொண்டிருந்தன; சில தொலைவிலிருந்தன. நவீனக் காலகட்டத்துக்கு முன்பு, ஒருவர் இந்து அல்லது முஸ்லிம் என்ற பெரும்போக்கு முத்திரையைவிட அவரது பிரிவு அல்லது சாதி இவற்றாலேயே அதிகமும் அடையாளம் காணப்பட்டார். (சமயரீதியான) இந்த முத்திரைகள் வரலாற்றில் பின்னர் வந்தவை. சென்ற நூற்றாண்டில்கூடப் பல புதிய தெய்வங்களும் பிரிவுகளும் தோன்றின; சந்தோஷிமாதா என்ற புதிய கடவுளும் சாய் பாபாவைப் பின்பற்றும் புதியதொரு பிரிவும் இவற்றில் ஒன்று.

ஆனால் இந்தியச் சமயங்கள் குறித்த காலனியப் பார்வை வேறு விதமான வடிவத்தை முன்னிறுத்தியது. ஒன்றுபோலத் தோற்றமளித்த சமயப் பிரிவுகள் எல்லாம் ஒன்றாகப் பிணைக்கப் பட்டுத் தனியான சில பெயர்களின் கீழ் கொண்டுவரப்பட்டன.

இந்து, முஸ்லிம் என்ற காலனிய இருமைகளைப் பயன்படுத்தி, முஸ்லிம் அல்லாத எல்லாச் சமயங்களையும் – கிறிஸ்துவத்தையும் ஸொராஸ்டியத்தையும் தவிர – இந்து சமயமாகவே முத்திரை குத்தினர்; நாஸ்திக சமயங்களையும், இந்து சமய நம்பிக்கை களுக்கு எதிரானவை என்று காலனியக் காலத்துக்கு முற்பட்ட நூல்கள் தெளிவாகப் பிரித்து பட்டியலிட்டவற்றையும்கூட இந்து சமயத்திற்குள் சேர்த்துவிட்டார்கள். புவிப்பரப்புச் சார்ந்த அடையாளம் சமயம் சார்ந்தாக அடையாளமாக மாற்றமடைந்தது; இந்தியத் துணைக்கண்டத்துச் சமயங்களின் இயல்பு பற்றிய தவறான புரிதல் இதுதான். பிரதேசம் சமயத்தை வரையறுப்பதில்லை.

காலனிய அறிவுத் துறை இந்து என்று அடையாளப்படுத்தி வரையறுத்த பல பிரிவுகள் ஒன்றுக்கொன்று போதனையிலும் நடைமுறையிலும் முரண்பட்டு நின்றன. இந்த வேறுபாட்டு அம்சங்கள் அலட்சியப்படுத்தப்பட்டு, ஒற்றைத்தன்மை வலியுறுத்தப்பட்டது. பத்தொன்பதாம் நூற்றாண்டு மத்திய தர வர்க்கத்தின் சமய ஈடுபாடு அதன் சமூக எல்லைக்குள்ளேயே பெருமளவில் அடங்கிவிட்டிருந்தது; பட்டியல் சாதி, பட்டியல் இனம், பிற பிற்பட்ட வகுப்பினர் என்று இன்று சட்டபூர்வ மாகக் குறிக்கப்படும் சமூகப் பிரிவினரின் சமயங்கள் பற்றி அது அக்கறை கொள்ளவே இல்லை. சாதிக்கு வெளியே இருந்த இந்த அவர்ணர்களின் சமயம் போகிறபோக்கில் பேசப்பட்டது; இவற்றிற்கு, இந்து சமயம், இஸ்லாம் அல்லது இவைபோன்ற சம்பிரதாயமான பிற சமயங்களைப் பற்றிய வரையறையில் சிறிதும் முக்கியத்துவம் வழங்கப்படவில்லை.

அடிப்படை சமயத்தோடு ஆழ்ந்த பிணைப்புக் கொண்ட சிலவும் யதேச்சையான தொடர்புகொண்ட சிலவுமுமான பல்வேறு விதமான பிரிவுகளின் பங்களிப்பைக் கண்டுகொள்ளாமல், இந்தப் பிரிவுகளை முதன்மைச் சமயத்தின் இணைப்புகளாக எடுத்துக்கொண்டு, சமயங்கள் ஒற்றைத்தன்மை கொண்டவை யாக, ஒரே விதமானவையாகக் கருதப்பட்டன. ஒவ்வொரு சமயமும் பற்றாளர்களைக் கொண்டிருந்ததைப் போலவே, அதன் நம்பிக்கையையும் நடைமுறையையும் கேள்விக்குட்படுத்திய மாற்றுப் பார்வையாளர்களையும் கொண்டிருந்தது என்பதை யும் பார்க்கவில்லை. அவ்வப்போது விதிமுறைகளிலும் கொள்கைகளிலும் சிற்சில மாற்றங்களைச் செய்வதன் வழியாக கடும் முரண்பாடுகள் தீர்க்கப்பட்டன. இருந்தபோதிலும், சமய முரண்கள் தொடர்ந்து இருக்கத்தான் செய்தன; பொதுவாகப் பிரிவுகளுக்கு இடையில், வைணவ பைராகிகளுக்கும் சைவ தசனாமிகளுக்குமிடையில் இருந்ததைப் போல. இப்போதும்கூட,

அபிப்ராயப் பேதங்கள் புதிதான சிறிய பிரிவுகளுக்கு வழிவகுப்பவை யாக இருக்கின்றன; சமயங்களின் பல பிரிவுகளைக் கொண்ட நிறமாலையில் இவையும் இடம்பிடித்துவிடுகின்றன; இவற்றின் இடம் சில நேரம் வெளிப்படையாகத் தெரிகிறது, சில நேரங்களில் தென்படுவதில்லை.

இந்தியச் சமயங்களின் இயல்பை அவற்றின் பிரிவுகளே வடிவமைத்தன. சமயங்கள் பல பிரிவுகளின் தொகுப்பாகத்தான் இருக்க முடியும்; அவற்றில் சில சம்பிரதாயத்தோடு நெருங்கியதாக இருக்கலாம்; சில மிகவும் விலகியதாக இருக்கலாம். அவற்றின் நம்பிக்கை வளைந்துகொடுக்கும் தன்மையானதாக இருக்கலாம்; இடம்கொடுப்பதாகவும் இருக்கலாம், மறுப்பதாகவுமிருக்கலாம். விதிமுறைகளும் கொள்கைகளும் சமயத்தைச் சமுதாயத்தோடு பிணைக்கின்றன; சமுதாயத்திலோ சாதி புறக்கணிக்க முடியாததாக இருக்கிறது. கடந்த காலத்தில் பெரும்பான்மையான மக்களுக்கு (அவர்கள் சார்ந்த) பிரிவே ஒப்புக்கொள்ளத்தக்க அடையாள மாக இருந்தது. எனவே, எல்லோரும் பங்கெடுக்கும் திறந்த சமய நிகழ்ச்சிகள் நடைபெறும் நாட்களில் பல பிரிவுகளின் சமயச் சடங்குகள் ஒன்றோடொன்று கலந்துறவாடும் வாய்ப்பு உருவானது. சமயத்தை ஒற்றைத்தன்மையானதாக, ஒரேவிதமான தாக, பெரும்போக்காகக் கட்டமைப்பதற்கு எதிராக இந்த வடிவம் எதிர்த்தெழுந்தது. சமய நடைமுறைகளை உருவாக்கு வதில் சாதிக்கும் பிரதேசத்துக்கும் ஓர் இடம் இருக்கிறது. பூர்வக்கொள்கைப் பற்றுள்ள குழு மையத்தை நோக்கி நகர முனைப்புக்காட்ட, எதிர்ப்புக் குழுக்கள் விளிம்பில் தங்கி விடுகின்றன.

சிரமண தர்மங்கள் சமுதாய விழுமியங்களில் போதிய கவனம் செலுத்தின. அகிம்சை, பரிவு, சமூக நலனுக்காகப் பாடுபடுதல் இவைகளில் அவற்றிற்கு இருந்த பற்றுறுதி இதை வெளிப்படுத்துகிறது. சமுதாய விழுமியங்கள் பிராமண சமயத்திலும் இல்லாமல் இல்லை. ஆனால், தர்ம சாஸ்திரங்கள் செல்வாக்குப் பெறும்போதெல்லாம் அவை மூட்டமாகிவிடுகின்றன.

சிரமணர்களின் எதிர்ப்புக் கருத்துகளின் ஒருபகுதி அவர்களின் நம்பிக்கைகளில் வெளிப்பட்டது; இந்த நம்பிக்கைகள் பிராமண சமயத்தோடு ஒத்தோடாதவை. மற்றொரு பகுதி அவர்களின் நடைமுறைகளில் வெளிப்பட்டது; இவை நிலைபெற்றுநின்ற சமயத்தின் நடைமுறைகளுக்கு மாற்றாக இருந்தன. நான் முன்பே சொன்னதைப்போல, சிரவணத் துறவிகளை முனிவர்களோடு குழப்பிக்கொள்ளக் கூடாது. இருவரின் நோக்கங்களும் வேறானவை. காந்தியை முனிவர் என்று அழைப்பது முறைதானா என்பது ஒரு முக்கியமான கேள்வி. அவரைத் துறவிகளின்

எதிர்ப்புக் குரல்கள் ➧ 121 ➧

தத்துவத்தால் தாக்கம் பெற்றவர் என்றழைப்பதுதான் சரியாக இருக்கும் என்று தோன்றுகிறது; இதைத்தான் நான் விவாதிக்க விரும்புகிறேன்.

எதிர்ப்பு என்பது துறவு மடங்களைத்தான் தோற்றுவித்தது என்பதல்ல. சமயத்தைச் சமூக விதிகளுக்கான தூண்டுசக்தியாக மாற்றும்படியாகவும் அது விரிவடைந்தது. துறவிகளின் எதிர்ப்பு பல்வேறுபட்ட வடிவங்களைப் பெற்றது. அவற்றில் சில பக்திக் கவிஞர்களால் முன்னே எடுத்துச் செல்லப்பட்டது. கபீர், தேத், ரவிதாஸ், சொக்கமேளா போன்றவர்களின் பார்வைகள் சமூக விழுமியங்களுக்கு அழுத்தம் தந்தன; சாதியைக் கேள்விக்குட்படுத்தின. ஒடுக்கப்பட்ட சாதியிலிருந்து வந்தவர்கள் இவர்கள் என்பதால் இது எதிர்பார்க்கக்கூடியதே. சமயங்களின் மீது நாம் கவனம் குவிக்கும்போது இந்த அம்சத்தை ஒதுக்கிவிடுகிறோம். எனவே, வரலாற்றுரீதியாகச் சமய நம்பிக்கைகள் தொடர்ந்து பெருகிக்கொண்டேதான் வந்திருக்கின்றன. வேரூன்றிய பார்வைகளிலிருந்து சில பிரிவுகள் தெளிவாகவே முரண்பட்டவை.

துறவிகளின் சமயப் பிரிவுகளும் பின்னர் வந்த பக்தி, சூஃபிப் பிரிவுகளும் அனைவருக்கும் திறந்திருந்தன; தர்ம சாஸ்திர விதிகளை– நேரடியாக எப்போதும் இல்லாவிட்டாலும் – கேள்வி கேட்க இவற்றால் முடிந்தது, கேட்கவும் செய்தன. மாற்றுச் சமுதாயம் பற்றிய இவற்றின் ஆதர்சம் வன்முறையான சமூகப் புரட்சி மூலம் நிறைவேறும் ஒன்றல்ல. சிந்தனைகளும் எண்ணங்களும் மக்களுக்குக் கொஞ்சம் கொஞ்சமாகப் பரவி அதன் மூலமாக ஏற்படும் சமுதாய மாற்றத்தையே இவை கற்பனை செய்தன. மக்களிடம் தங்களின் சிந்தனையைப் பின்பற்றத் தூண்டி, தங்களின் எதிர்ப்பைத் தெரிவிப்பதோடு அதற்கு ஒரு நியாத்தையும் உருவாக்குவதுதான் இவற்றின் வழிமுறையின் சாராம்சம். சமூக விழுமியங்களுக்கும் எவரையும் வழிபடுவதற்கான சுதந்திரத்திற்கும் இவை அழுத்தம் அளித்தன. இந்தச் சுதந்திரம், துறவிகளுக்கும் சந்த்களுக்கும் பிர்களுக்கும் மக்களிடையே ஓரளவு தார்மிக அதிகாரத்தைப் பெற்றுத்தந்தது. சத்தியாக்கிரக இயக்கத்தில் இந்த விஷயம் குறிப்பிட்ட பங்காற்றியது. ஆனால் துறவிகளோ, சந்த்களோ, பிர்களோ புனிதர்களாகக் கருதப்படவில்லை. தார்மிக அதிகாரம் என்பதைப் புனிதத்துவத்தோடு குழப்பிக்கொள்ளக் கூடாது. புனிதர் பற்றிய கருத்துப் பொதுச் சொல்லாடலில் நுழைந்ததே காலனிய காலகட்டத்தில்தான். நிலைபெற்ற சமயங்கள் சமூக சமத்துவம், நீதி போன்ற கோரிக்கைகளுக்கு மனமுவந்து ஆதரவு அளிக்கவில்லை; அவற்றின் ஆதரவு எல்லாம் சித்தாந்த மட்டத்தில்தான். துறவு என்பது எதிர்ப்பின்

வெளிப்பாடாக இருந்தது. ஆனால், இஸ்லாம், சீக்கியம் போன்ற சமயங்களும் காலபோக்கில் சம்பிரதாயமான சமயங்களாக மாறிப்போயின; தாழ்த்தப்பட்ட சாதியிலிருந்து சமயம் மாறியவர்களை பாஸ்மண்டாக்கள் என்றும் மஸாபிகள் என்றும் தனியாகப் பிரித்துவைப்பதில் போய் முடிந்தது.

எந்தவகை வன்முறையையும் மறுதலிப்பது என்பது துறவிப் பிரிவுகள் பெரும்பாலானவற்றின் மிக முக்கியமான அறமாக இருந்தது. வன்முறையை மறுதலிக்கும் அகிம்சை என்ற கருத்தாக்கம் குறித்துப் பலவிதமான விவாதங்கள் நடக்கின்றன; தொடர்ந்து நடக்கும். அகிம்சை என்பது வன்முறையைச் சார்ந்திராத உடல்ரீதியான தேவைகளோடு பிணைந்ததா என்பது மற்றொரு கேள்வி. எனவே எதை உணவாகக் கொள்கிறோம் என்பது சிலருக்கு முக்கியமானதாக இருந்தது; அவர்களின் உணவு சைவமாகவே இருந்தாக வேண்டிவந்தது. விரதம் என்பது உடலைச் சுத்தம்செய்வதற்கும் கட்டுப்பாட்டில் வைப்பதற்கு மான வழிமுறையாக இருந்தது. தனிப்பட்ட காரணங்களுக்காக உண்ணாநோன்பிருந்து உயிர்நீத்தலும் சமூக எதிர்ப்புக்கு ஆதரவான உண்ணாநோன்பிருத்தலும் ஒன்றல்ல.

8

எதிர்ப்பின் சமூக வெளிப்பாடு

எதிர்ப்பு வெவ்வேறு பண்பாடுகளிலும் சமூகங்களிலும் பல்வேறு வடிவங்களில் வெளிப் பட்டது. விவசாயிகளின் வன்முறை கலகங்கள் நடைபெற்றிருந்த சீனா, ஐரோப்பாவைப் போலன்றி, இந்தியாவில் அம்மாதிரியான கலகங்கள் பண்டைய காலத்தில் நிகழ்ந்ததாக எந்தக் குறிப்பும் இல்லை. ஆனால் போராட்டம் வெடிக்கும் அபாயம் இருந்த சந்தர்ப்பங்கள் எப்போதாவது இருக்கத்தான் செய்தன. பழைய காலத்தில் விவசாயிகளின் எதிர்ப்பானது அவர்கள் அருகிலுள்ள ராஜ்யங்களுக்கு இடம்பெயர்தல் என்ற வெளிப்பாட்டைக் கொண்டிருந்தது. விவசாயிகளின் இடப்பெயர்வு வருவாய் இழப்புக்குக் காரணமானதால் அரசர்கள் இம்மாதிரியான இடப்பெயர்வைக் குறித்து அஞ்சியதாக அறிகிறோம். விவசாயிகளும் கைவினைக் கலைஞர்களும் கலகம் செய்யப்போவதாக மிரட்டல்விடுத்ததாகச் சில பிற்காலக் குறிப்புகள் உள்ளன.

நகரத்தில் வசிப்போரின் எதிர்ப்பு வேறு வடிவங்களில் வெளிப்பட்டது. இவற்றில் ஒன்று காந்தியின் வழிமுறைகளில் காணப்படுகிறது. பல பெயர்களில் அறியப்பட்ட இதன் பெயர்களில் ஒன்று தர்ணா; ராஜஸ்தானிலும் குஜராத்திலும் இது நன்கு அறியப்பட்டிருந்தது. குறிப்பிட்ட ஒரு மக்கள் பிரிவினர் – சரண்களும் பட்களும் – இதை மேற்கொண்டதில்தான் இதன் வெற்றி அடங்கியிருந்தது. இவர்கள் பாணர்கள்; அரசனின்

அதிகாரத்திற்கு அங்கீகாரத்தை அளிக்க மிக அவசியமான அறிவுத் திரட்டு இவர்களிடம் இருந்தது. மக்கள், அரசுப்பணியில் இல்லாத ஆனால் அவர்களால் மதிக்கப்பட்டவரும் சமூகத்தின் பிரிக்க முடியாத பகுதியாக இருப்பவருமான ஒருவருக்கு இதுபோன்ற ஒரு அதிகாரத்தை / உரிமையை அளித்தார்கள் என்பதற்கு இன்னுமொரு எடுத்துக்காட்டு இது. இன்று நியமன அதிகாரங்களையே அதிகமாகச் சார்ந்திருக்க வேண்டியிருப்பதால், பாணர்கள் தாங்கள் முன்பு செய்துவந்த பணியைச் செய்யாமல் அல்லது வெளிப்படையாகச் செய்யாமல்போய், இதுபோன்ற எதிர்ப்பு அதிக பலனளிக்காமல் ஆகிவிட்டது. முற்காலங்களில் இவர்களின் பங்களிப்பை அறிந்துகொள்வது சமூகம் எவ்வாறு செயல்பட்டது என்பதைச் சிறிது அறியத்தரும்.

இந்த பாணர்களின் சில செயல்பாடுகள் அதிகாரத்துக்கு அவசியமாக இருந்தன அதிகாரத்தில் இருப்போருக்குத் தொடர்ந்த அங்கீகாரம் தேவைப்பட்டது. பாணர்கள் அரச குடும்பத்தினரின் – ஒருசில சமயங்களில் முக்கியமான அதிகாரிகளினதும் – பரம்பரை வரலாற்றைப் பேணிக் காத்துவந்தனர்; இதன் மூலமாக இவர்கள் அரச பரம்பரை வரலாற்றினைப் பாதுகாத்துவைப்பவர்களாக ஆனார்கள். அதிகாரத்தில் இருப்போரின் அந்தஸ்து, அவர்களின் இனம், சாதி போன்றவை வரலாற்றுச் சான்றுகளாகச் சரண்கள் கூறுபவற்றால் உறுதிபெற்றன. சரண்களின் அந்தஸ்து சமூகத்தில் கீழ்மட்டத்தில் இருந்தாலும், மிகப்பழைய காலம் முதலே அவர்களின் வார்த்தைக்கு மதிப்பிருந்தது; தகராறுகள் வரும்போது மத்தியஸ்தத்துக்காக இவர்கள் அழைக்கப்பட்டார்கள்.

அதிகாரத்தில் பல வகை உண்டு. சில சந்தர்ப்பங்களில் தார்மிக அதிகாரம் அரசியல் அதிகாரத்தைவிட ஓங்கி நிற்கும். சில குறிப்பிட்ட மனிதர்களுக்கே – அவர்கள் என்னவாக இருக்கிறார்கள், என்ன செய்கிறார்கள் என்பதை வைத்து – இந்த தார்மிக அதிகாரம் இருப்பதாக மக்கள் நம்புகிறார்கள். சரண்கள் அதைக் கொண்டிருந்ததாக மக்கள் எண்ணினார்கள். மக்களின் எதிர்ப்புணர்வு நியாமானதே என்று அவர்கள் உறுதியாக நம்பினால் அதற்காகக் குரல்கொடுத்தார்கள். இந்த எதிர்ப்புக்கு ஆதரவாக அரசனின் அரண்மனை முன் அமர்ந்து உண்ணாவிரதம் மேற்கொண்டார்கள்; எடுத்துக்கொண்ட பிரச்சினை தீர்க்கப்படும்வரை அவர்களின் உண்ணாவிரதம் தொடர்ந்தது; தீர்க்கப்படாத பட்சத்தில், நோன்பிருந்து உயிர்விடவும் துணிந்தார்கள்.

உண்ணாவிரதத்தை மேற்கொள்பவர் தார்மிக அதிகாரம் பெற்றவராகவும் அரசர்களாலும் குடிமக்களாலும் நன்கு

மதிக்கப்பட்டவராகவும் இருந்தாரா என்பதைப் பொறுத்தே அவரது உண்ணாவிரதத்தின் வெற்றி தோல்விகள் அமைந்தன. கண்ணுக்குத் தெரியாத அவர்களின் வலிமை இந்த மதிப்பை அடிப்படையாக கொண்டது. நியாயம் கேட்டுப் போராடுவதாக இருக்குமானால் அவர்களின் போராட்டம் ஏற்புடையதாக இருந்தது. ஒரு சரண் உண்ணாவிரம் இருந்து இறந்தார் என்றால், அரசன் அழிவார் என்று எண்ணப்பட்டது. எனவே உண்ணாவிரதத்தின் தார்மிக அச்சுறுத்தல்மீது பயம் இருந்தது. எதிர்ப்பைத் தெரிவிப்பதற்கான முந்தைய கால வடிவங்களிலும் உண்ணாவிரதம் ஒரு எதிர்ப்பு வடிவமாகவும் ஒரு தார்மிக அச்சுறுத்தலாகவும் இரு நோக்கங்களைக் கொண்டிருந்ததை அறிய முடிகிறது. உண்ணாவிரதம் எதிர்ப்பை உள்வாங்கிக்கொண்டு அது வன்முறையாக மாறிவிடாமல் மடைமாற்றம் செய்தது.

காந்தி உண்ணாவிரத்தைக் கைகொண்டதற்கும் இதற்கும் சில ஒப்புமைகளைப் பார்க்க முடிகிறதா? பிரிட்டீஷ் அரசு வெளிப்படையாக ஒப்புக்கொள்ளவில்லை என்றாலும் ஒவ்வொரு முறை அவர் உண்ணாவிரதம் இருக்கும்போதும் அவர்களுக்குத் தங்களது அரசியல் அதிகாரம் பற்றிய பதற்றம் உருவானது; ஏனென்றால் அவர் முன்னணி தேசியத் தலைவராக இருந்தார். மகாத்மா என்ற பட்டம் மக்களிடம் அவருக்கு இருந்த தார்மிக அதிகாரத்தை அறியத்தருவதாக இருந்தது. அவரது உண்ணாவிரதம் அநீதிக்கு எதிரான எதிர்ப்பாக மட்டுமின்றி அவர் உயிர் இழக்க நேரிட்டால் விளைவு மோசமாக இருக்கும் என்ற அச்சுறுத்தலையும் கொண்டிருந்தது. இது நன்றாகப் புரிந்துகொள்ளப்பட்டிருந்தது. காந்தியின் அகிம்சை வழியிலான எதிர்ப்பு, தேசிய விடுதலை இயக்கத்தின் ஒரு பாகமாக உண்ணாவிரதத்தை அறிமுகம் செய்துவைத்தது. அகிம்சை முறையை எல்லா சந்தர்ப்பங்களிலும் கடைபிடிக்க முடியாதது ஒரு முக்கியப் பிரச்சினையாக ஆனது.

9

பொதுமக்களிடமிருந்து சத்தியாக்கிரகத்துக்குக் கிடைத்த வரவேற்பு நம் சமூகத்தில் ஆழப்பதிந்துள்ள எதிர்ப்பு வடிவங்களின் மரபிலிருந்து வந்ததா?

இந்தச் செயல்பாட்டின் உள்ளார்ந்த அர்த்தங்களை இனி பார்ப்போம். துறவு மரபின் மையமாக, சில பக்தி சந்த்களின் போதனைகளின் மையமாகவும்கூட, பல தரத்திலான எதிர்ப்பு இருந்துவந்தது. காந்தியின் சத்தியாக்கிரகத்திற்கு மக்கள் அளித்த ஆதரவு இந்த மரபிலிருந்து பிரக்ஞைபூர்வமாகவோ அல்லது உள்மனத்தின் தூண்டுதலினாலோ பெற்றதா? காந்தி கட்டமைத்த சத்தியாக்கிரகம் என்ற கருத்தாக்கத்தின் பாரம்பரியம் குறித்து எனக்குக் குறைவான ஈடுபாடே உள்ளது என்பதையும் இந்திய மக்களிடம் ஏன் அது நேர்மறை யான வரவேற்பைப் பெற்றது என்பதில்தான் நான் அதிக அக்கறை செலுத்துகிறேன் என்பதையும் இங்கு மீண்டும் கூறிக்கொள்ள விரும்புகிறேன். எனது வாதத்தின் மையம், துறவுத் தத்துவத்திலிருந்த சமூக விழுமியங்கள்மீதான அக்கறையிலும் சந்த்களின் சமூக நீதிக்கான தேடலிலும் வெளிப்பட்ட எதிர்ப்பின் இழை மக்களைச் சத்தியாக்கிரகத்திற்கு வரவேற்பளிக்க ஊக்குவித்திருக்கலாம் என்பதுதான்.

சிரமணத்துறவின் சாராம்சத்தையும், பின்னால் வந்த பக்தி, சூஃபி மரபின் வழியிலான தனித்தன்மைகொண்ட தனிமனிதர்மீதான நம்பிக்கையையும் காந்தியின் சத்தியாக்கிரகம் இந்திய மக்களிடம் ஏற்படுத்திய எதிரொலியோடு இணைத்துப் பார்க்க முடியுமா?

உத்தரப் பிரதேசத்திலும்(ஐக்கிய மாகாணம் என்று இது முன்பு அழைக்கப்பட்டது) பிகாரிலும் 20ஆம் நூற்றாண்டின் முதல்பாதியில் நடந்த விவசாய இயங்கங்களில் பங்கெடுத்தவர்களில், மிக முக்கியமான தலைவர்களோடு, அவத்தின் பாபா ராமச்சந்தரும் சகஜானந்த சரஸ்வதியும் – ஒருவர் சன்னியாசி என்றும் மற்றவர் சாது என்றும் பரவலாக அறியப்பட்டவர்கள் – இருந்தார்கள். அவர்களின் பூர்வாசிரமம் எப்படி இருந்தாலும் – அது பலவகைப்பட்டதாக இருந்தது – துறவி ஒருவர் எதிர்ப்புக் குரல் எழுப்புகிறார் என்பதாகப் பார்க்கப்படுவதில் அவர்களுக்கு ஒவ்வாமை ஒன்றும் இருக்கவில்லை. இந்தப் போராட்டத்தில் எதிர்ப்புக் குரல் என்பதற்கு மேலாகவும் விஷயம் இருந்தது. ஏனென்றால் இந்தப் போராட்டம் ஜமீன்தார்களும் நிர்வாகமும் விவசாயிகள்மீது விதித்த வரிகளுக்கும் திறைகளுக்கும் எதிரான போராட்டம். வரலாற்றாசிரியர்கள் இந்த இயக்கங்கள் பற்றி விரிவாக எடுத்துரைத்திருக்கிறார்கள்; விவாதித்தும் இருக்கிறார்கள். அவர்கள் எழுத்துகளை அடிப்படையாகக் கொண்டு இங்கு பேசுகிறேன்.

எடுத்துக்காட்டாக, 1921இல் உத்தரப்பிரதேசத்தின் கோரக்பூர் பகுதியில் விவசாயிகளின் பிரம்மாண்டமான ஊர்வலங்கள் நடந்தன. காந்தியின் கூற்றும் செயல்பாடுகளும்தான் அவர்கள் பேச்சுகளின் மையமாக இருந்தன. இந்தப் பேச்சுகளை பிரிட்டீஷ் நிர்வாகம் குறிப்பெடுத்துப் பதிவுசெய்துள்ளது; இந்தக் குறிப்புகள் காந்தியை மக்கள் எவ்வாறு பார்த்தார்கள் என்பதற்கு அத்தாட்சிகளாக இன்று பயன்படுத்தப்படுகின்றன. அனைவரின் நன்மைக்காகக் காந்தி சந்நியாச விரதம் எடுத்திருப்பதாகப் பேசிக்கொண்டார்களாம்; பக்தி மரபில் குறிப்பிடப்படுவதுபோல, அவரைச் சில நேரம் குரு காந்தி என்று குறிப்பிட்டார்கள். அவருக்கு இருப்பதாகச் சொல்லப்பட்ட குணநலன்கள் பலவும் சாதுக்களின் குணநலன்களாகக் கொள்ளப்படுபவை. அவர் அற்புதங்கள் செய்ய வல்லவர் என்று நம்பினார்கள் – இதுவும் 'சாமியார்'களோடு இணைத்துப் பேசப்படும் ஒன்று. இதில் சுவாரஸ்யம் என்னவென்றால், அற்புதங்களை நிகழ்த்துபவரை உயர்குடியில் பிறந்தவராகவோ அல்லது பிராமணராகவோ(இந்தப் பிரிவுகளைச் சேர்ந்த சிலர் விவசாயத் தலைவர்களாக இருந்தார்கள் என்றாலும்) பார்க்கவில்லை, மாறாக 'தங்களில் ஒருவரா'கத் துவங்கிப் பின்னர்

மகாத்மாவாக உயர்ந்தவராகப் பார்த்தார்கள் என்பதுதான். பிராமணர்கள் சடங்குகளை நிகழ்த்திவைத்தார்களே தவிர அற்புதங்களை நிகழ்த்தவில்லை. ஆனால், காந்திக்கு இருப்பதாகக் கருதப்பட்ட அற்புதச் சக்திகள் துறவிகளோடும் முனிவர்களோடும் இணைத்துப் பேசப்படும் சக்திகளைப் போன்றவை. அற்புதங் களுக்கு அடிப்படையான மனவிருப்பங்கள் (fantasies) எல்லாச் சமயங்களுக்கும் பொதுவானவை. காந்தி பிரிட்டீஷ் அரசாங்கத்திடம் பேசி விவசாயிகள் செலுத்த வேண்டிய வரிகளையும் திறைகளையும் குறைத்துவாங்கித் தந்துவிடுவார் என்ற அவர்களின் நம்பிக்கை, அற்புதங்களில் அவர்களுக்கு இருந்த நம்பிக்கைக்குச் சற்றும்குறைந்ததல்ல.

எவர்களுடைய புத்தகங்களைப் படித்து சத்தியாக்கிரகம் என்ற கருத்தாக்கத்தை உருவாக்கினேன் என்று காந்தி எழுதி யிருப்பது பற்றி நிறைய பேசப்பட்டிருக்கிறது; குறிப்பாக, தல்ஸ்தோய், தோரோ, ரஸ்கின் இவர்களைப் பற்றி. சமண சமயம் பற்றி ராய்சந்திர பாயோடு அவர் விரிவாகப் பேசியிருக்கிறார். இதைப் போலவே தனது தாயிடமும் குஜராத்தைச் சேர்ந்த பிறரிடமும் பேசியிருக்கிறார் – அன்றைய குஜராத் சமணச் சாய்வுகொண்டதாக இருந்தது. பக்தி சந்த்கள் பலரது நூல்களை யும் படித்திருக்கிறார்; அதிலும் குறிப்பாகப் பதினைந்தாம் நூற்றாண்டில் குஜராத்தில் வாழ்ந்த நரசிங்க மேத்தாவை. இந்தக் குறிப்பிட்ட வடிவம் பொதுமக்களின் ஆதரவை எப்படிப் பெற்றது என்பதைப் புரிந்துகொள்ள முயல்கிறேன்.

இந்து சமயத்தோடு தொடர்புடைய நூல்களை காந்தி வாசித்த விதமே முற்றிலும் வேறானது; எடுத்துக்காட்டாக, கீதையை அவர் வாசித்த விதமும் பிரம்மச்சரியத்தின் மீதான அவரது கவர்ச்சியும். கடந்த காலங்களில் நிலவியிருந்த மாற்றுக் கலாச்சார நடைமுறைகள், முன்பு செழித்து வளர்ந்த மரபின் பகுதியான சிந்தனைகளால் விளைந்தது என்று மக்கள் கருதிய ஒரு வழிமுறையைக் கண்டறிய அவரை உந்தினவா? அவர்மீதும் மக்கள்மீதும் இந்த மரபு வைத்துள்ள முத்திரை நாம் அறிந்ததினும் சற்று குறைவாகவே வெளியில் தெரிகிறது. சத்தியாக்கிரகத்தின் வடிவமும் அதன் நியாயத்தன்மையும் எதிர்ப்பை வெளிப் படுத்தும் ஒரு வலுவான மரபைச் சென்றடைந்தனவா? அவர் பிரம்மச்சரியத்தை ஒரு லட்சியமாகக் கடைபிடித்தார் என்று சிலர் வாதிடுகிறார்கள். ஆனால் பிரம்மச்சரியம் எதிர்ப்பிலிருந்தோ கருத்து முரணிலிருந்தோ பிறந்ததல்ல. சம்பிரதாயவாதிகளால் ஏற்றுக்கொள்ளப்பட்ட வாழ்க்கைமுறை அது; துறவைப் போல அதுவும் தனிமனிதனின் சுயவெளிப்பாடு. பிறவித் தளையி லிருந்து தனிமனிதனை விடுவிப்பது என்பதில்தான் அது அதிகக்

எதிர்ப்புக் குரல்கள்

கவனம் செலுத்துகிறதேயன்றி, சமூக மதிப்பீடுகள் மீதல்ல. அது பெண்களுக்கு முக்கிய இடத்தை மறுத்தது. சத்தியாக்கிரகம் இதிலிருந்து வேறுபட்டு நின்றது; அடிப்படையில் அது ஒரு அரசியல் கூற்று. காந்தியின் சிந்தனையையும் செயல்களையும் உருவாக்கியதில் இந்திய மரபுக்குள்ள பங்கை நான் மிகைப்படுத்திக் கூறவில்லை. மாறாக, நடப்பிலிருந்த சில கலாச்சார வழிமுறைகள் அவர் கருத்துகளை உள்வயப்படுத்திக்கொள்ள மறைமுகமாக உதவியிருக்கலாம் என்றுதான் நான் கூறவருகிறேன். இதற்கும் மேலாக, காந்தியின் குரலுக்குச் செவிசாய்த்தவருக்குக் குறிப்பிட்ட சிந்தனைகளும் செயல்களும் பழங்கால மரபின் தொடர்ச்சியாக அவரிடம் வெளிப்படுவதை உணர்ந்தறிய முடிந்திருக்கிறது.

ஒரு துறவி எப்படி உருவாகிறாரோ அதற்கு இணையானதாக இருந்தது ஒரு சத்தியாக்கிரகியின் உருவாக்கமும். சத்தியாக்கிரகியாக மாறுவதற்குக் குறிப்பிட்ட காலத்திற்கான பயிற்சி அவசியமாக்கப்பட்டது; ஒரு சிலருக்கு மட்டும் இதிலிருந்து விலக்களிக்கப் பட்டிருந்தது. ஒரு சில சத்தியப் பிரமாணங்களோ- சில விதிகளின்படி நடப்போம் என்ற ஒப்புதலோ எடுத்துக் கொள்ளப்பட்டதாகக் குறிப்பிடப்பட்டுள்ளது. ஆசிரமத்தில் சற்றுக் கறாரான ஒழுங்குமுறைகள் பின்பற்றப்பட்டன. அக்காலத்தில் இளம்பெண்ணாக இருந்த மனுபென்னின் நினைவுக் குறிப்புகள் இவற்றை அறியத்தருகின்றன. சத்தியாக்கிரகம், துறவறம் மேற்கொள்ளுதல் போன்றதல்ல. என்றாலும், அதற்கே அதற்கான விதிமுறைகளும் உறவுநிலைகளும் அடையாளமும் இருந்தன. (காந்திய) போதனைகள் மக்களைக் கட்டுக்குள் கொண்டுவரும் சாயல் கொண்டிருப்பதுபோல அமைத்திட முயற்சி மேற்கொள்ளப்பட்டிருந்ததை நாம் பார்க்க முடியும்; அமைப்பாகக் கட்டியெழுப்பும் திசையை நோக்கிய பயணத்தின் முதல் எட்டாகக்கூட இது இருந்திருக்கலாம். ஒத்துழையாமை இயக்கம் தறிகெட்டு ஓடாமலிருக்கப் பின்னர் இது உதவியது.

அதிக தார்மிக வலிமை பெறுவதற்கு சத்தியாக்கிரகி பிரம்மச்சரிய விரதம் மேற்கொண்டவராக இருப்பது அவசியம் என்று கருதப்பட்டது; என்றாலும் இதற்கு அதிக அழுத்தம் கொடுக்கப்படவில்லை. (காலனிய) எதிர்ப்பு அகிம்சை வழியிலான சுதேசி இயக்கத்தையும் – அந்நியத்துணிப் புறக்கணிப்பை, குறிப்பாக பிரித்தானிய தொழிற்சாலைகளில் உருவான துணிகளை – உள்ளடக்கியதாக இருந்தது. விரிவான அக்கறைகளோடு இயங்கிய ஒத்துழையாமை இயக்கத்தின் ஒரு பகுதியாக இது இருந்தது. காதி அணிவதும் மில் துணிகளுக்கு எதிரான நிலைப்பாடும் தொழிற்சாலைகளைத் தகர்க்கச்சொல்லும் லூடைட்

இயக்கத்தின் தன்மை கொண்டவையல்ல ; மாறாக, அவை எதிர்ப்பின் மற்றொரு வடிவத்தைப் பதிவு செய்வதையும் இந்த எதிர்ப்பு ஏன் அவசியம் என்று விளக்குவதையும் குறிக்கோளாகக் கொண்டிருந்தன.

துறவின் சில அடையாளங்களும் வெளிப்பட்டன. சத்தியாக்கிரகத்தின் அடியோட்டமான ஒத்துழையாமைக்குக் குரல்கொடுத்தவரும் அதற்கு மக்களின் வரவேற்பைப் பெற்றவருமான மனிதரிடம் அறம் சார்ந்த அதிகார சக்தி – ஆத்ம சக்தி – இருந்தது. இது ஒருவிதத்தில் பல தரத்திலான துறவிகளுக்குப் பல வழிகளிலான அதிகாரம் எதனால் கிடைத்ததோ அதை எதிரொலித்தது. காந்திக்கு அளிக்கப்பட்ட மகாத்மா என்ற பட்டம் – காந்தி இந்த பட்டத்தை ஒதுக்கித்தள்ளவில்லை என்பது சுவாரஸ்யமானது – ஓரளவு அவரது இந்த அறம் சார்ந்த அதிகாரத்துக்குக் கிடைத்த அங்கீகாரம். இத்தகைய அதிகாரத்துக்குப் பதவியோ அதிகார அந்தஸ்தோ தேவையில்லை. அதன் வலிமை, சமுதாயத்திற்குச் சமூக விழுமியங்கள் தேவை என்பதை அங்கீகரித்த அதன் போதனையில் அடங்கியிருந்தது. அதன் சக்தியானது எவரது (அறம் சார்ந்த) அதிகாரத்தை மக்கள் ஏற்றுக்கொண்டார்களோ அவர்களிடம் இருந்தது.

வன்முறையை விலக்குவது, சிரமண சமயங்களைப் போலவே, சத்தியாக்கிரகத்திற்கும் அடிப்படையான தேவையாக இருந்தது. வன்முறையைப் பயன்படுத்துவதோ வன்முறையைச் சிறிதேனும் சார்ந்திருப்பதோ தார்மிக அதிகாரத்தை அழித்துவிடும். அகிம்சை, காலனிய அதிகாரத்தின் எதிர்ப்பையும், அது காலனிய எதிர்ப்புத் தேசியப் போராட்ட வீரர்கள்மீது தொடர்ந்து நிகழ்த்திவந்த வன்முறையையும் எதிர்கொண்டுவந்தது. 'இன்குலாப் ஜிந்தாபாத்', 'ஆசாதி' என்று முழக்கமிட்டவர்கள் தடியடிக்கு உள்ளானார்கள், கைது செய்து சிறையிலடைக்கப் பட்டார்கள். வன்முறையும் அதிகாரத்தைப் பிரயோகிப்பதும் பல தளங்களில் பல சந்தர்ப்பங்களில் ஒன்றோடொன்று பின்னிப் பிணைந்திருந்தன. இது வன்முறையை அரசியல் செயல்பாடாக ஆக்கியது. அங்கீகரிக்கப்பட்ட வன்முறை என்பது அரசியல் தளத்தில் அடிக்கடி சொல்லப்படுவது. இதை அவசரகால அல்லது தவிர்க்க முடியாத வன்முறை என்று கூறலாம்; எடுத்துக்காட்டாகக் கீதையில் தீமையை அழிப்பதற்காக வன்முறை அனுமதிக்கப்படுகிறது. அரசியல் படுகொலையிலிருந்து போர்கள் வரையிலும் இது காரணமாகிறது. அரசர்களும் தளபதிகளும் படைவீரர்களும், அவர்கள் பௌத்தர்களாகவோ சமணர்களாகவோ இருந்தாலும், எதிரியை வன்முறையால்

அழிக்க மாட்டோம் என்ற சத்தியப் பிரமாணத்தை எடுத்துக் கொண்டதில்லை.

அகிம்சை, சத்தியம் இவற்றில் கொண்டிருந்த உறுதி, சகிப்புத்தன்மை என்ற கருத்துக்கு அழுத்தம் தந்தது. சகிப்புத் தன்மைக்கான தேவை பற்றி மன்னர்கள் காலங்காலமாகத் தொடர்ந்து சொல்லிவந்திருப்பது, சகிப்புத்தன்மை இயல்பாகவே இருக்கக்கூடியது என்றோ அது எங்கும் நிறைந்திருந்தது என்றோ எடுத்துக்கொள்ள முடியாது என்பதை நமக்கு உணர்த்துகிறது. அதிகார ஆசைகொண்டிருப்போரிடம் இது அடிக்கடி காணாமல்போய் விடுகிறது. சகிப்புத்தன்மை நிலவியிருக்குமானால், அதன் தேவை பற்றி மீண்டும் மீண்டும் கோரிக்கை விடுக்க வேண்டி வந்திருந்திருக்காது. காந்தி அடிக்கடி சொல்லிவந்த மற்றொரு விஷயமான நிஷ்காம கர்மம் என்பதும் அகிம்சைக்குத் தொடர்பற்றதல்ல. நிஷ்காம கர்மம் என்பதற்கு சுயபலனை எதிர்பார்க்காமல் செய்யப்படும் செயல் என்பதுதான் வழக்கமாக அளிக்கப்படும் விளக்கம். இதை இலக்கு, வழிமுறை தொடர்பான அறவியலுக்கும், ஒருவர் தனது செயல்கள் அனைத்திற்கும் தானே பொறுப்பேற்றல் என்பதற்கும் விரிவுபடுத்த முடியுமானால் அகிம்சைக்கும் அதற்குமுள்ள தொடர்பு அதிகப் பொருத்தம் பெறும்.

துறவியர் பிரிவுகள் அதிகமும் நடப்பிலுள்ள அமைப்பைத் தூக்கி எறிவதில் ஆர்வம் கொண்டிருக்கவில்லை; ஒரு சிறந்த மாற்று அமைப்பை உருவாக்குவதில்தான் – அவற்றின் ஆரம்பகாலக் கட்டத்திலேனும் – ஆர்வம் காட்டின. தாங்கள் விரும்பும் சமூகம் எவ்வாறு இருக்க வேண்டும் என்பது குறித்த கருத்துருக் களை அவை கொண்டிருந்தன; யதார்த்தத்தை மீள்வரையறை செய்வதின் மூலம் அதை அடையலாம் என்றும் கற்பனை செய்துவைத்திருந்தன. அவை நிகழ்காலத்தை அறிந்திருந்தன; எதிர்காலம் குறித்த எண்ணங்களையும் கொண்டிருந்தன. அத்துறவியர் மகத்தான தரிசனத்தைக் கொண்டிருந்தார்கள். அந்தத் தரிசனம் அவர்களது சித்தாந்தத்துக்கு ஈர்ப்பை அளித்தது. பக்தி சந்த் ரவிதாஸ் நமக்கு நினைவுக்கு வருகிறார்; எல்லோரும் சமத்துவமாக வாழும் சமூகமொன்றை அவர் கற்பனை செய்திருந்தார்; துயரத்தின் முதன்மைக் காரணமாக இருக்கும் சமூக ஏற்றத்தாழ்வு இதனால் நீங்கும் என்பது அவரது எண்ணமாக இருந்தது.

எல்லாச் சமயங்களும் சமமாக மதிக்கப்பட வேண்டியவை. சத்தியாக்கிரகத்துக்கு மிக அடிப்படையான சம உரிமை என்பதை இது ஆதரிப்பதைப் புரிந்துகொள்ளலாம். சத்தியாக்கிரகத்துக்கு அதற்கென்ற ஓர் ஒற்றைச் சமய அடையாளமில்லை, அதைத்

தன் நடைமுறையின் பாகமாகக் கொண்டிருக்கும் ஒரு சமயத்திற்குச் சற்று அதிகமான இடம் அதிலிருக்கிறது என்றாலும். சத்தியாக்கிரகத்திலும் ஒரு சட்டம் அதிகமான துயரத்தைக் கொண்டுவருமானால் அதை மீறுவதற்குத் தார்மிக உரிமை இருந்தது. ஆனால் இதைத் தீர்மானிப்பது யார்? காந்தி அவர் மகாத்மா என்றழைக்கப்பட்ட வலுவில் இந்தத் தீர்மானிக்கும் உரிமையை எடுத்துக்கொண்டாரா? கீதை கூறும் அவசரகால அல்லது தவிர்க்க முடியாத வன்முறை – தீமையை அழிப்பதற்காக மேற்கொள்ளப்படும் வன்முறை – என்பதை ஏற்றுக்கொண்டால் சிக்கல் மேலும் கூர்மைப்படுகிறது. என்றாலும் சத்தியாக்கிரகியானவர் எதிர்தரப்பாரை அகிம்சை வழிகளாலேயே தனது கருத்தை ஏற்றுக்கொள்ள வலியுறுத்த வேண்டும்; இலக்கும் வழிமுறையும் ஒன்றுக்கொன்று முரண்படாத ஒரு முறையின் மூலமாக.

வன்முறை, புரியவைத்து இணங்கச்செய்வதில்லை; அதற்குப் பதிலாக அச்சுறுத்தலையும் மிரட்டலையும் கைக்கொள்கிறது. இந்தச் செயலில் வன்முறையானது அதிகாரத்தைக் கையிலெடுத் திருப்பவரின் மனிதத்தன்மையை, வருந்தத்தக்க வகையில் அற்றுப்போகச் செய்கிறது. வன்முறை மீதான அச்சம் அதற்கு உள்ளாவோரை மனிதத்தன்மை அற்றுபோனதை ஏற்றுக் கொள்ளத் தூண்டுகிறது. இந்த மனிதத்தன்மை மறுப்பு பலவேளைகளிலும் அடியாழத்தில் இருக்கிறது; இது பேசப் படுவதில்லை. ஆனால் மனிதத்தன்மை என்பது அதிகாரத்தைச் சமநிலைப்படுத்தும் உறவுகள் எல்லாவற்றிலும் ஒரு அறவியல் தேவையாக இருக்க வேண்டியது மிக முக்கியம். அதை மறுப்பதானது அதிகாரம் உடையவர்கள் அவர்களால் கீழ்ப்படுத்தப்பட்டோரை இகழ்ச்சியோடு பார்க்கவைக்கிறது. காந்தியின் தலைமுறையைச் சேர்ந்தவர்களும் அதற்கு அடுத்த தலைமுறையினரும் தங்களை அடக்கியாண்டவர்களைக் 'கறையான்கள்' என்று சொல்லியிருப்பார்களா?

சத்தியாக்கிரகத்தைப் பரந்த சமூகத் தளத்தில் பின்பற்றத் துவங்கியபோது மிகச் சிக்கலான ஒரு பிரச்சினை எழுந்தது. அனைத்துச் சாதிகளுக்கிடையேயான – ஒதுக்கிவைக்கப்பட்ட சாதிகள் உட்பட – சமத்துவம் என்பது இதற்குத் தேவையாயிருந்தது. சில எதிர்ப்புப் பிரிவுகள் கொண்டிருந்த சாதிச் சமத்துவம், சமுதாயத்தின் வர்ண, அவர்ண பிரிவினருக்கும் பொருந்துமா அல்லது வர்ணப் பிரிவினருக்கு மட்டும்தானா? சாதியப் படிநிலையை நடைமுறையில் எவ்வாறு கையாளவேண்டும்? காந்தி இந்தப் பிரச்சினையின் தாக்கங்களை உணர்ந்திருந்தார். ஆனால் தீர்வு மட்டும் எட்டாக்கனியாகவே இருந்தது. இது

இந்தப் பிறவி மட்டுமே சம்பந்தப்பட்ட பிரச்சினை அல்ல, மறுபிறப்பில் நம்பிக்கை கொண்டோருக்கு – அவ்வாறு பலர் இருந்தனர் – இனி வரும் பிறவியிலும் தொடர்வது. முந்தைய பிறவியில் நாம் செய்திருந்த செயல்கள்தான் இந்தப் பிறவியில் நாம் யாராகப் பிறந்திருக்கிறோம் என்பதைத் தீர்மானித்ததாகப் பலர் எண்ணினர். ஆனால் செயல்கள் சாதியை வைத்தும் தர்ம சாஸ்திர விதிகளின் அடிப்படையிலும் மதிப்பிடப்படுமானால், சாதியப் படிநிலையை இல்லாமல் ஆக்க இந்த விதிகள் எல்லாம் தயக்கமின்றி ஒதுக்கித்தள்ளப்பட வேண்டும். ஆனால், சிலரே இப்படி வாதிட முன்வந்தார்கள்.

சிரமணப் பிரிவுகள் தங்கள் துறவு மடங்களில் சாதி விதிகள் கடைப்பிடிக்கப்படுவதில்லை என்று சொல்லிக் கொண்டன. பரந்துபட்ட ரீதியில் பக்தி சந்த்களில் சிலர்தான் – குறிப்பாகத் தாழ்ந்த சாதியிலிருந்து வந்தவர்கள் – சாதியை எதிர்த்தார்கள். காந்தியைப் பொறுத்தவரையில், அவர்ண சாதியினர் செய்யப் பணிக்கப்பட்ட இழிவான தொழில்களை வர்ண சாதியினர் செய்யத் துவங்கினால் அந்தத் தொழில்களோடு தொடர்புடைய இழுக்கு போய்விடும். ஆனால் சாதியை இப்போது இதைத் தவிரப் பல விஷயங்கள் ஊடுருவிவிட்டன; எனவே, இழிந்த தொழிலை முன்வந்து செய்வது மட்டுமே போதாது. துறவியரைப் போலல்லாமல் சத்தியாக்கிரகி தனது சாதி அடையாளத்தை அழித்துக்கொள்ளும்படி கேட்டுக்கொள்ளப்படவில்லை.

சட்ட மறுப்பு இயக்கத்திற்கு அறைகூவல் விடுக்கப்பட்ட போது மிக அதிக எண்ணிக்கையில் மக்கள் ஆதரவு அளித்தார்கள்; இதிலிருந்து சத்தியாக்கிரகம் மக்களைக் கவர்வதாக இருந்தது தெளிவு. இந்த எதிர்ப்பு வடிவத்தை உருவாக்க எது காரணமாக இருந்தது என்பதைக் கேட்டாக வேண்டும். அநீதி இழைக்கப்படும்போதெல்லாம் விடாது வெளிப்படும் எதிர்ப்புக் குரலின் எதிரொலியாக இது இருந்திருக்கக்கூடுமா? இது தேசிய உணர்வைத் தூண்டிவிட்டது; அதே நேரம் போராட்ட வடிவத்தை எடுத்தபோது இந்த உணர்வு வன்முறையான புரட்சியாக மாறிவிடாமல் திசைமாற்றியும் விட்டது. இது இம்மாதிரியான எதிர்ப்பின் உண்மைக் குணம். கடந்த காலங்களிலும் இதுபோன்ற இயக்கங்கள் வன்முறையான புரட்சியாக மாறிவிடாமல் நடத்திச் செல்லப்பட்டன. எதிரெதிரான கருத்து விளக்கங்கள் புதிய புதியப் பிரிவுகளை உருவாக்கி அவற்றை அருகருகே வைக்கும் செயலே தொடர்ந்து நிகழ்ந்ததால், பிரிவுகளுக்கு இடையேயான பிணக்கு என்பதாகவே இந்த முரண்கள் உருப்பெற வாய்ப்பிருந்ததே தவிர, சம்பிரதாயமான

சமயங்களுக்கிடையே பெரிய அளவிலான வன்முறை நிகழ்வதற்கு வாய்ப்பில்லாமல் இருந்தது என்று வாதிட முடியுமா?

காலனியப் பின்னணியில், சத்தியாக்கிரகமானது எதிர்ப்பாளர்களுக்கும் எதிர்ப்பின் காரணத்திற்கும் – அது உப்பு எடுப்பதோ அல்லது அன்னியத்துணி புறக்கணிப்போ அல்லது மக்களின் விடுதலையோ எதுவானாலும் – பளிச்சென்ற தனித்த வெளிச்சத்தைக் கொடுத்தது. எதிர்ப்பாளர்கள் விரும்பியது இதைத்தான்; அதிகாரத்தில் இருந்தோர் விரும்பாததும் இதைத்தான். சட்ட மறுப்புக்கு வலுவே இந்த வெளிச்சத்திலிருந்துதான் கிடைத்தது. இதுபோன்ற எதிர்ப்பு, காலனித்துவத்துக்கு உள்ளானோர் காலனிய அதிகாரத்துக்கு எதிராகத் தங்களின் தார்மிக அதிகாரத்தை முன்னிறுத்தித் தங்களுக்கான மதிப்பைப் பெறுவதற்கு அழுத்தம் அளித்தது. இது காலனியர் இதுவரை பெற்றிராத அனுபவம்.

காந்தி வாசித்த நூல்களின் பட்டியலில் சிரமண நூல்கள் எவையும் குறிப்பிடும்படியாக இல்லை என்பதை ஏற்றுக்கொண்டுதான் ஆக வேண்டும். பகவத் கீதையை வாசிப்பதில் அவர் காட்டிய தீவிரத்தோடு ஒப்பிடும்போது சிரமண நூல்களில் அவருக்கு இருந்த ஆர்வம் பொதுவாக மிகவும் குறைவே. என்றாலும், வன்முறை வழியிலான போராட்டத்தைக் காட்டிலும் சத்தியாக்கிரகமே எதிர்ப்பை நல்ல விதத்தில் உள்ளடக்கியிருக்கும் என்ற அவரது முடிவில் சிரமண சமயக் கருத்துகளின் சாயல் – ஓசையின்றி – இருப்பதை அறிய முடியும். இருபதாம் நூற்றாண்டின் முதல் பாதியில் இந்தியாவின் சிந்தனை, சமூகம், அரசியல் இவற்றின் சிக்கலான தன்மையை வைத்துப் பார்க்கும்போது, அன்றைய களத்தில் முதன்மை ஆட்டக்காரராக இருந்தவர், இந்தியாவின் கடந்த காலத்தைச் சேர்ந்த சில எதிர்ப்பு வடிவங்களின் உண்மைத்தன்மையை எடுத்துக்கொண்டு, புதியதொரு வடிவத்தைக் கிட்டத்தட்ட உள்ளுணர்வின் வழியே மீட்டுருவாக்கம் செய்ய அதைப் பயன்படுத்தினார் என்று தோன்றுகிறது. இதற்கு மக்களிடமிருந்து கிடைத்த ஒப்புதல் அற்புதமானதாக இருந்தது.

கீதையின்மீது காந்தி கொண்டிருந்த பற்று அகிம்சையை வலியுறுத்தும் சத்தியாக்கிரகத்தோடு முரண்படவில்லையா என்று கேட்கலாம். குஜராத்தி மொழியிலுள்ள கீதை மொழிபெயர்ப்பைத் தவிர அவர் முதன்முதலில் வாசித்த கீதை மொழிபெயர்ப்பு எட்வின் ஆர்னால்டின் (Edwin Arnold) ஆங்கில மொழிபெயர்ப்பில் 1885இல் வெளியான The Song Celestial என்ற நூல். அக்காலத்தில் அதிகமாகப் படிக்கப்பட்ட நூல்

இது. பைபிள், குரானைப் போல இந்து சமயத்தின் ஒரே புனித நூலாகக் கருதுவதற்கான வலுவைக் கீதை கொண்டிருக்கிறதா என்பது அன்று நிகழ்ந்த விவாதங்களின் பகுதியாக இருந்தது.

கீதையும் அதனோடு பின்னர் சேர்க்கப்பட்ட சில பகுதிகளும் வரலாற்று ரீதியாக ஆராயப்பட்டிருக்கின்றன. இவை கிறிஸ்து ஆண்டின் துவக்கத்தை ஒட்டி எழுதப்பட்டிருக்கலாம் என்று எண்ணப்படுகிறது. அதைத் தொடர்ந்த நூற்றாண்டுகளில் அந்த நூல்மீது பாஷ்யங்கள் வந்தவண்ணமிருந்தன. பத்தொன்பதாம் நூற்றாண்டில்தான் அந்நூல் அதற்குரியதைக் காட்டிலும் அதிகமான முக்கியத்துவத்துடன் மீண்டும் தலைதூக்கி, கீழைநாட்டு மெய்யறிவைத் தேடி எழுந்துகொண்டிருந்த கீழைத்தேயவியலின் அலையில் பயணப்பட்டது. பிரம்மஞான சபையினர் அதை முதன்மை நூலாகக் கொண்டு எல்லாத் திசைகளுக்கும் எடுத்துச் சென்றார்கள். சிலர் இதை ஒரு உருவகமாகக் கண்டார்கள்; இந்தப் பார்வை அதன் வரலாற்றுத்தன்மை குறித்த கேள்விகளை தவிர்த்தது. டபிள்யூ. பி.யேட்ஸ், டி.எஸ். எலியட், கிறிஸ்டோபர் ஈஷர்வுட் போன்றோரும் இந்நூலின் கருத்துகளோடு கொஞ்சம் ஆசை உறவாடினார்கள்.

அரவிந்தர், திலகர் போன்ற பல தேசியவாதிகள் இதைத் தன்வயப்படுத்திக்கொண்டார்கள்; நேர்மையான கோரிக்கைகளுக்காகவும் நீதிக்காகவும் போராடுவோர் தங்களின் அரசியல் செயல்பாட்டில் வன்முறையைக் கடைபிடிப்பதற்கு ஆதரவாக இதைப் பயன்படுத்த முடியும் என்பதால் இருந்திருக்க லாம். காலனிய ஆட்சி தீமையானதென்றால் அதற்கு எதிரான வன்முறையும் நியாயமானதே. காலனியத்துக்கு எதிரான தேசியம் என்பதே காலனிய அரசாங்கத்தின்மீதான எதிர்ப்பின் ஒரு வடிவம்தான். கீதை தனிமனிதனின் மோட்சம், பல்வேறு விதமான பிரச்சினைகளை எதிர்கொள்ள நேரிடும் ஒருவரின் மனப் போரட்டங்கள் இவற்றில்தான் கவனம் செலுத்துகிறது. சமுதாய நிலையிலுள்ள பிரச்சினைகளைத் தீர்ப்பது அதன் முதன்மை நோக்கல்ல. அது ஒரு மாற்றுச் சமுதாயத்திற்கான ஆதர்சத்தைத் தரவுமில்லை.

வன்முறை, அரசியல் செயல்பாடுகள் இவை தொடர்பான கேள்விகளுக்குக் கீதையிலிருந்தே பலவற்றை எடுத்தாண்டிருப்பது ஆச்சரியம் தருவதாக இருக்கலாம். சிலர் கூறியிருப்பதைப் போல, இதற்கு உண்மையிலேயே மிகப் பொருத்தமான பனுவல் என்றால் மகாபாரதத்தின் பன்னிரண்டாவது பருவமான சாந்தி பருவம்தான். அதுதான் இந்த விஷயத்தைத் தெளிவாகச் சொல்கிறது. அந்த இதிகாசத்தின் இந்தப் பகுதி பின்னால்

நுழைக்கப்பட்டதாகக் கொள்ளப்படுகிறது; இதன் காலம் மௌரியர் காலத்துக்குப் பின்னான காலகட்டம் என்று பொதுவாகக் கணிக்கப்பட்டுள்ளது. இந்தப் பகுதி சொல்லும் கதை இதுதான்: குருஷேத்திரப் போருக்குப் பிறகு, யுதிஷ்டிரன் பட்டத்துக்கு வருவான் என்று எதிர்பார்க்கப்படுகிறது; வானப்பிரஸ்தம் போக விரும்புவதாகச் சொல்லி அவன் முதலில் ஏற்க மறுக்கிறான். இந்த அரச பதவி மறுப்புக்கான காரணம், அரசன் என்பவன் பலதரப்பட்ட வன்முறையிலும் உயிர்க்கொலையிலும் ஈடுபட வேண்டும் என்பதுதான் – வேட்டை முதல் முடிவேயில்லாத படையெடுப்புகள்வரை. அவன் இவற்றை வெறுத்தான்.

பிறரைக் கொல்வது சத்திரியக் கடமைக்குப் புறம்பானதல்ல என்பதால் போர் என்பது அவனது தர்மமே என்ற கூற்றை யுதிஷ்டிரன் கேள்விக்குட்படுத்துகிறான். போர்க்களத்தில் அம்புப்படுக்கையில் படுத்திருக்கும் அவரது பாட்டனாரான பீஷ்மர், ஒரு அரசன் தன் நாட்டைப் பிறரிடமிருந்து காக்க வேண்டுமானால் இதுபோன்ற கொலைகளைச் செய்யத்தான் வேண்டும் என்று நியாயப்படுத்திப் பேசுகிறார். இந்த உரையாடல் எதிர்ப்பு எப்படி விவாதங்களின் வழியே வெளிக் கிளம்புகிறது என்பதற்குச் சிறந்த எடுத்துக்காட்டு. இறுதியில் யுதிஷ்டிரன் அரசனாக ஒத்துக்கொள்கிறான் – கனத்த இதயத்தோடுதான் என்று சந்தேகிப்பதில் தவறில்லை.

அகிம்சை விதிவிலக்கு இல்லாமல் எல்லா சந்தர்ப்பங்களிலும் கடைபிடிக்க வேண்டியது என்று எண்ணுவோர், கீதையில் சொல்வதைப்போல அகிம்சை இடம், சந்தர்ப்பம் சார்ந்து கடைபிடிக்க வேண்டியதே என்று எண்ணுவோரிடமிருந்து இயல்பாகவே வேறுபடுவார்கள். யுதிஷ்டிரனுக்கு வன்முறைமீது ஒழுக்கநெறி, அறம் சார்ந்து மறுப்பு இருந்தது. இந்த விவாதம் வன்முறை குறித்து அந்தக் காலகட்டத்தில் நடந்த கருத்துப் பரிமாற்றங்களைப் பிரதிபலிப்பதாக இருக்கலாம்; பல அறிஞர்கள் சொல்லிருப்பதுபோல, அகிம்சை என்பது தம்மத்தின் முக்கியப் பகுதியே என்பதற்கு ஆதரவாக அசோகச் சக்கரவர்த்தி கொண்டிருந்த கருத்துகளால் இந்தக் கருத்துப் பரிமாற்றங்கள் உரம்பெற்றிருக்கலாம். (பார்க்க: *J.L.Fitzgerald and N.Sutton in Readings Section 9*). இந்த உரையாடலின் மையமாக அகிம்சை இருந்தது – அதன் வீச்சை மட்டுப்படுத்தும் கட்டுப்பாடுகளோடேதான் என்றாலும் – என்பது அன்று சிரமணர்கள் நடத்திக்கொண்டிருந்த விவாதத்திற்குக் கிடைத்த பலன் என்று கொள்ளலாமா? நேருவைப் போலன்றி, புத்தர்மீதும் பௌத்தத்தின்மீதும் காந்திக்கு இருந்த ஆர்வம் ஒப்பீட்டளவில் குறைவே. வரலாற்றைக் காலவரிசைப்படி படிப்பதிலும் அவருக்குப் பெரிய ஈடுபாடு இருக்கவில்லை.

வரலாறு அவரை, நேருவைப் போல, அறிவுரீதியாகத் தூண்டிய ஒரு விஷயமல்ல.

நமது கடந்த காலத்தில் வன்முறையானதும் சகிப்புத் தன்மையற்றதுமான நிகழ்வுகள் நடைபெற்றன என்பதை மறுப்பதற்கில்லை; அகிம்சை வழியிலான ஏற்றுக்கொள்ளப்பட்ட எதிர்ப்பு மரபுகள் இருந்தன என்பதையும் மறுப்பதற்கில்லை. பின்னதன் வடிவம் சமுதாய மாற்றத்திற்கு இசைந்தாற்போல் மாற்றம் பெற்றது. இந்த வடிவங்களை அறிந்து, அவை எப்போது எவ்வாறு பயன்படுத்தப்பட்டது என்பதையும் தெரிந்துகொள்ள வேண்டும். காந்தி, அவருக்கு முன் இருந்தோர் செய்ததைப் போல, புதிய எதிர்ப்பு வடிவம் ஒன்றை உருவாக்கினார். சமயக் கருத்துகளும் அவற்றின் அர்த்தங்களும் அரசியல்ரீதியான அணிதிரட்டலின் முகமைகளாக *(agencies)* ஆகும்போது அவற்றின் அடிப்படை நோக்கம் மாறுகிறது என்று சொல்வதைப் போல அரசியல் வன்முறைகள் பற்றிய யுதிஷ்டிரனின் கூற்றுகள் அமைந்துள்ளன. அரசியலே சிந்தனைகளையும் செயல்களையும் தீர்மானிக்கிறது. எதிர்ப்பைத் தெரிவிக்கவும், கருத்து வேறுபாடு கொண்டிருக்கவும், விவாதிக்கவுமான உரிமை பலவிதங்களில் தொடர்ந்து வெளிப்படுவதைப் பார்க்க முடியும். சத்தியாக்கிரகம் சமீப காலத்திய மிகப் பலனுள்ள வடிவமாக இருந்துவருகிறது.

முடிவாக . . .

கடந்த காலத்தின் எதிர்ப்புக் குரல்களை நினைவுபடுத்திக்கொண்டு அவை இன்று பேசுவதைச் செவிமடுக்க வேண்டுமா?

எதிர்ப்பு, ஏற்பின்மை, கருத்து வேற்றுமை இவை இந்தியாவின் கடந்த காலத்தில் மட்டுமே இருந்தவையல்ல; ஒவ்வொரு காலகட்டதிலும் அன்று நிலவிய கருத்துகளோடும் நடைமுறைகளோடும் மேற்கொண்ட உறவுப் பரிமாற்றத்தின் மூலமாகப் புதிய வெளிப்பாட்டு முறைகளின் (*idioms*) உருவாக்கத்திலும் அவை பங்காற்றியுள்ளன என்பதைக் காட்ட முயன்றிருக்கிறேன். இந்தப் புதிய வெளிப்பாட்டு முறைகள், இன்று நாம் இந்திய நாகரிகம், வாழ்க்கைமுறை, பண்பாடுகள், மரபுகள் என்றழைப்பவற்றின் – இவற்றை எப்படி வேண்டுமானாலும் அழைத்துக்கொள்ளலாம் – உருவாக்கத்தைத் தீர்மானிப்பவையாக இருந்திருக் கின்றன. 'தான்', 'பிறன்' இவற்றை மையமாகக் கொண்டு கடந்த காலத்திலும் நிகழ்காலத்திலும் நடந்துவரும் உரையாடல்களின் விளைவுகளைப் புரிந்துகொள்வதற்கு இந்த எதிர்ப்பு வடிவங்களைக் கண்டறிவதும் அவற்றிற்குச் சமுதாயத்தோடு உள்ள உறவாடலைக்கவனிப்பதும்மிகஅவசியமாகஉள்ளன; இந்த உரையாடல்கள் சம்பிரதாயப் பற்றையும் எதிர்ப்பையும் அறியத்தருகின்றன; நிகழ்காலத்தை எப்படிக் கற்பனை செய்கிறோம், வருங்காலத்துக்கு அது என்ன விதமான முன்னறிவிப்பைத் தருகிறது என்பதைப் பார்க்க நம்மை ஊக்குவிக்கின்றன;

சமயச்சார்பற்ற, ஜனநாயக சமுதாயத்திற்கான, அதற்கு மேலாக ஒரு நியாயமான சமுதாயத்திற்கான நமது முயற்சிகளின் அரசியல் வேர்களின் உண்மைத்தன்மையை உறுதிப்படுத்துகின்றன.

கடந்த காலங்களில் எதிர்ப்பானது, அவ்வப்போது – எப்போதுமல்ல – துறவின் பல்வேறு வடிவங்களிலோ அல்லது ஒரு மாற்றுச் செய்தியோடுகூடிய புதியதொரு பிரிவை உருவாக்குவதன் மூலமாகவோ வெளிப்பட்டது. நவீன காலத்துக்கு முந்தைய காலகட்டத்தில் இது சில நேரங்களில் சமயம் சார்ந்த வெளிப்பாட்டு வடிவத்தை எடுத்துக்கொண்டது; ஏனென்றால், அந்தவடிவம் அறிந்துணர எளிதாகவும் சமூகத்தைச் சென்றடைக்கூடியதாகவும் இருந்தது. அதன் சமய உள்ளடக்கத்தை மட்டுமல்லாமல் அது பரந்த பொருளில் என்ன சொல்ல விரும்பியது என்பதையும் நாம் படித்தறியக் கற்றுக்கொள்ள வேண்டும்.

நவீன காலம் தேசியத்தின் வருகையை அனுபவப்பட்டிருக்கிறது; இது சமுதாயத்தில் நிகழ்ந்த வலிமையான அடிப்படை மாற்றத்தின் பகுதி. இன்று எதிர்ப்பு, புதிய அபிலாஷைகளை வெளிப்படுத்துகிறது; எதிர்ப்பை வெளிப்படுத்தும் வழிகள் நமக்கு அறிமுகமானவையாக இருக்கலாம்; அல்லது புதிய வடிவங்களையும் அது எடுக்கலாம். தேசிய அரசின் வருகை, அதன் தன்னாட்சிக்கான போராட்டம், அடிமைகள், பண்ணையடிமைகள், பிரஜைகள் இவர்கள் முழு உரிமைபெற்ற குடிமகன்களாக மாற்றம் பெற்றமை ஆகியவை நிகழ்காலம் குறித்தும் எதிர்காலம் குறித்துமான புதியதோர் கனவை அறிமுகம்செய்தன. எதிர்ப்பிற்கு இப்போது சமயம் சார்ந்த வெளிப்பாட்டு முறையைப் பயன்படுத்தத் தேவையில்லாமல் போய்விட்டது; அது சிவில் சமூகத்தின் வெளிப்பாட்டு முறையைப் பயன்படுத்தலாம்; இப்போது பிரச்சினைக்குரிய விஷயம் குடிமக்களின் உரிமைகள் தொடர்பானவை. இந்த வரலாற்று மாற்றத்தை ஆளுவோரும் ஆளப்படுவோரும் புரிந்துகொண்டு அங்கீகரித்து மதிக்க வேண்டும். எதிர்ப்பு, பழைய வழிமுறைகளை இப்போதும்கூடப் பயன்படுத்தலாம்; சென்ற நூற்றாண்டில் அம்மாதிரியான வழிமுறைகளுக்குக் கிடைத்த உடனடி அங்கீகாரம் இதைத் தெளிவுபடுத்துகிறது. ஆனால் மாறிவரும் சூழ்நிலைக்கு ஏற்பப் புதிய வழிமுறைகளை அது அறிமுகம்செய்ய வேண்டியதும் அவசியம்.

எதிர்ப்புக் கருத்துகளை எதிர்நோக்கியிருந்து அவற்றை ஏற்றுக்கொண்டு விவாதத்திற்குட்படுத்த வேண்டும் – அவற்றை மௌனமாக்கிவிடக் கூடாது. நமது காலத்தில் எதிர்ப்பானது நிச்சயம் வெளியே கேட்கக்கூடியதாகவும் தனித்துவமானதாகவும் அநீதிக்கு எதிரானதாகவும் ஜனநாயக

உரிமைகளுக்கு ஆதரவானதாகவும் இருக்க வேண்டும். எதிர்ப்பை வெளிப்படுத்துவது என்றாலே வன்முறையிலான புரட்சி எனப் பொருள்கொள்ளக் கூடாது. எதிர்ப்பு என்பதன் பொருள், விடைகள் வேண்டிநிற்கும் தர்மசங்கடமான கேள்விகளைப் பண்பட்ட முறையில் விவாதிப்பதுதான்.

சமுதாயத்தில் எதிர்ப்பின் விளைவுகளைக் கண்டறிய விரும்பாதவர்கள் வாதித்ததைப்போல, வாதித்து வருவதைப்போல, எதிர்ப்பின் வடிவங்கள் மேற்கிலிருந்து இந்தியச் சிந்தனைக்கு இறக்குமதி செய்யப்பட்டவையல்ல. எதிர்ப்பு என்பது பகுத்தறிவுத் தத்துவங்களின்மீது மட்டுமே சவாரி செய்வதுமல்ல. பலவகையான கருத்துகளிலிருந்து உருவானது அதன் தோற்றம்; இந்தக் கருத்துகள் பல்வேறு வழிப்பட்ட சிந்தனைகளிலிருந்தும் வாழ்வனுபங்களிலிருந்தும் வருபவை. இந்தக் கருத்துகள், இந்தியச் சிந்தனை மரபு துவங்கி மக்களோடு மக்களாகக் கலந்து உறவாடி, நல்லவண்ணம் வாழ்வது என்றால் என்ன என்பதைக் கற்பனை செய்தவர்களின் போதனைகள்வரை விரிந்திருக்கின்றன.

எனது எண்ணங்களைச் சித்தரிப்பதற்கு மூன்று வரலாற்று உதாரணங்களை – ஒன்று மற்றொன்றிலிருந்து ஓராயிரம் ஆண்டுகள் காலத்தால் வேறுபட்டது – எடுத்திருந்தேன்; இவை ஒவ்வொன்றும் அவை உருவான காலத்தில் 'பிறன்' என்று வகைப்படுத்தப்பட்டவை. இந்த வகையில் அவை எதிர்ப்பின் மையங்களாக மறைமுகமாக உருப்பெற்றவை. முதல் எடுத்துக்காட்டில் இருந்தது எளிய இருமை நிலை; இரண்டாவதிலும் மூன்றாவதிலும் தெரிந்தது முரண்; இது 'பிறன்மை'யின் பலவிதத் தளங்களைக் கொண்டது; 'தான்'களின் பார்வையை வெளிப்படுத்திய பலதிறத்தாரோடு 'பிறன்' நடத்திய பல விதத்திலான வெளிப்பாடுகளை உள்ளடக்கியது. காலமாற்றத்திற்குத் தகுந்தாற்போல எதிர்ப்பின் வெளிப்பாடு களிலும் வேறுபாடு முந்தைய காலங்களில் உருவானதை நாம் புரிந்துகொள்ள வேண்டும். சில கருத்துகள் எதிர்த்து மறுதலிக்கப்பட்டன; சில, மேலோங்கி நின்ற சமுதாயத்தின் சிந்தனையில் உள்வாங்கப்பட்டன; சில, அடுத்துள்ள இன்னொரு பிரிவாக – இசைவோடோ அல்லது இல்லாமலோ – இடமளிக்கப் பட்டன. இந்தத் தொடர் செயல்பாட்டின் மூலம் வெளிப்பட்ட சமூக உறவுகளையும் நாம் அறிந்துகொள்ள வேண்டும். இவை எவ்வாறு பார்க்கப்பட்டன? மற்றொரு கேள்வியும் முக்கிய மானதே. நாம் அரிதாகக் கேட்டுக்கொள்ளும் கேள்வி அது: இந்தச் சமூக உறவுகளைப் பல்வேறு பிரிவுகளும் தம்மளவில் எப்படி நோக்கின? இந்த வரலாற்றுக் கட்டங்களைக் குறித்து 'பிற'னின் பார்வை என்னவாக இருந்திருக்கும்?

நாம் கடந்த காலப் பண்பாடுகளை ஒவ்வொரு காலகட்டத்திலும் அந்தந்தக் காலகட்டத்தின் நிலைபெற்ற 'தானின்' ஆடியின் வழியாகவே பெரும்பாலும் பார்க்கப் பழகி விட்டோம். அப்படிப் பார்ப்பதுதான் நமக்கு இணக்கமாகவும் சௌகரியமாகவும் இருக்கிறது. அப்படி இல்லையென்றால் இன்றைய வகைமாதிரிகளை (*sterotypes*), அவை பொருத்த மானவையா இல்லையா என்றுகூடப் பார்க்காமல், கடந்த காலத்தின்மீது சுமத்துகிறோம்; இருமை அடையாளங்களை – நாம் கற்பனை செய்வதுபோல அவை இருந்ததேதில்லை – கடந்த காலத்தின்மீது சுமத்துவது இதற்கு ஒரு உதாரணம். அரச பரம்பரையினரோ அல்லது மேல்தட்டைச் சேர்ந்தவர்களோ அல்லது சமய வல்லுனர்களோ எழுதிவைத்துள்ளவற்றுக்கு அதிக மதிப்புக் கொடுத்து, பிறரது பார்வைகளை விளிம்புக்குத் தள்ளிவிடுகிறோம். ஒரு சமயத்தை அதிகம் கடைபிடிப்பவர்கள் உண்மையில் யார்? நமது மரபையும் பண்பாட்டுப் பாரம்பரியத்தையும் வரையறை செய்யும்போது 'பிறன்'களின் பார்வைக்கும் அங்கு முக்கியமான இடம் உண்டு என்றாலும், ஏற்று இடங்கொடுக்கப்பட்டவை, எதிர்க்கப்பட்டவை ஆகிய இரண்டையுமே ஒலிக்கவிடாமல் செய்துவிடுகிறோம்; அப்படிச் செய்வதற்கான காரணத்தையும் நாம் சொல்வதில்லை. என்றாலும் இதுவும் அவசியமான கருத்தோட்டமாகத்தான் இருக்கிறது.

சமயத்திற்கும் சமுதாயத்திற்குமுள்ள தொடர்பின் தன்மையைப் புரிந்துகொள்வதற்கு, சம்பிரதாயமான சமயங்களும் சம்பிரதாய முறைப்படி இல்லாமல் படிப்படியாக உருப்பெற்று வந்த சமயப் பிரிவுகளும் சமுதாயத்தோடு மேற்கொண்ட உரையாடலால் தொடர்ந்து மாற்றம் பெற்றுவந்தன என்பதை அங்கீகரிக்க வேண்டும். இந்தச் செயல்பாட்டில் இரண்டுமே – சமயங்களும் சமுதாயமும் – மாற்றம் பெறாமல் போய்விடவில்லை; மாற்றம் என்பது தொடர்ந்து நடைபெற்ற, தொடர்ந்து நடைபெற்றுவரும் செயல்பாடு. ஏற்கனவே இருந்தவற்றை உறுதிப்படுத்தவோ அல்லது அதன் இருப்புக்குப் பல அளவிலான சவால்களை விடுக்கவோ புதிய சிந்தனை தோன்றுகிறது. 'பிறன்' இன்றித் 'தானை' அறியமுடியாது; 'பிற'னை ஒதுக்கிவிடவும் முடியாது. அடையாளங்கள் கறாராக வரையறைக்கப்படுமானால், 'பிற'னின் இருப்பு மேலும் துலங்கித் தெரியும்; அடையாளங்களுக்கும் சமூகப் படிநிலைகளுக்கும் அது புதிய விளக்கம் அளிக்கும். கடந்த காலத்தைப் போலவே இது இன்றைக்கும் பொருந்துவதே.

சமயம் என்பது அடையாளத்தின் ஒரு குறியே (*marker*). அதைப் பணி, சாதி, சமூக அந்தஸ்து, மொழி, பிரதேசம்,

வாழும் சூழல் போன்ற பிற குறிகளோடு சேர்த்தே பார்க்க வேண்டும். எனவே, ஒவ்வொரு சமயத்தையும் இந்தக் குறிகளை எல்லாம் உள்ளடக்கிய அதனது பரந்த சமூகத் தளத்தோடு தொடர்புபடுத்தியே பார்க்க வேண்டும்; அது உள்ளாகும் மாற்றத்தையும் சேர்த்தே பார்க்க வேண்டும். சில சமயப் பிரிவுகள் துவக்கத்தில் 'பிறன்' என்ற வடிவத்தை எடுத்துப் பின்னர் 'தானி'ன் பகுதியாக ஏன் மாறின? லிங்காயத்துகள் சமூகத்தில் மிகவும் சக்திவாய்ந்தவர்களாக இருக்கிறார்கள்; அவர்களோடு ஒப்பிடும்போது, கபீர்பந்திகள்(கபீரைப் பின்பற்றுபவர்கள்) காணாமல் போய்விட்டார்கள் என்றுதான் சொல்ல வேண்டும். இதிலிருந்து தெரிவது, அவர்கள் என்ன போதித்தார்கள் என்பதைக் கவனித்தால் மட்டும் போதாது, அவர்கள் எவ்வாறு சமுதாயத்தின் பல்வேறு சமூகங்களைப் புரிந்துகொண்டார்கள் என்பதையும் அச்சமூகங்கள் எவ்வாறு அவர்களைப் புரிந்துகொண்டது என்பதையும் கவனிக்க வேண்டும்.

சமயங்கள் ஒருபோதும் அசைவற்று நிற்பதில்லை. சமுதாயம் மாற்றமடைவதுபோல அந்தச் சமுதாயத்தோடு தொடர்புடைய சமயங்களும் மாற்றமுறுகின்றன; ஏனென்றால் சமய அடையாளங்கள் ஒருபோதும் தனிமையாக எழுவதில்லை. சில, பாரம்பரியமாக வருபவையாகப் பார்க்கப்படுகின்றன; சமூகத்தின் உள்ளிருந்தோ அல்லது வெளியிலிருந்தோ வரும் 'பிற'னின் மீதான எதிர்வினையிலிருந்து அடையாளம்பெற்றவையாகச் சில பார்க்கப்படுகின்றன. சம்பிரதாயமான சமயம் பல பிரிவுகளைக் கொண்டிருந்து, அப்பிரிவுகள் மாற்றத்தினைச் சட்டென்று உணர்ந்து எதிர்வினையாற்றுபவையாக இருக்குமானால், ஒன்றன் அம்சம் மற்றொன்றிலும் மேவி இருக்குமானால், அந்தச் சம்பிரதாயமான சமயத்தை வரையறுப்பது கடினம். அப்பிரிவுகள் வழக்கமாகத் துவங்குவது, கேள்விகளை எழுப்பும் அல்லது மாற்றுகளை முன்வைக்கும் 'பிற'னின் வடிவில்தான். சைவ தசநாமிகளும் வைணவ பைராகிகளும் பௌராணிக சமயத்தோடு கருத்து வேறுபாடு கொள்கிறார்கள் என்றால், பரேல்விகளும் தியோபந்திகளும் குரான் சொல்லும் சமயத்தோடு வேறுபடுகிறார்கள். எது தொடர்கிறது? எது மாற்றமடைகிறது? ஏன்? – இவைதான் நாம் தேடிக்கொண்டிருப்பது. இது முடிவடையாத தேடல்.

சமயத்தின் வெளிப்பாடு சமுதாயத்தின் ஒவ்வொரு பிரிவினருக்கும் வேறுவேறாக இருக்கிறது. சமுதாயத்தின் கடைநிலையில் இருப்பவர்களே அன்றும் இன்றும் எண்ணிக்கையில் அதிகம். அவர்களும் காத்திரமான ஒரு பண்பாட்டை விடாமல் நிலைநிறுத்திவருகிறார்கள். ஆனால்

இந்தக் குழுக்களுக்குள்ளும் சமயமானது பல விதமான நம்பிக்கைகளையும் நடைமுறைகளையும் கொண்டதாயிருக்கிறது; இது அதற்கு அதிக நெகிழ்வுத்தன்மையை அளிக்கிறது. சமூக, சமய அடையாளங்கள் மேல்தட்டு மக்களிடமே மிக அழுத்தமாக வரையறுக்கப்பட்டிருந்தன; வரையறுக்கபட்டுமிருக்கின்றன. இவர்கள் எண்ணிக்கையில் சிறுபான்மையினரே. அதிக எண்ணிக்கையிலிருப்போர் பின்பற்றும் பிரிவுகள் பொதுவாக ஒன்று மற்றொன்றோடு மேவியே இருக்கும்; சில விதிவிலக்குகள் இல்லாமலில்லை. என்றாலும் அடையாளங்கள் முழுக்கமுழுக்கத் தனித்து உருவாவதில்லை. அவை தோன்றிய விதம் எப்படி இருந்தாலும் தொடர்ந்து அவை மாற்றத்துக்கு உள்ளாகி வருகின்றன. இந்தச் செயல்முறை ஒருவிதமான பண்பாட்டுப் பிணைப்புறவு (symbiosis) ஆகும். அதுவும் குறிப்பாக இந்த உறவாடல் வேறுவேறான கலாச்சாரங்களுக்கிடையே இருக்குமானால்.

நாம் ஒரு சமயத்தை உயர்ந்த நிலையில் எடுத்துக்கொண்டு, அதைப் பிறவற்றையெல்லாம் உள்வாங்கிக்கொள்ளும் ஒன்றாகக் கருதுகிறோம்; அல்லது இன்று முற்றிலும் வேறானது என்று நினைக்க விரும்பும் ஒன்றை அதிலிருந்து பிரித்துத் தனிமைப்படுத்துகிறோம். நாம் மத்தியகால இந்திய வரலாற்றை இஸ்லாம் மேலாண்மை செலுத்திய காலமாகக் கருதி, சமயங்களுக்கிடையே நடைபெற்ற தீவிரமான உறவுப் பரிமாற்றத்தால் அவை ஒவ்வொன்றுமே இந்தக் காலகட்டத்தில் உருவம் பெற்றன என்பதைக் காணாது விட்டுவிடுகிறோம். கி.பி. முதலாயிரத்தில் தென்னிந்தியாவில் பல நூற்றாண்டுகளாகப் பக்தி இயக்கம் உருவானது. ஆனால், இரண்டாம் ஆயிரத்தில் இந்தியத் துணைக்கண்டத்தின் முக்கியமான முகமாக அது மாற்றம் பெற்றுவிட்டது; துருக்கர்கள் ஆட்சி செய்த சில பிரதேசங்களிலும்கூட. துவக்கத்தில் இஸ்லாமிய நிறுவனங்களாக இருந்த சிலவும், பல தரத்திலான 'தான்'களையும் 'பிறன்'களையும் எதிர்கொள்ள நேர்ந்தபோது வேறு வடிவங்களை எடுத்தன. இந்த மாற்றம் ஏன் தேவைப்பட்டது?

இந்தக் காலகட்டத்தை முழுமைபெற்ற இரண்டு சமயங்கள் என்ற கறாரான இருமை நிலவிய காலகட்டமாகக் கருதினோமானால், பலவிதமான 'தான்'கள் நமது வரலாற்றுக்கே உரித்தான பலவிதமான 'பிற'னோடு கொண்டிருந்த உறவாடலைப் பற்றி விளக்கமளிக்கவே முடியாது என்று நான் குறிப்பிட விரும்புகிறேன். இருமைகள் புரிதலுக்கு வழியில்லாமல் செய்து, நுணுக்கமாகப் பார்ப்பதற்கான தேவையை இல்லாதாக்கிவிடுகின்றன. பல தளங்களிலுமிருந்து மேலெழும்பிய பலவகைப் பிரிவுகள், தத்தமது இடத்திற்காகத்

தங்களுக்குள் நிகழ்த்திய உரையாடலின் மூலமாகவே ஏற்று இடமளித்தல் அல்லது எதிர்த்தல் அல்லது அருகருகான உடன் இருப்பு போன்றவை உருவாயின. எனவே எதிர்ப்பின் தன்மை, தளத்தில் ஒருபக்கத்திலிருந்து மற்றொரு பக்கத்துக்கு அது நகர்ந்தபோது மாற்றமுற்றது. நான் அளித்த மூன்று எடுத்துக்காட்டுகளுமே ஆரம்பத்தில் முரண்பட்டதாக இருந்த நிலைமைகள், இறுதியாகப் புதிய வடிவங்களை உருவாக்குவதன் மூலமாக ஏற்றுஇடமளிப்பது என்ற நிலையையோ அல்லது அருகருகே வைப்பது என்ற தீர்வையோ எட்டின. இவை தம்மளவில் வேறு எதிர்ப்பு அல்லது ஏற்பு வடிவங்களுக்கு வழி ஏற்படுத்தின.

'பிற'னோ அல்லது 'பிறன்'களோ எப்போதும் இருந்து வந்தன என்று சுட்டிக்காட்டினால் மட்டும் போதாது; ஏனெனில் இந்தியச் சிந்தனையிலும் நடைமுறையிலும் 'தான்'கள் பல இருந்துவந்ததைப்போல இவையும் இருந்துவந்திருக்கின்றன. ஒவ்வொன்றும் ஏன் இருக்கின்றன என்பதை அவற்றின் மாற்றமுறும் அடையாளங்களின் வெளிச்சத்தில் ஆராய வேண்டும். "பிறன்' என்பது எதிர்ப்புக் குரலாக இருக்குமானால், இந்த எதிர்ப்பை அங்கீகரிப்பது முக்கியம்; ஏனென்றால், நாம் நம்முடைய பண்பாடு என்று எதை அடையாளப்படுத்திக் கொண்டாலும், எதிர்ப்புக் குரலானது நாம் நம்மைக் குறித்துக் கொண்டிருக்கும் பார்வையைப் பிரதிபலிப்பதாக இருக்கிறது. அடுத்தடுத்து அமைந்த பிரிவுகளோ அல்லது ஒன்றிலிருந்து மற்றது மிகத்தொலைவிலிருந்த பிரிவுகளோகூடப் பல்வேறு விதமான, நுண்மான் நுழைபுலன்கள்கொண்ட சிந்தனை களைப் பிரதிநிதித்துவப்படுத்தின; இந்தச் சிந்தனைகள் கடந்த காலத்தில் 'தானை'யும் 'பிற'னையும் செதுக்கின. நம்பிக்கை, உணர்வு, கேள்வி இவற்றின் கட்டற்ற ஆட்டத்திற்கு இது இடம் அளித்தது; ஒற்றைப்படையான, ஒரே தன்மையான இருமை அடையாளங்கள்மீது நமக்குள்ள பிடிவாதப்பற்றை இது செல்லாததாக்கிவிடுகிறது. நமது பலவகையான இலக்கிய, தத்துவ வகைப்பாடுகளிலுள்ள ஏற்பும் மறுப்புமான உரையாடலில் மிகப் பிரமாதமான சிந்தனையின் பல கணங்கள் இருப்பது தெரியவருகிறது; இதற்காக நாம் பிறனின் 'எதிர்ப்பு' மரபுக்கும் 'தானோ'டான அதன் உறவாடலுக்கும் கடமைப்பட்டிருக்கிறோம்.

எதிர்ப்பு என்பதன் தொடர்ச்சியைப் பற்றிப் பேசிவருவதால், இந்தக் கதையாடலை நவீனக் காலத்துக்கு கொண்டுவருகிறேன்; மிகத் தொலைவில்லாத காலத்தில்கூட நாம் அடிக்கடி அனுபவித்திருந்த ஒரு வகை எதிர்ப்பை ஆழமாக எதிரொலித்த, ஒரு சமகால வடிவம் என நான் நம்பும் ஒன்றைக் குறித்து இப்போது

பேசுகிறேன். பல விதங்களில் அது காந்திய சத்தியாக்கிரகம் என்பதை, வேறு ஒரு பின்னணியில், முன்னெடுத்துச் சென்றது. நான் இங்குக் குறிப்பிடுவது குடியுரிமைத் திருத்தச் சட்டத்திற்கும் (சிஏஏ) தேசியக் குடிமக்கள் பதிவேட்டிற்கும் (என்ஆர்சி)க்கும் எதிராக புது தில்லி ஷகீன்பாக்கில் துவங்கி, பின்னர் நாடு முழுவதும் ஷகீன்பாக்கின் பலவித உள்ளூர் வடிவங்களில் பரவிய போராட்டத்தைத்தான். கோவிட் 19 நோய்ப்பரவலால் அது முடிவுக்கு வர வேண்டியதாகிவிட்டது.

ஒருநாள் காலை நான் ஒருசில நண்பர்களுடன் ஷகீன்பாக் சென்று அங்குப் போரட்டத்தில் அமர்ந்திருந்த பெண்கள் சிலரோடு அமர்ந்து பேச்சுக்கொடுத்தேன். பெருமளவில் பெண்கள், அதிகமும் முஸ்லிம் பெண்கள், பங்கேற்ற கூட்டம் அது. நான் அவர்களோடு நடத்திய உரையாடலில், எதற்காகத் தாங்கள் போராடுகிறோம் என்பதும் சிஏஏ அறிமுகப்படுத்தப்பட்டால் விளைவுகள் என்னவாக இருக்கும் என்பதும் அவர்களுக்குத் துல்லியமாகத் தெரிந்திருந்தது என்பது எனக்குத் தெளிவாயிற்று. அவர்களின் கோரிக்கையெல்லாம் தங்களின் அச்சங்கள்குறித்து தங்களோடு கலந்துரையாட வேண்டும், தங்களின் குடியுரிமை பறிக்கப்படாது என்ற உறுதிமொழி தரப்பட வேண்டும் என்பதுதான். அவர்கள் அரசாங்கத்துக்கு எதிராகப் போராட வில்லை; அவர்கள் தீவிரவாதிகள் எவரையும் ஆதரிக்கவுமில்லை. அசாமில் இதனால் நடந்த குழப்பத்தினாலும் பிரச்சினைகளாலும் ஏற்பட்ட துயரங்களைக் கருத்தில் கொண்டு பார்க்கும்போது அவர்களின் கோரிக்கை நியாயமானதே.

அங்குப் போராடிக்கொண்டிருந்த பெண்களிடம் காணப் பட்ட கண்ணியமும் அவர்களின் தீவிர அக்கறைகளும் என்னை மிகவும் நெகிழ்ச்செய்தன; அந்த நெகிழ்ச்சியுடனே நான் அங்கிருந்து விடைபெற்றேன். பெரும் எண்ணிக்கையில் மக்கள் இருந்தாலும் அந்தப் போராட்டம் மிக அமைதியாக, சிறந்த கட்டுப்பாட்டுடன் நடந்தப்பட்டது; எப்போவாவது அவர்களின் அச்சங்களைக் களைவதற்காக அவர்களோடு பேச்சுவார்த்தை நடத்தக் கேட்டுக்கொள்ளும் சொற்பொழிவு, தேசிய கீதத்தைப் பாடுதல் என்பதாகவே அவர்களின் போராட்டம் இருந்தது. சொற்பொழிவுகள் குறைவு; சத்தமெழுப்பாத உரையாடல்கள் மிகுதி; அவையும் மிகவும் நாகரிகமாக நடைபெற்றன. வேறு சில இடங்களில் அரசியல்வாதிகள் சிலர் பேசியதைப் போன்ற கீழான வசைமாரிகளோ யாரையேனும் கொல்லச் சொல்லும் கூக்குரலோ அங்கு இல்லை; ஷகீன்பாக் போராட்டம் ஒரு கறாரான அகிம்சைப் போராட்டம். எல்லாப் பின்னணிகளைச் சேர்ந்த பெண்களின், அதிலும் குறிப்பாக இந்த நாட்டில்

அவர்களை முடக்கிப்போட்டிருக்கும் பின்னணியைச் சேர்ந்தவர்களும்கூட, இந்த விஷயம் தொடர்பாகப் பேசிய விதம் குறிப்பிடும்படியாக இருந்தது. ஒரு இந்தியப் பெண்ணாக, எனது நாட்டைசேர்ந்த பெண்களைப் பற்றி, அவர்கள் தங்களின் போராட்டத்தின் நியாயம் குறித்து அவ்வளவு உறுதியோடு பேசியதுபற்றி நான் பெருமையடைந்தேன்.

இந்த இயக்கமும் இது கிளர்ந்தெழச் செய்த இதுபோன்ற வேறு பலவும் வரலாற்றில் குறிப்பிடத்தகுந்த தருணங்களாகும்; இந்தியச் சமுதாயத்தின் பெண்களே ஏற்பாடுசெய்து அவர்களே கலந்துகொண்ட ஒரு நிகழ்வு, நகர்புற மத்திய தரத்தினரிடம் மாற்றத்திற்கான அறிகுறியாக இருந்தது. பிறப்போடும் குடியுரிமை யோடு தொடர்புடைய ஒரு பிரச்சினையைக் குறித்துப் பெண்கள் பேசுவது மிகச் சரியான விஷயமாக இருந்தது. இது நிகழும் என்று முன்கூட்டியே அறிய முடிந்திருந்தது. உவமானமாகச் சொல்வதென்றால், ஒரு தாயால் மட்டுமே ஒரு குழந்தையின் அடையாளத்தையும் பிறந்த இடத்தையும் அதிகாரபூர்வமாகச் சொல்லமுடியும்.

இங்குக் குறிப்பிட்டுச் சொல்ல வேண்டிய மற்றொரு விஷயம், இந்த இயக்கம் சமயத்தின் மொழியைக் கைக்கொள்ளவே இல்லை என்பதுதான். அவர்கள் பேசியது, குடியுரிமை கொண்டுவரும் உரிமைகளோடு தொடர்புடைய சமயச்சார்பற்ற பேச்சு. காலனியத்துக்கு எதிரான தேசியத்தில் ஏதோவிதத்தில் வேர்கொண்டதான ஒரு எதிர்ப்பு வடிவத்தைப் பல ஆண்டுகள் கழித்துக் காண்பதுபோல நான் உணர்ந்தேன். இந்தப் போராட்டத்தை எல்லாவற்றையும் உள்ளடக்கிய ஓர் போராட்டமாகக் கொள்வதில் தவறில்லை. இது என்னை 1940களுக்கு, காலனியத்திற்கு எதிரான தேசியப் போராட்டத்தில் ஒரு இளம்பெண்ணாக நான் கலந்துகொண்ட காலத்திற்குக் கொண்டுசென்றுவிட்டது.

அப்பெண்கள் தாங்களாகவே முடிவுசெய்து மிகத் துணிச்சலுடன் அதை நடத்திவந்தார்கள்; சிறுபான்மைச் சமூகத்தைச் சேர்ந்த – குறிப்பாக முஸ்லிம், கிறிஸ்தவ சமயங்களைச் சேர்ந்த – தனிநபர்களும் குழுக்களும் இன்று தாக்குதலுக்கு இலக்காகிவருகிறார்கள். இவர்கள் இந்தியாவிற்கு வெளியே தோன்றிய சமயங்களைச் சேர்ந்தவர்கள், எனவே இந்துத்துவத்தின் பார்வையில் அன்னியர்கள். தலித்துகள் குடிமக்களாகத் தங்களின் உரிமைகளில் ஏதோ கொஞ்சம் கேட்கிறார்கள் என்பதற்காக அவர்களைத் திமிர்பிடித்தவர்களாகக் கூறித் தாக்குதல்கள் நடைபெறுகின்றன. கடந்த நூற்றாண்டில் பல நாடுகளின் வரலாற்றில் இதுபோன்ற உதாரணங்கள் உண்டு. குழப்பமான

நிலைமைகளின்போதெல்லாம் குறிப்பிட்ட சமூகத்தினர்தான் இதற்கெல்லாம் காரணம் எனக் குற்றஞ்சாட்டப்பட்டுப் பலிகடாக்களாகிறார்கள்.

இதுபோன்ற சந்தர்ப்பங்களில்தான், ஜனநாயக ஆட்சிக்கும் குடிமக்கள் தங்கள் வாழ்க்கைபற்றி அன்றாடம் பதற்றத்தோடு இருப்பதைக் குறித்து அக்கறையே காட்டாத ஆட்சிக்கும் உள்ள வேறுபாடு தெளிவாகத் தெரியவருகிறது. ஆளுவோருக்கும் ஆளப்படுவோருக்குமிடையே உரையாடல் இருக்க வேண்டாமா? ஜனநாயகங்களில் ஒரு காலத்தில் அரசாங்கமும் குடிமக்களும் உரையாடுவதற்கான சந்தர்ப்பங்கள் இருந்தன. இது சட்ட மன்றங்களின் மூலமாக அல்ல; மாறாக, குடிமக்களுக்கும் தேர்ந்தெடுக்கப்பட்ட மக்கள் பிரதிநிதிகளுக்குமான உரையாடல் வழியே. இந்த முறை மீட்டெடுக்கப்பட வேண்டும். விவாதிப்பதற்கான பொருளுக்கோ கொள்கைகளுக்கோ இங்கே குறைவில்லை. திட்டங்களைச் செயல்படுத்தும் அலுவலர்களும் – நிர்வாகத்தின் பல பிரிவுகளிலும், சட்டம் ஒழுங்கைப் பாதுகாக்கும் பணியிலும் – போதுமான அளவுக்கு இருக்கிறார்கள். இவர்கள் எந்தச் சமூகத்திற்காகப் பணியாற்ற நியமிக்கப்பட்டிருக்கிறார்களோ அதனோடு உரையாடல் நிகழ்த்த வேண்டும். நீதிமன்றமானது அரசாங்கத்தில் இருப்போர் அத்துமீறி நடந்துகொள்வதைக் கண்காணிக்கும் விதத்தில் தன்னிச்சையான அமைப்பாக உருவாக்கப்பட்டிருக்கிறது. நமது இந்த மூன்று அமைப்புகளும் அரசியலமைப்பில் குறிப்பிட்டுள்ளபடி செயலாற்றி ஜனநாயகத்தைக் காப்பாற்றத் தவறுமானால். குடிமக்கள் பாதிப்புக்குள்ளாவார்கள்; ஜனநாயகம் காணாமல்போகும்.

சட்ட மறுப்பு என்பது ஜனநாயகத்துக்கு எதிரானதல்ல. சொல்லப்போனால், இது நமது மூன்று அமைப்புகளுக்கும் அவற்றிலிருந்து எதிர்பார்க்கப்படும் செயல்பாட்டை நினைவு படுத்தும் கூடுதலான பயனைக் கொண்டிருக்கிறது. எனக்கு நம்பிக்கை தருவதாக இருப்பது என்னவென்றால், நமது சமூகத்தின் ஆகச்சிறந்ததாக நான் கருதும் இந்தக் குறிப்பிட்ட விதமான எதிர்ப்பின் வெளிப்பாடு மக்களிடம் இன்னும் ஆதரவு பெற்றிருப்பதுதான். எதிர்ப்பின் ஒரு வடிவமான சட்ட மறுப்பு என்பது காலனிய எதிர்ப்புக்கான செயல்பாடு மட்டுமல்ல; அது வெறுமே சட்டத்தை மீறும் செயலுமல்ல. ஒரு எதிர்ப்புக் குரலாக அதன் வலிமை காலனிய காலத்துக்கு முன்பிருந்தே அறியப்பட்டுவந்துள்ள ஒன்றுதான்; அது இப்போதும் விடாமல் கேட்கத்தான் செய்கிறது; நம்மோடு – ஆளுவோராகவும் ஆளப்படுவோராகவும் – இன்னமும்

ரொமிலா தாப்பர்

பேசத்தான் செய்யும், அதை மௌனப்படுத்தாமல் இருந்தால். எதிர்காலம் பற்றி எனக்கு நம்பிக்கை தந்திருக்கும் மற்றொரு விஷயம், இந்த இயக்கத்திற்கு இளையோரிடமிருந்து கிடைத்திருக்கும் பேராதரவு. அவர்களுக்கும் இது எதிர்ப்பைத் தெரிவிப்பதற்கான நியாயமான வெளிப்பாடு. பல்வேறு பின்னணி யைச் சேர்ந்த மாணவர்களும் பிற இளைஞர்களும் இதில் கலந்துகொள்ள வந்தார்கள். இளைஞர்களின் எதிர்காலம்தான் கேள்விக்குள்ளாகியிருக்கிறது; எதிர்காலம் எப்போதுமே இளைஞர்களைச் சார்ந்தது; அவர்களுக்குத்தான் அதை எப்படிக் காக்க வேண்டும் என்பது தெரிந்திருக்க வேண்டும். இப்போது விஷயங்கள் இருக்கும் நிலையில் எதிர்காலத்தைக் காப்பதற்கான தேவை இருப்பது வெளிப்படை.

எதிர்ப்பின் வெளிப்பாடு பொதுவாகச் சட்டம் ஒழுங்குப் பிரச்சினையாகவே முன்வைக்கப்படுகிறது. அது அன்றாட வாழ்க்கையைக் குலைக்கும் வகையிலான வன்முறைப் போராட்டமாக இல்லாதபட்சத்தில் அப்படிப் பார்க்க வேண்டியதே இல்லை. அதை அரசு பயங்கரவாதத்தால் அச்சுறுத்தவும் தேவையில்லை. தேவை எல்லாம் போராடு வோருக்கும் யாரோடு அவர்கள் கருத்து முரண்படுகிறார்களோ அவர்களுக்குமிடையேயான உரையாடல்தான். எதிர்ப்பு என்பது உரையாடலுக்குரிய ஒன்றாக இருக்க வேண்டுமே அன்றி வன்முறையை ஊக்குவிப்பதற்கான காரணமாக இருக்கக் கூடாது. மக்களை அச்சுறுத்தி நிலைநிறுத்தப்படும் சட்டம் ஒழுங்கு பயனற்றது. இது அடிக்கடி நிரூபிக்கப்பட்டிருக்கிறது. அமெரிக்காவின் நகரங்களில் மிகச் சமீபத்தில் கருப்பர் உயிர்களும் பொருட்படுத்துவதற்குரியவையே (Black Lives Matter) என்ற பதாகையின் கீழ் நடந்த கலவரங்களில் இது மீண்டும் நிரூபணமாகியிருக்கிறது.

நான் இங்கு விவரித்த விதமான எதிர்ப்பு தொடர்ந்து இருந்து வந்திருக்கிறது; இனியும் தொடர்ந்து இருந்துகொண்டிருக்கும். அது எந்தச் சமூகத்தை நோக்கிப் பேசியதோ அந்தச் சமூகம் அப்போது அமைந்திருந்த விதம் சார்ந்து அது வெற்றியோ, தோல்வியோ அடைந்திருக்கலாம். இப்படித்தான் நான் வாதிட முயன்றிருக்கிறேன். எதிர்ப்பின் குறிக்கோள் அரசையோ அரசாங்கத்தையோ தூக்கியெறிவதல்ல; அதற்கு ஆதரவு அளிப்போர் தீவிரவாதிகளும் அல்லர். மாற்றத்திற்கான தேவை வேண்டும்போது சமூகம் மாறுவது நல்லது என்பதை அது வலியுறுத்துகிறது; அந்த மாற்றத்தை எது தடுக்கிறதோ அதைச் சுட்டிக்காட்டவும் செய்கிறது. அனைத்திற்கும் மேலாக, மிக முக்கியமாக, அது மானிட சமுதாயம் நெறிமுறைகள் இல்லாமல்

எதிர்ப்புக் குரல்கள் ➔ 149 ◆

உயிர்த்தரிக்கமுடியாது என்பதை நமக்கு நினைவுறுத்திக் கொண்டே இருக்கிறது; ஆளுவோரும் ஆளப்படுவோரும் ஒருமித்து ஏற்றுக்கொண்ட நெறிமுறைகள் இவை. இந்த நெறிமுறைகள் வெறும் கோட்பாடாக மட்டும் இருந்தால் போதாது; சமுதாயத்தின் உறுப்பான குடிமக்கள் அனைவரையும் பேணிப் பாதுகாப்பதை உறுதிப்படுத்தும் விதத்தில் நடைமுறைப்படுத்தப்படவும் வேண்டும். பொருள்வசதி படைத்தோரை மட்டுமோ அல்லது குறிப்பிட்ட நம்பிக்கை முறையோடு, ஏதேனும் ஒரு ஒற்றை அடையாளத்தோடு ஒத்திசைபவர்களை மட்டுமோ பாதுகாப்பது என்பதாகத் தனது குறிக்கோளைக் குறுக்கிக்கொண்ட அமைப்புகள் நிச்சயம் தோல்வியடையும் என்பதை வரலாறு நமக்கு அறியத் தந்துள்ளது. கடந்த காலத்தில் தொடர்ந்து நடந்துவந்திருப்பது இதுதான்.

இந்த நெறிமுறைகள், ஆளுவோருக்கும் ஆளப்படுவோருக்கும் இடையிலும், குடிமக்களுக்கும் அதிகார அமைப்புகளில் இருப்போருக்கும் இடையில் ஒரு திறந்த உரையாடலை வேண்டுகின்றன. அரசாங்கங்கள் அனைத்துக் குடிமக்களையும் பேணிப் பாதுகாக்கவே நியமிக்கப்படுகின்றனவே தவிர தெரிந்தெடுத்த ஒருசிலரை மட்டும் பேணிக் காப்பதற்கு அல்ல. மக்களுக்குத் தங்கள் மனிதத்துவத்தை உறுதிப்படுத்துவதற்கான உள்ளார்ந்த தார்மிக சக்தி என்றே எதிர்ப்பின் செயற்பாட்டைப் புரிந்துகொள்ளவேண்டும்.

பல வழிகளில், எதிர்ப்பிற்கான உரிமை தேசிய அரசின் வருகையோடு அழுத்தம் பெற்றது. பேச்சு சுதந்திரமும் முரண்படுவதற்கான உரிமையும் சுதந்திரமான குடிமகன் என்று ஒருவரை வரையறுப்பதற்கான முக்கியமான தேவைகளாகும். அதைப்போலவே, உரையாடலுக்கும் விளக்கம் கேட்டு அறைகூவல் விடுப்பதற்கும் உள்ள உரிமையும். குடிமகனின் உரிமைகளையும் அரசின் கடமைகளையும் உட்படுத்திய ஒரு புதிய காலகட்டமான இது வரலாற்றில் முக்கியமான மாற்றமாகும். குடிமகன் இனி ஆளுவோரின் பிரஜை (குழந்தை) அல்ல. அரசுக்கும் குடிமகனுக்கும் அரசியலமைப்புச் சட்டத்தின் படியான ஒப்பந்த உறவு அவனுக்கு வழங்கியுள்ள சில குறிப்பிட்ட உரிமைகளை அரசு கட்டாயம் மதிக்க வேண்டும். உரிமைகளையும் கடமைகளையும் மதித்து நடப்பது இரு தரப்பிலும் கடைபிடிக்க வேண்டிய தார்மிகப் பொறுப்பாகும். ஒரு குடிமகன் அரசுக்கு எதிராக இல்லாதிருத்தல் என்ற தனது கடமையைக் கடைபிடிக்க வேண்டுமானால், அரசும் குடிமகனை அதன்மீது அச்சம்கொள்ளத் தூண்டாது அவனது உரிமைகளை மதித்து நடக்க வேண்டும்.

அரசுக்கும் குடிமகனுக்கும் இருக்கும் பரஸ்பரப் பொறுப்புகளை அலட்சியப்படுத்த முடியாது.

எதிர்ப்பு பல வடிவங்களில் தன்னை வெளிப்படுத்திக் கொண்டிருக்கிறது; இந்த வடிவங்களின் தொகுதி தொடர்ந்து இருந்துகொண்டேதானிருக்கும்; உண்மையில், அதனோடு மேலும் வடிவங்கள் சேர்ந்தவண்ணம் இருக்கும். கடந்த காலத்தில் இந்த வெளிப்பாடு சமயம் சார்ந்த ஒரு வடிவத்திலிருந்து சிவில் உரிமைகள் சார்ந்த ஒருவடிவத்தை நோக்கி நகர்ந்துள்ளது. எடுத்துக்காட்டாக, சுற்றுச்சூழலின் அழிவு, காலநிலை மாற்றாத்தோடான அதற்குள்ள தொடர்பு இவை சார்ந்த விவாதங்களை முன்னெடுக்கப் புதிய வெளிப்பாட்டு வடிவங்கள் தேவைப்படலாம்; இவையெல்லாம் உடனடியாகக் கவனிக்க வேண்டிய பிரச்சினைகள்; ஆனால் சிலவற்றிற்கு மிக விரிவான கலந்துரையாடல்கள் தேவைப்படுகின்றன. குடிமகனின் உரிமைகள் உடனடியாகக் கவனம்பெற வேண்டியவைதான்; ஆனாலும் எந்த உரிமைகளுக்கு முன்னுரிமை வழங்க வேண்டும் என்பது சந்தேகமில்லாமல் சர்ச்சைக்குரியதாகவே இருக்கும். இங்குதான் தெளிந்த பார்வையும் அதைப் பேணுவதும் மிக அவசியம். எதிர்காலத்திற்கான நமது காத்திருப்பு அர்த்தமுள்ளதாக இருக்க வேண்டுமென்றால், அடிப்படை மனித உரிமைகளை வழங்குவதும் பேணுவதும் முதல் தேவையாகும்.

சமயச்சார்பற்ற ஜனநாயகக் கருத்தியலில் ஊறிப்போன குடிமகன் இந்த உரிமையை அழுத்திச்சொல்லி (அரசுக்கும் தனக்குமான) இப்புதிய உறவுநிலையை வெளிப்படுத்த வேண்டும். அரசின் சார்பாகப் பேசுவோர் – அனைத்து சிவில் அமைப்பு களிலும் அதிகாரத்தில் இருப்பவர்கள் – இந்த உரிமை சரியானதே என்பதை அங்கீகரிக்க வேண்டும். வரலாற்றில் பதிவாகியுள்ள பயணப் பாதைகளில் ஒன்றெனக் குடிமகனின் குரல் சிறிதுசிறி தாக வெளியில் கேட்கத் துவங்கியதைச் சுட்டிக்காட்டலாம். சமீபத்திய வரலாற்றில் நிகழ்ந்ததுபோல, குடிமக்கள் துணிச்ச லாகப் பேசித் தங்கள் எதிர்ப்பை வெளிப்படுத்தும்போது, அரசால் எல்லா நேரமும் அதை மௌனமாக்க முடிவதில்லை; அவர்கள் பேசுவதைக் கேட்டுத்தான் ஆக வேண்டியிருக்கிறது. அரசும் குடிமக்களும் நல்ல முறையில் உரையாடிப் பரஸ்பரம் தங்களுக்குள்ள உரிமைகளையும் கடமைகளையும் உறுதிப்படுத்திக் கொள்வதில்தான் எதிர்காலம் அடங்கி இருக்கிறது.

உதவிய நூல்கள்

(முன்னோட்டம்)

SAID, Edward. *Orientalism: Western Conceptions of the Orient.* New York: Pantheon Books, 1978.

SMART, Ninian. *Doctrine and Argument in Indian Philosophy.* London; Allen and Unwin,1964.

1

Aitareya Brahmana (A. B. Keith trans.) *in Rigveda Brahmanas: The Aitareya and Kausitaki Brahmanas of the Rigveda.* New Delhi: Motilal Banarsidass, 1996 (London. 1920).

Brihad - devata (M. Tokunaga ed.). Kyoto: Rinsen Book Company,1997.

CHAKRAVARTI, Uma. 'Whatever Happened to the Vedic *Dasi:* Orientalism, Nationalism and a Script for the Past' in Kumkum Sangari and Sudesh Vaid (eds.), *Recasting Women: Essays in Colonial History.* New Delhi: Kali for Women, 1989, pp. 27-87.

DESHPANDE, Madhav M., and Peter Edwin Hook (eds). *Aryan and Non-Aryan in India.* Ann Arbor, MI: Center for South and Southeast Asian Studies, 1979.

The Principal Upanisads (Sarvepalli Radhakrishnan ed., trans., introd. and annot.). London: Allen and Unwin, 1953.

The Rigveda: The Earliest Religious Poetry of India (Jamison, Stephanie W. and Joel P. Brereton trans). New York: Oxford University Press (South Asia Research Series), 2014. Available online at: https://bit.ly/3mktxnu (last accessed on 3 September 2020).

SINGH. Hira. *Recasting Caste: From the Sacred to the Profane.* New Delhi: Sage. 2004.

STAAL, Frits. *Discovering the Vedas: Origins, Mantras, Rituals, Insights.* New Delhi: Penguing, 2008.

THAPAR, Romila. 'The Archaeological Background to the Agnicayana Ritual' in Romila Thapar, *The Historian and Her Craft*, Volume 2. New Delhi: Oxford University Press, 2017, pp. 92-121.

_____. 'Fragmentary Naaratives from the Vedas in Romila Thapar, *The Past before Us: Historical Traditions of Early North India.* Ranikhet: Permanent Black, 2013, pp. 87-143.

_____, Michael Witzel, Jaya Menon, Kai Friese and Razib Khan (eds), *Which of Us Are Aryans? Rethinking the Concept of Our Origins.* New Delhi: Aleph, 2019.

2

Ancient India as Described by Megasthenes and Arrian; Being a Translation of the Fragments of the Indika of Megasthenes Collected by Dr. Schwanbeck, and of the First Part of the Indika of Arrian (J.W. McCrindle trans., introd, and annot.). Calcutta: Chuckervertty, Chatterje and Co., 1926. Available online at: https://bit.ly/2GOF0eD (last accessed on 3 September 2020).

BANA BHATTA. *The Harsa-Carita of Bana* (E.B. Cowell and F.W. Thomas trans). London, 1929 (1897). Available online at: https://bit.ly/32tKV1b (last accessed on 14 September 2020).

CHATTOPADHYAYA, Debiprasad, *Lokayata: A Study in Ancient Indian Materialism.* New Delhi: People's Publishing House, 1959.

_____, and Mrinal Kanti Gangopadhyaya (eds.), *Carvaka/Lokayata: An Anthology of Source Materials and Some Recent Studies.* New Delhi: Indian Council of Philosophical Research, 1990.

CHAKRAVARTI, Uma. *Social Dimensions of Early Buddhism*, New Delhi: Oxford University Press, 1987.

DHERE, Ramchandra Chintaman,. *The Rise of a Folk God: Vitthal of Pandharpur* (Anne Feldhaus trans.). Delhi: Oxford University Press, 2011.

JAINI, Padmanabh S. *The Jaina Path of Purification.* Berkeley, CA: University of California Press, 1979. Also New Delhi: Motilal Banarsidass, 2014. The latter is availabale online at: https://bit.ly/2ZRIEwn (last accessed on 3 September 2020).

Kalhana's Rajatarangini: A Chronicle of the Kings of Kashmir, 3 VOLS (M.A Stein trans., introd. and comment.). New Delhi: Motilal Banarsidass, 1979 (1900).

The Kautilya Arthasastra, 3 VOLS (R.P. Kangle ed., trans. and comm.). Bombay: University of Bombay (University of Bombay Studies: Sanskrit, Prakrit and Pali, Nos. 1-3), 1960, 1963, 1965, respectively.

Manu's Code of Law: A Critical Edition and Translation of the Manavadharmasastra (Patrick Olivelle ed. and trans.). New York: Oxford University Press, 2005. [See aksi *The Law Code of Manu: A New Trasnlation Based on the Critical Edition by Patrick Olivelle* (New York: Oxford University Press, 2004).]

NAGASENA, *Millinda-panho as: The Quesions of King Milinda*, 2 VOLS (T.W. Rhys Davids trans.). New York: Dover Publications (Sacred Books of the East Series), 1963.

Patanjali's Vyakarana - Mahabhasya (S.D. Joshi ed., trans. and annot.). Poona: University of Poona (Publications of the Centre of Advanced Study in Sanskrit Class C, No.3), 1968. Available online at: https://bit.ly/2GY1J8i (last accessed on 3 September 2020).

The Puranas (Ludo Rocher trans.).Wiesbaden: Verlag Otto Harrassowitz (History of Indian Literature Series), 1986.

The Sarva-darshana-sangraha or Review of the Different Systems of Hindu Philosophy by Madhava Acharya (E.B. Cowell and A.E. Gough trans). London: Trubner and Co., 1882. Available online at:https://bit.ly/35z94p9 (last accessed on 3 September 2020).

ROY, Kumkum, 'Representing Heresies: The "Others" in the Ekanipata Jataka'. Paper presented at the symposium 'Heresies in History' - Indian History Congress 72nd Session, Patiala, 12 December 2011.

SARAO, K.T.S., *Decline of Buddhism in India: A Fresh Perspective*, New Delhi: Munshiram Manoharlal, 2012.

SHRIMALI, Krishna Mohan. 'Reason and Rationality: Some Leaves from Indias's Intellectual History'. *Social Scientist* 46 (3-4) (538-539) (March-April 2018): 3-44.

SONTHEIMER, Gunther-Dietz. *Pastoral Deities in Western India* (Anne Feldhaus ed. and trans.). New Delhi: Oxford University Press. 1993.

THAPAR, Romila. *Asoka and the Decline of the Mauryas*. New Delhi: Oxford University Press. 1996.

-- --. 'The *Puranas*: Heresy and the *Vamsanucarita*' in Romila Thapar. *The Historian and Her Craft*. VOL. 4. New Delhi: Oxford University Press, 2017, pp. 184-204.

-- --. 'Renunciation: The making of a Counter-Culture? in Romila Thapar, *The Historian and Her Craft*, VOL. 4. New Delhi: Oxford University Press, 2017, pp. 102-37.

VERARDI, Giovanni. *Hardships and Downfall of Buddhism in India*. Singapore: Institute of Southeast Asian Studies / New Delhi: Manohar, 2011.

WATERS, Thomas. *On Yuang Chwang's Travels in India, 629-645 AD* (T.W. Rhys Davids, S. W. Bushell and Vincent A. Smith eds.). London: Royal Asiatic Society (Oriential Translation Fund New Series, VOL. XIV), 1904. Available online at: https://bit.ly/33og0mh (last accessed on 3 September 2020).

3

AMBEDKAR B. R. *Annihilation of Caste: An Undelivered Speech* (Mulk Raj Anand ed.) New Delhi: Arnold Publishers, 1990.

JHA, Vivekanand. Canadala: Untouchability and Caste in Early India. New Delhi:Primus Books, 2018.

The Mahabharata, Volume 7: Book 11, The Book of the Women, and Book 12, The Book of Peace, Part 1 (J. L. Fitzgerald trans. and introd.). Chicago: The University of Chicago Press, 2004, pp. 79-164.

SHARMA, Ram Sharan. *Sudras in Ancient India: A Social History of the Lower Order Down to Circa A.D. 600*, 2nd REVD EDN. New Delhi: Motilal Banarsidass, 1980.

ZELLIOT, Eleanor and Rohini Mokashi-Punekar. *Untouchable Saints: An Indian Phenomenon*. New Delhi: Manohar, 2005.

4

BHAGAVAN, Manu and Anne Feldhaus (eds). *Speaking Truth to Power: Religion, Caste and the Subaltern Question in India*. New Delhi: Oxford University Press, 2009.

EATON, Richard M. *India in the Persianate Age:* 1000-1765. New York: Allen Lane, 2019.

ERNST, Carl W. *Refractions of Islam in India: Situating Sufism and Yoga*. New Delhi: Sage, 2016.

ESCHMANN, A. 'Religion, Reaction and Change: The Role of Sects in Hinduism' in Gunther-Dietz Sontheimer and Hermann Kulke (eds), *Hinduism Reconsidered*. New Delhi: Manohar, 1989, pp. 108-20

FLOOD, Finbar Barry. *Objects of Translation: Mateiral Culture and Medieval 'Hindu-Muslim' Encounter*. Princeton, NJ: Princeton University Press, 2009.

GANGARAM, *The Maharashtra Purana: An Eighteenth Centuary Bengali Historical Text* (Edward C. Dimock and Pratul Chandra Gupta trans., annot. and intord.) Calcutta: Orient Longman, 1985.

HAWLEY, John Stratton. *A Storm of Songs: India and the Idea of the Bhakti Movement.* Cambridge, MA: Harvard University Press, 2015
------, and Mark Juergensmeyer. *Songs of the Saints of India.* New Delhi: Oxford University Press, 2007.

JAINI, Padmanabh S. 'Jaina Puranas: A Puranic Counter Tradition' in Wendy Doniger (ed), *Purana Perennis: Reciprocity and Transformation in Hindu and Jaina Texts.* New York: SUNY Press, 1993, pp. 207-49.

MADHUSUDANA SARSVATI. *Prasthanabheda.* Srirangam: Sri Vani Vilas Press, 1919 [Sanskrit]. Available online at: https://bit.ly/35y2wXG (last accessed on 3 September 2020).

MUKTA, Parita. *Upholding Common Life: The Community of Mirabai.* New Delhi: Oxford University Press, 1998.

PRASHAD, Pushpa. *Sanskrit Inscriptions of the Delhi Sultanate*, 1191-1526. New Delhi: Oxford University Press, 1990.

TALBOT, Cynthia. 'Inscribing the Other, Inscribing the Self: Hindu-Muslim Identities in Pre-colonial India'. *Comparative Studies in Society and History* 37(4) (1995): 692-722.

The Yuga Purana (John E. Mitchiner ed., trans. and introd.)
Calcutta: The Asiatic Society, 1986. Available online at: https://bit.ly/3kbV3Sj (last accessed on 3 September 2020).

5

ANDERSON, Benedict. *Imagined Communities: Reflections on the Origin and Spread of Nationalism*, REVD EDN. London: Verso 2006[1983].

GOLWALKAR, M. S. *We, or Our Nationhood Defined.* Nagpur: Bharat Publications, 1939.

HOBSBAWM, Eric. *Nations and Nationalism since 1780: Programme, Myth, Reality.* Cambridge: Cambridge University Press, 1990.

JONES, Kenneth W. *Arya Dharm: Hindu Consciousness in 19th Century Punjab.* New Delhi: Manohar, 1989.

SAVARKAR, Vinayak Damodar. *Essentials of Hindutva.* Bombay: Veer Savarkar Prakashan, 1923.

----*Hindutva: Who Is a Hindu?* Bombay: Veer Savarkar Prakashan, 1928. Available online at: https://bit.ly/35wDJmU (last accessed on 3 September 2020).

SCHWAB, Raymond. *La Renaissance Orientale*. Paris: Payot, 1950. Available in English as: *The Oriental Renaissance: Europe's Rediscovery of India and the East 1680-1880* (Gene Patterson-Black and Victor Reinking trans; Edward W. Said foreword). New York: Columbia University Press, 1984.

THAPAR, Romila. 'Imagined Religious Communities: Ancient History and the Modern Search for a Hindu Identity' in Romila Thapar, *The Historian and Her Craft*, VOL. 1. New Delhi: Oxford University Press, 2017, pp. 131-54.

TILAK, Bal Gangadhar. *The Arctic Home of the Vedas: Being Also a New Key to the Interpretation of Many Vedic Texts and Legends*. Poona: Tilak Bros., 1909.

6

CHAKRBARTI, Kunal. *Religious Process: the Puranas and the Making of a Regional Tradition*. New Delhi: Oxford University Press, 2001.

DALMIA, Vasudha, and Heinrich von Steitencron (eds). *The Oxford India Hinduism Reader*. New Delhi: Oxford University press, 2007.

KING, Richard. *Orientalism and Religion: Postcolonial Theory, India and 'The Mystic East'*. New Delhi: Routledge, 1999.

LORENZEN, David. *Who Invented Hinduism? Essays on Religion in History*. New Delhi: Yoda Press, 2006.

PENNINGTON, Brian K. Was *Hinduism Invented? Britons, Indians, and the Colonial Construction of Religion*. New York: Oxford University Press, 2005.

SONTHEIMER, Gunther-Dietz, and Hermann Kulke (eds). *Hinduism Reconsidered*. New Delhi: Manohar, 2001.

7

ERIKSON, Erik H. *Gandhi's Truth: On the Origins of Militant Nonviolence*. New York. W. W. Norton, 1969.

GANDHI, Rajmohan. *Why Gandhi Still Matters: An Appraisal of the Mahatma's Legacy*. New Delhi: Aleph, 2017.

HOWARD, Veena R. *Gandhi's Ascetic Activism: Renunication and Social Action*. New York: SUNY Press, 2013.

SKARIA, Ajay. *Unconditional Equality*: Gandhi's Religion of Resistance. New Delhi: Orient Blackswan, 2016.

THAPAR, Romila. *The Past before Us: Historical Traditions of Early North India*. Ranikhet: Permanent Black, 2013.

ZEIGLER, Norman P. 'Marvari Historical Chronicles: Sources for the Social and Cultural History of Rajasthan'. *Indian Economic and Social History Review* 13(2) (1976): 219-50.

AMIN, Shahid. 'Gandhi as Mahatma: Gorakhpur District, Eastern UP, 1921-22' in Ranajit Guha (ed.), *Subaltern Studies 3: Writings on South Asian History and Society*. New Delhi: Oxford University Press, 1984, pp. 1-61.

BASHAM, A. L. *The Origins and Development of Classical Hinduism* (Kenneth G. Zysk ed.). New Delhi: Oxford University Press, 1991.

FITZGERALD, J. L. 'Introduction' to *The Mahabharata, Volume 7: Book 11, The Book of the Women, and Book 12, The Book of Peace, Part 1* (J. L. Fitzgerald trans. and introd.). Chicago: University of Chicago Press, 2004, pp. 98ff.

HAUSER, Walter. *The Bihar Provincial Kisan Sabha 1929-1942: A Study of an Indian Peasant Movement* (William R. Pinch foreword; curated with an afterword by Kailash Chandra Jha). New Delhi: Manohar, 2019.

PALSHIKAR, Sanjay. *Evil and the Philosophy of Retribution: Modern Commentaries on the Bhagavad-Gita*. New Delhi: Routledge, 2016.

PINCH, William R. *Peasants and Monks in British India*. Berkeley, CA: University of California Press, 1996.

SIDDIQUI, M. H. *Agrarian Unrest in North India: United Provinces, 1918-22*. New Delhi: Vikas Publishing House (Vikas History Series), 1978.

SUKTHANKAR, Vishnu Sitaram. *On the Meaning of the Mahabharata*. Bombay: Asiatic Society of Bombay, 1998[1957].

SUTTON, Nick. 'Asoka and Yudhisthira: A Historical Setting for the Ideological Tensions of the *Mahabharata?*' *Religion* 27(4) (1997): 333-41.

காலச்சுவடு பப்ளிகேஷன்ஸ் (பி) லிட்.
Published by Kalachuvadu Publications (Pvt. Ltd.),
669, K.P. Road, Nagercoil 629001, India
Phone: 91-4652-278525
e-mail: publications@kalachuvadu.com

12/2022/S.No.1151, kcp 4115, 18.6 (1) 9ss